വിവേകികളുടെ സുവിശേഷം

vivekikalude suvisesham
study
•
praveen dani
•
first edition
january 2020
•
typesetting
dbh overbridge tvpm
•
published
chintha publishers, thiruvananthapuram
•
printed
repro india ltd, mumbai
•
cover
vinod mangoes
•

Distribution

DESHABHIMANI BOOK HOUSE
H O Thiruvananthapuram 695035
phone: 0471-2303026, 6063026
Email: chinthapublishers@gmail.com
Website: www.chinthapublishers.com

Branch

Head Office Kunnukuzhi • Statue Thiruvananthapuram • KSRTC Bus Station Alappuzha • KSRTC Bus Station Ernakulam • Machingal Lane Thrissur • IG Road Kozhikode • Mavoor Road Kozhikode • NGO Union Building Kannur • Central Bus Terminal Complex Thavakkara Kannur

CO - 2911 / 5206
ISBN - 978-93-89410-71-6

വിവേകികളുടെ സുവിശേഷം

സാഹിത്യസാംസ്കാരിക വിമർശനം

പ്രവീൺ ഡാനി

ചിന്ത പബ്ലിഷേഴ്സ്
തിരുവനന്തപുരം-695 035

പ്രവീൺ ഡാനി

1978 ൽ ആലപ്പുഴ ജില്ലയിലെ ചെറിയനാടിൽ കൊല്ലക്കടവ് മഠത്തിപ്പറമ്പിൽ ജനനം. അച്ഛൻ: എം എസ് ഡാനി. അമ്മ: ജെ പ്രശാന്ത. മലയാളസാഹിത്യത്തിൽ എം എ, എംഫിൽ, ലക്ചർഷിപ്പ് ബിരുദങ്ങൾ.

ലോകത്തിലെ മഹദ്‌വ്യക്തിത്വങ്ങൾ, വിമർശനാത്മക സിദ്ധാന്തം: പാശ്ചാത്യ മാർക്സിസത്തിന്റെ രീതിശാസ്ത്രം, ത്രിമാനകർത്തൃത്വം, മനഃശാസ്ത്രം ഒരു മാർക്സിയൻ വായന എന്നീ പുസ്തകങ്ങൾ പ്രസിദ്ധീകരിച്ചിട്ടുണ്ട്.

ഭാര്യ : റെനി

മകൾ : യാത്ര

വിലാസം : കെ ആർ എ 64(എ)
അഭയം, ഇടക്കുന്നിൽ ലെയിൻ
കുലശേഖരം
കൊടുങ്ങാനൂർ പി ഒ
തിരുവനന്തപുരം 695 013

വിവേകികളുടെ സുവിശേഷം

സാഹിത്യസാംസ്കാരിക വിമർശനം

പ്രവീൺ ഡാനി

ചിന്ത പബ്ലിഷേഴ്സ്
തിരുവനന്തപുരം-695 035

പ്രവീൺ ഡാനി

1978 ൽ ആലപ്പുഴ ജില്ലയിലെ ചെറിയനാടിൽ കൊല്ലക്കടവ് മഠത്തിപ്പറമ്പിൽ ജനനം. അച്ഛൻ: എം എസ് ഡാനി. അമ്മ: ജെ പ്രശാന്ത. മലയാളസാഹിത്യത്തിൽ എം എ, എംഫിൽ, ലക്ചർഷിപ്പ് ബിരുദങ്ങൾ.

ലോകത്തിലെ മഹദ്‌വ്യക്തിത്വങ്ങൾ, വിമർശനാത്മക സിദ്ധാന്തം: പാശ്ചാത്യ മാർക്സിസത്തിന്റെ രീതിശാസ്ത്രം, ത്രിമാനകർത്തൃത്വം, മനഃശാസ്ത്രം ഒരു മാർക്സിയൻ വായന എന്നീ പുസ്തകങ്ങൾ പ്രസിദ്ധീകരിച്ചിട്ടുണ്ട്.

ഭാര്യ : റെനി
മകൾ : യാത്ര
വിലാസം : കെ ആർ എ 64(എ)
അഭയം, ഇടക്കുന്നിൽ ലെയിൻ
കുലശേഖരം
കൊടുങ്ങാനൂർ പി ഒ
തിരുവനന്തപുരം 695 013

ഉള്ളടക്കം

സമർപ്പണം

സ്നേഹനിധിയായ മമ്മിക്ക്

പ്രസാധകക്കുറിപ്പ്

ആധുനികതാവാദം മലയാളസാഹിത്യത്തിൽ ചർച്ച ചെയ്യപ്പെട്ട കാലത്താണ് കെ പി അപ്പന്റെ *ക്ഷോഭിക്കുന്നവരുടെ സുവിശേഷം* പുറത്തുവന്നത്. ബൂർഷ്വായുക്തിയിലും മാർക്സിസ്റ്റ് വിരുദ്ധതയിലുമായിരുന്നു ആ കൃതി ഊന്നൽ നല്കിയിരുന്നത്. *വിവേകികളുടെ സുവിശേഷം* എന്ന ഈ ഗ്രന്ഥത്തിൽ ആധുനികതാവാദത്തെയും ഉത്തരാധുനികതയെയും മാർക്സിസത്തിന്റെ വെളിച്ചത്തിൽ പരിശോധിക്കുകയാണ് ചെയ്യുന്നത്. അൽത്തൂസർ, ലക്കാൻ, ഫൂക്കോ, ബാർത്ത് എന്നീ ചിന്തകരുടെ രീതിശാസ്ത്രം അതിനായി ഉപയോഗപ്പെടുത്തുന്നുണ്ട്. ആധുനികതയുടെയും ഉത്തരാധുനികതയുടെയും രാഷ്ട്രീയ വിവക്ഷകളെ ഈ കൃതി തുറന്നു കാട്ടുന്നു. ആധുനികതയുടെയും ഉത്തരാധുനികതയുടെയും ചുവടുപറ്റി സാഹിത്യ പരിസരത്ത് ചുവടുറപ്പിച്ച പരികല്പനകളെ മാർക്സിസ്റ്റ് കാഴ്ചപ്പാടിൽ ഈ കൃതി പരിശോധിക്കുന്നുണ്ട്. ഉത്തരാധുനിക ഇടതുപക്ഷ ചിന്തകരിൽ പ്രമുഖരായ റൊളാങ് ബാർത്തിനെയും മിഷേൽ ഫൂക്കോയെയും ഫ്രെഡ്റിക് ജെയിംസണെയും ഈ പുസ്തകം പരിശോധിക്കുന്നു. ഈ നിരീക്ഷണങ്ങളുടെ വെളിച്ചത്തിൽ ആധുനികതയുടെ തിരയിളക്കക്കാലത്ത് പുറത്തുവന്ന *പാണ്ഡവപുരം, ആയുസ്സിന്റെ പുസ്തകം* എന്നീ കൃതികളെ പരിശോധനയ്ക്കു വിധേയമാക്കുന്നുണ്ട്.

ചിന്ത പബ്ലിഷേഴ്സ്

പ്രവേശിക

***ക്ഷോ**ഭിക്കുന്നവരുടെ സുവിശേഷം* എന്ന കെ പി അപ്പൻ കൃതിയുടെ മറുപടി പുസ്തകമാണ് *വിവേകികളുടെ സുവിശേഷം*. കെ പി അപ്പൻ ആധുനികതാവാദത്തിന്റെ മാനിഫെസ്റ്റോവായിട്ടാണ് ആ പുസ്തകം പ്രസിദ്ധീകരിച്ചത്. എന്നാൽ *വിവേകികളുടെ പുസ്തകം ഒരു പ്രസ്ഥാനത്തിന്റേയും മാനിഫെസ്റ്റോ* അല്ല. ഈ പുസ്തകത്തിന് ഏതെങ്കിലും വിചാരധാരയുമായി ബന്ധമുണ്ടെങ്കിൽ അത് മാർക്സിയൻ ചിന്തയോട് ആയിരിക്കും. സമകാലിക വായനാപരിസരത്തിൽ മാർക്സിയൻ ചിന്തയെ പുനരവതരിപ്പിക്കുകയാണ് ഈ പുസ്തകം.

കെ പി അപ്പന്റെ വായനാപരിസരം വലതുപക്ഷ ബൂർഷ്വാ സംസ്കാരത്തിന്റേതായിരുന്നുവല്ലോ. 'കല എനിക്കുവേണ്ടി' എന്നു വാദിച്ച പ്രസ്ഥാനത്തിന്റെ അമരക്കാരൻ ദർശനത്തിൽ വ്യക്തിവാദത്തിന്റെ വക്താവും കൂടിയായിരുന്നു. സമൂഹത്തിനേക്കാൾ വ്യക്തിയുടെ സ്വാതന്ത്ര്യത്തിനുവേണ്ടി നിലവിളികൂട്ടിയ അദ്ദേഹം ചരിത്രത്തെയും യുക്തിയെയും കാട്ടിൽ കളഞ്ഞു. യുക്തിക്ക് ഇനി ചവറ്റുകുട്ടയിലാണ് സ്ഥാനം എന്നുവരെയായി അദ്ദേഹത്തിന്റെ വാദഗതികൾ. സ്ത്രീയെ വിമർശനത്തിന്റെ പുറത്തു നിർത്തിയ അദ്ദേഹം പുരുഷകലയായി വിമർശനത്തെ വിലയിരുത്തി. സമകാലിക സ്ത്രീവാദപഠനങ്ങൾ അതുകൊണ്ടുതന്നെ കെ പി അപ്പനെ നിരാകരിക്കുമെന്നതിൽ മറുപക്ഷമില്ല.

ഈ പരിസരത്തിൽ ആധുനികതയെ വിമർശനത്തിന് വിധേയമാക്കേണ്ടത് ഒരു ഇടതുപക്ഷ വായനയിലൂടെയാവണം എന്ന് ഈ പുസ്തകം തിരിച്ചറിയുന്നു. ഘടന–ഘടനവാദാനന്തര മാർക്സിസ്റ്റുകളായ അൽത്തൂസർ, ലക്കാൻ, ഫൂക്കോ, ബാർത്ത് എന്നിവരുടെ രീതിശാസ്ത്രത്തെ ഇവിടെ അവലംബമാക്കുകയും ആധുനികതാവാദത്തെ കടന്നാക്രമിക്കുകയും ചെയ്യുന്നു.

അന്യനിലൂടെയാണ് വ്യക്തി സ്വയം തിരിച്ചറിയുന്നതെന്നു പറയുന്ന ലക്കാൻ യഥാർത്ഥത്തിൽ മാർക്സിയൻ രീതിശാസ്ത്രത്തെയാണ് കടം കൊണ്ടിരിക്കുന്നത്. പ്രത്യയശാസ്ത്ര മാർക്സിസ്റ്റായ അൽത്തൂസറിന്റെ നിലപാടും മറ്റൊന്നല്ല. ചരിത്രത്തിൽ പാർശ്വവല്ക്കരിക്കപ്പെട്ടവന്റെ ചരിത്രമാണ് ആലേഖനം ചെയ്യപ്പെടേണ്ടത് എന്ന് വാദിച്ച ഫൂക്കോ പാവപ്പെട്ടവന്റെ ചരിത്രത്തോട് ആഭിമുഖ്യം പ്രകടിപ്പിച്ചു നില്ക്കുന്നു. ബാർത്താകട്ടെ തന്റെ 'മിത്തിക്കൽ പഠനങ്ങളി'ലൂടെ ഫ്രഞ്ച് ബൂർഷ്വാ സംസ്കാരത്തെ കടന്നാക്രമിച്ചു. ഈ ഇടതുപക്ഷ ചിന്തകരിൽ പ്രധാനികളായ റൊളാങ് ബാർത്തിനെയും, മിഷേൽ ഫൂക്കോവിനെയും ഫ്രെഡ്റിക് ജയിംസണെയും ഈ പുസ്തകം പരിചയപ്പെടുത്തുന്നു.

സാർത്രിനെക്കുറിച്ചുള്ള വായന ആധുനികതാനന്തര പരിസരത്തിലുള്ള പുനർവായനയാണ്. ആധുനികതയ്ക്കുശേഷം സാർത്ര് വീണ്ടും വായിക്കപ്പെടുമ്പോൾ ഒരു മാർക്സിസ്റ്റ് എന്ന രീതിയിൽ അദ്ദേഹത്തിന് പ്രസക്തി നഷ്ടപ്പെടുന്നില്ല എന്ന് നാം തിരിച്ചറിയുന്നു. അവസാന രണ്ട് അദ്ധ്യായങ്ങൾ സാംസ്കാരിക വായനകളാണ്. മാർക്സിയൻ രീതിശാസ്ത്രത്തിൽ അവ വായിക്കപ്പെടുന്നു.

ഈ ഗ്രന്ഥത്തിൽ *പാണ്ഡവപുരവും*, *ആയുസ്സിന്റെ പുസ്തകവും* പഠനവിധേയമാക്കുന്നു. 'അഞ്ചരവയസ്സുള്ള കുട്ടി,' 'കന്യാകുമാരി' എന്നീ ചെറുകഥകൾ ഉത്തരാധുനിക പരിസരത്തിൽ വിലയിരുത്തുന്നു.

കലഹപ്രിയതയ്ക്കു പകരം ഒരു സംവാദത്തിന്റെ അന്തരീക്ഷമുണ്ടാവുക എന്നതാണ് ഈ പുസ്തകത്തിന്റെ ലക്ഷ്യമെന്നു പറഞ്ഞുകൊണ്ട് വായനക്കാർക്കു മുമ്പിൽ വിലയിരുത്തലിനായി സമർപ്പിക്കുന്നു.

എന്റെ മമ്മിയായ ജെ പ്രശാന്തയെ മനസ്സിൽ ധ്യാനിച്ചുകൊണ്ട് പുസ്തകം വായനക്കാരന് തരുന്നു.

പ്രവീൺ ഡാനി

ആധുനികതാവാദം
വിമർശിക്കപ്പെടുമ്പോൾ

1

ഇലകൊഴിഞ്ഞ ആധുനിക മലയാളവിമർശനം

മലയാളത്തിൽ ആധുനിക സാഹിത്യവിമർശനത്തിന്റെ പ്രയോക്താക്കൾ കെ പി അപ്പൻ, വി രാജകൃഷ്ണൻ, ആഷാമേനോൻ, നരേന്ദ്രപ്രസാദ് എന്നിവരായിരുന്നു. ഇവരിൽ സാമ്പ്രദായിക വിമർശനരീതിയിൽ നിന്ന് വ്യത്യസ്തമായി വിമർശനം സർഗ്ഗാത്മകമാണെന്ന് ഉദ്ഘോഷിച്ചവരിൽ പ്രധാനി കെ പി അപ്പനായിരുന്നു. റിയലിസത്തെ എതിർത്തുകൊണ്ട് മുന്നോട്ടുപോയ ഇവരുടെ വിമർശനരീതി അവർക്കു മുൻപുള്ള രചനാസമ്പ്രദായങ്ങളെ പുനർവിചിന്തനത്തിന് വിധേയമാക്കി. ആധുനികവിമർശനത്തിന്റെ കാതൽ 'ദാർശനികവ്യഥ'യെന്ന 'അസ്തിത്വവ്യഥ'യാണ്. ഭൂമിയിൽ പിറന്നുവീഴുന്ന എല്ലാ മനുഷ്യരും 'അസ്തിത്വവ്യഥ' അനുഭവിക്കുന്നതായി അവർ വിലയിരുത്തി. കീർക്കേഗാർഡ്, കാൾ യാസ്പേഴ്സ്, ഹൈഡഗർ, സാർത്ര് തുടങ്ങിയ ചിന്തകരുടെ ദർശനങ്ങൾ ഇവരെ സ്വാധീനിച്ചു. ആൽബേർ കാമുവിന്റെ 'അബ്സേഡിസ'വും, മനുഷ്യാസ്തിത്വത്തെക്കുറിച്ചുള്ള കാഫ്കയുടെ വെളിപാടുകളും അവരുടെ വിമർശനങ്ങളിൽ വളരെയധികം സ്വാധീനം ചെലുത്തി.

"കല എനിക്കുവേണ്ടി" (art for my sake) എന്ന നിലപാട് ഉദ്ഘോഷിച്ചുകൊണ്ടാണ് കെ പി അപ്പൻ സാഹിത്യവിമർശനരംഗത്ത് കടന്നുവന്നത്. കല ആർക്കുവേണ്ടി എന്ന ചോദ്യവും കല കലയ്ക്കുവേണ്ടി എന്ന പ്രയോഗവും ഇന്ന് ഒരു ചർച്ചാവിഷയമല്ല. കല സമൂഹത്തിനുവേണ്ടി എന്ന് വാദിച്ചുകൊണ്ട് പുരോഗമനപക്ഷക്കാരും കല കലയ്ക്കുവേണ്ടി എന്നുവാദിച്ചുകൊണ്ട് ശുദ്ധകലാവാദികളും തങ്ങളുടെ നിലപാടുകൾ വ്യക്തമാക്കിക്കഴിഞ്ഞിരിക്കുന്നു. വിരുദ്ധചേരികളിൽ നില്ക്കുന്ന ഈ രണ്ടു പക്ഷത്തിനും ഒരിക്കലും യോജിക്കാൻ കഴിഞ്ഞുവെന്നു വരില്ല. ഈ അവസരത്തിലാണ് "കല എനിക്കുവേണ്ടി" എന്ന പുതിയ വാദവുമായി

കെ പി അപ്പൻ രംഗത്തെത്തുന്നത്. ഇവിടെ കല സമൂഹത്തിനുവേണ്ടിയോ, കലയ്ക്കുവേണ്ടിയോ അല്ലായെന്നും കല വ്യക്തിക്കുവേണ്ടിയാണെന്നും അർത്ഥം വരുന്നു. ഇത് ആധുനികതയുടെ പ്രത്യയശാസ്ത്രമായ 'വ്യക്തിവാദ'ത്തിലാണ് ഊന്നിനില്ക്കുന്നത്. വ്യക്തി സമൂഹത്തിൽനിന്ന് മാറി നില്ക്കുമ്പോൾ മാത്രമേ സ്വതന്ത്രനാവൂവെന്ന മുതലാളിത്ത കാഴ്ചപ്പാടാണ് ഇതു പങ്കുവെക്കുന്നത്. *ജൂതപ്രശ്നത്തെക്കുറിച്ച്* എന്ന പ്രശസ്തമായ കൃതിയിൽ മാർക്സിന്റെ നിരീക്ഷണം ഇവിടെ ശ്രദ്ധേയമാണ്. "വ്യക്തികൾക്ക് നിയമത്തിന്റെ സംരക്ഷണത്തിൻ കീഴിൽ ഒറ്റപ്പെട്ട ഏകകങ്ങളായി തുല്യ അകലത്തിൽ വേർതിരിഞ്ഞു നില്ക്കാനുള്ള അവകാശത്തെയാണ് ബൂർഷ്വാസമൂഹം സ്വാതന്ത്ര്യമെന്ന് വിശേഷിപ്പിക്കുന്നത്. അതായത് വ്യക്തികൾ തമ്മിലുള്ള നയപരമായ അകലമാണ് സ്വാതന്ത്ര്യത്തിന്റെ അടിസ്ഥാനമായി എണ്ണപ്പെടുന്നത്. സാമൂഹികജീവിതത്തിൽ നിന്നും ഉൾവലിഞ്ഞുനില്ക്കുന്ന വ്യക്തിയാണ് ബൂർഷ്വാസമൂഹത്തിലെ സ്വതന്ത്രപൗരൻ. ആധുനികത മുന്നോട്ടുവെച്ച സ്വതന്ത്രവിമർശകരും അവരുടെ ദർശനങ്ങളും ഈ സ്വാതന്ത്ര്യത്തെയാണ് വ്യക്തിയുടെ മുഴുവൻ സ്വാതന്ത്ര്യമെന്ന് വിശ്വസിച്ചുപോയത്.

"ഞാൻ ചിന്തിക്കുന്നു, അതുകൊണ്ട് ഞാനുണ്ട്" (I think therefore I am) എന്ന ദക്കാർത്തിയൻ ചിന്തയുടെ പിന്തുടർച്ചക്കാരനായിട്ടാണ് കെ പി അപ്പൻ ഇവിടെ പ്രത്യക്ഷപ്പെടുന്നത്. ഇവിടെയും ഞാൻ എന്ന വ്യക്തിക്കാണല്ലോ പ്രാധാന്യം! ഘടനാവാദ മാർക്സിയനായ ലൂയി അൽത്തൂസർ ഇതിന് പണ്ടേ മറുപടി പറഞ്ഞുവെച്ചിട്ടുണ്ട്. മേൽത്തട്ട്–കീഴ്ത്തട്ട് വിഭജനത്തിൽ മേൽത്തട്ടായ പ്രത്യയശാസ്ത്രത്തെയും ഭൗതികമാക്കി മാറ്റിക്കൊണ്ട് പ്രത്യയശാസ്ത്രത്തിന് ആത്മീയതലമല്ല ഭൗതികതലമാണുള്ളതെന്ന നിഗമനത്തിൽ അദ്ദേഹം എത്തിച്ചേർന്നു. "ഞാൻ ചിന്തിക്കുന്നു" എന്നുപറയുമ്പോൾ അയാൾ ഏതെങ്കിലും ആശയത്തിൽ നിന്നോ, വ്യവസ്ഥയിൽനിന്നോ ആണ് ചിന്തിക്കുന്നത്. കാരണം, ചിന്ത വൈയക്തികമാണെങ്കിലും അത് ഭൗതികതയുടെ ചുവട്ടിലാണ് നടക്കുന്നത്. അതുകൊണ്ട്, 'സ്വതന്ത്രചിന്ത'യെന്നത് കാല്പനികമായ ആശയമാണ്. എന്തെന്നാൽ ചിന്തയും ആശയവും ഏതെങ്കിലുമൊരു പ്രത്യയശാസ്ത്രത്തിന്റെ ഉപകരണമാണ്. അൽത്തൂസറിന് പ്രത്യയശാസ്ത്രമാകട്ടെ നേരത്തെ പറഞ്ഞതുപോലെ ഭൗതികമാണ്. ഇവിടെ 'ഞാൻ' എന്നത് പ്രത്യയശാസ്ത്രത്തിന്റെ ഞാനാണെന്നും 'എന്റെ ചിന്തകൾ' പ്രത്യയശാസ്ത്രത്തിന്റെ ചിന്തകളാണെന്നും അർത്ഥം കല്പിക്കാം.

*ക്ഷോഭിക്കുന്നവരുടെ സുവിശേഷ*ത്തിൽ കെ പി അപ്പൻ പറഞ്ഞുവെക്കുന്നു. "പുതിയ എഴുത്തുകാരൻ മതത്തെ നിഷേധിച്ചുകൊണ്ട് മാനവവാദിയായി മാറുന്ന അന്യനാണ്" (പേജ്: 58). ഇവിടെ മാനവവാദി എന്ന പദത്തിനർത്ഥം 'വ്യക്തിവാദി'യെന്നും 'അന്യൻ' എന്ന പദത്തിനർത്ഥം 'ഏകൻ' എന്നാണെന്നും തിരിച്ചറിയേണ്ടിയിരിക്കുന്നു. ഇവിടെ ശ്രദ്ധിക്കേണ്ട ഒരു വസ്തുത ആധുനികന്മാരായ കാഫ്ക ഏകനായിരുന്നു,

കാമു ഏകനായിരുന്നു, ഷെനെ ഏകനായിരുന്നു. പക്ഷേ, ഈ ഏകന്മാർക്കുതന്നെ പൊതുവായി ഒരു സാദൃശ്യമുണ്ടായിരുന്നു. അതുകൊണ്ട് ഇവരെ 'ഏകന്മാരുടെ സമൂഹം' എന്നുവിളിക്കാം. കാക്കനാടനും മുകുന്ദനും ഏകന്മാരെ സൃഷ്ടിക്കുമ്പോഴും അവരിൽത്തന്നെ ഒരു പൊരുത്തം കാണാൻ സാധിക്കും. ഇതുതന്നെ അവർ ഒരേ വ്യവഹാരം കൈമാറുന്ന ഒരു വ്യവസ്ഥയുടെ ഭാഗം എന്നതിന്റെ തെളിവാണ്. ഇങ്ങനെ ആധുനികത മുന്നോട്ടുവച്ച 'സ്വതന്ത്രപൗരൻ', 'സ്വതന്ത്രചിന്തകൻ' എന്നീ ലേബലുകൾ മുതലാളിത്തത്തിന്റെ കപടസൃഷ്ടിയാണെന്ന് കാണാൻ സാധിക്കും.

ആശയലോകത്തിന് നല്കുന്ന സവിശേഷമായ ഊന്നലാണ് ആധുനിക എഴുത്തുകാരന്റെ-വിമർശകന്റെ മറ്റൊരു സവിശേഷത. "ആധുനിക എഴുത്തുകാരൻ വസ്തുവിനെയല്ല വസ്തുവിനെക്കുറിച്ചുള്ള ആശയമാണ് ആലേഖനം ചെയ്യുന്നത്" എന്ന് *കലഹവും വിശ്വാസവും* എന്ന കൃതിയിൽ അപ്പൻ എഴുതുന്നു. ഇത് ഹെഗലിന്റെ അപഗ്രഥനരീതിയോട് ഏറെ സാദൃശ്യമുള്ളതായി കാണാൻ സാധിക്കും. "അങ്ങനെ കലയെന്ന നിർമ്മിതവസ്തു അതായിത്തീരുന്നത് ആശയാധിഷ്ഠിത ചിന്തയെന്ന മണ്ഡലത്തിലാണ്. അതുപോലെതന്നെ വിഷയമെന്ന ആത്മാവ് വിലയിരുത്തപ്പെടേണ്ടത് ദാർശനികമേഖലയിലും." ഇവിടെ ഹെഗൽ സൃഷ്ടിക്കുന്ന അധികാരശ്രേണി ആശയങ്ങൾക്ക് പ്രാധാന്യം നല്കുന്ന അപഗ്രഥനരീതിയാണ്. എന്നാൽ ഇതിനെതിരായി ജോർജ് ലൂക്കാച്ച് പ്രതികരിക്കുന്നത് കാണാം. അദ്ദേഹത്തിന്റെ അഭിപ്രായത്തിൽ കലയെ ആശയത്തിനുള്ളിൽ ലയിപ്പിച്ചുചേർക്കാൻ സാദ്ധ്യമല്ല. കലയുടെ ഇന്ദ്രിയമായ ഘടകം പ്രധാനമായിരിക്കുന്നിടത്തോളം കാലം അത് ദർശനങ്ങളിൽനിന്നും വേർതിരിഞ്ഞുനില്ക്കുന്നു. മറ്റൊരു ചിന്തകനായ ഫ്രെഡ്രിക് ഷ്ളേഗൽ തന്റെ കാല്പനിക പഠനങ്ങളിലൂടെ കലയെ ആശയത്തിനു മുകളിലായി പ്രതിഷ്ഠിക്കുകയും ചെയ്തു. ഴാക്ക് ദെറീദയാകട്ടെ ഹെഗലിന്റെ അധികാരശ്രേണിയായ ആശയം വസ്തു കല എന്ന സിദ്ധാന്തത്തെ നിരാകരിക്കുകയും കലയെ ഭാഷാശാസ്ത്രത്തിന്റെ വിശാല അർത്ഥത്തിൽ ഉൾക്കൊള്ളിക്കുകയും ചെയ്യുന്നു. കലയ്ക്ക് രൂപകങ്ങ(Metaphorical)ളുടെയും ഉപദാന(Metonymical)ങ്ങളുടെയും വ്യാപ്തി നല്കുന്നതിലൂടെയാണ് അദ്ദേഹം ഈ ലക്ഷ്യത്തിലെത്തിച്ചേർന്നത്.

യുക്തിയുടെ നിരാസമാണ് ആധുനികത മുന്നോട്ടുവെച്ച മറ്റൊരു പ്രത്യയശാസ്ത്രം- "രാഷ്ട്രീയം യുക്തിയിലധിഷ്ഠിതമാണ്. അതുകൊണ്ട് അയുക്തികമായ ജീവിതത്തിന്റെ പ്രശ്നങ്ങൾക്ക് ആത്യന്തികമായ പരിഹാരം രാഷ്ട്രീയത്തിലൂടെ നേടിയെടുക്കാൻ പ്രയാസമാണ്"- (*കലഹവും വിശ്വാസവും* പേജ് : 10.) ഇവിടെ മനസ്സിനെ ക്രിയാത്മക വസ്തുവായി കണ്ടുകൊണ്ട് യുക്തിയെ നിർവീര്യമാക്കുന്ന കാന്റിന്റെ ദർശനമാണ് അപ്പന്റെ 'ആത്മാധിഷ്ഠിത ആശയവാദ'(subjective idealism)ത്തിനടിത്തറ. സോറൻ കീർക്കേഗോർഡിന്റെ നിലപാടുകളും അപ്പനെ സ്വാധീനിച്ചതായി പ്രസ്തുത ലേഖനത്തിൽനിന്നും മനസ്സിലാക്കാം. ബെർക്ക്‌ലിയുടെ 'ആത്മനിഷ്ഠ ആശയവാദ'ത്തിന് ഞാൻ കാണുന്ന വസ്തുവാണ് നിലനില്ക്കുന്നതെന്ന വിശ്വാസമാണുള്ളത്. "ഞാൻ അനുഭവിച്ചറിയുന്നതുകൊണ്ട് എനിക്കു വസ്തുവുണ്ട്." (I feel therefore I am) എന്നു വേണമെങ്കിൽ ബെർക്ക്‌ലിയുടെ ആശയത്തെ ചുരുക്കാം. ബെർക്ക്‌ലി ദൈവത്തിന്റെ പ്രാധാന്യം ഉയർത്തിക്കാണിച്ചുകൊണ്ടാണ് ഈ ആശയവാദത്തിലെത്തുന്നതെങ്കിൽ കെ പി അപ്പന് ദൈവം ഒരു പ്രശ്നമല്ല. യുക്തിയുടെ നിരാസമാണ് അദ്ദേഹത്തിന് പ്രധാനം. എന്നാൽ യുക്തിയെ നിരാകരിക്കുന്നത് ചരിത്രത്തെ നിരാകരിക്കുന്നതിന് തുല്യമാണെന്ന് വിമർശനാത്മക സൈദ്ധാന്തികനായ ഹെർബർട്ട് മാർക്യൂസ് വിശ്വസിക്കുന്നു. ഹെഗലിന്റെ വൈരുദ്ധ്യാത്മക ചരിത്രബോധമാണ് ഇതിന് അദ്ദേഹത്തിന് പ്രേരകമായത്. യാഥാർത്ഥ്യം യുക്തിപരവും യുക്തി യാഥാർത്ഥ്യവുമാവുന്നു. യുക്തി അതിന്റെ വളർച്ചയ്ക്ക് പ്രതിബന്ധമായിത്തീരുന്ന സാദ്ധ്യതയെ പുറന്തള്ളുകയും മറ്റൊന്നിനെ രൂപപ്പെടുത്തുകയും ചെയ്യുന്നു. നിലനില്ക്കുന്നത് തിരോഭവിക്കുന്നു. മറ്റൊന്ന് ആവിർഭവിക്കുന്നു. ഈ പുറന്തള്ളലും രൂപപ്പെടലും നിരന്തരം തുടരുന്ന പ്രക്രിയയാണ്. ഇതുതന്നെയാണ് ചരിത്രം. യുക്തിയെന്നു പറയുന്നത് ഈ അർത്ഥത്തിൽ ചരിത്രപരമാണ്. യുക്തിയുടെ നിരാകരണത്തിലൂടെ കെ പി അപ്പനും ചെന്നെത്തുന്നത് ചരിത്രത്തിന്റെ നിരാകരണത്തിലാണെന്ന് മനസ്സിലാക്കാം. ജീവിതത്തെ അയുക്തികമാക്കിക്കൊണ്ട് അതിനെ രാഷ്ട്രീയത്തിനു പുറത്തുനിർത്താനുള്ള കെ പി അപ്പന്റെ ശ്രമം ചരിത്രവും യുക്തിയും തമ്മിലുള്ള ബന്ധത്തിന്റെ തീവ്രത അവഗണിക്കുന്നതുകൊണ്ടാണ്.

റിയലിസത്തോടുള്ള വിപ്രതിപത്തി അപ്പന്റെ മിക്കവാറും എല്ലാ പുസ്തകങ്ങളിലും കാണാൻ സാധിക്കും. റിയലിസം അപരിഷ്കൃതത്തെ പ്രതിനിധീകരിക്കുന്നതായി അദ്ദേഹം വിലയിരുത്തുന്നു. ആധുനികത നിർമ്മിച്ച പുതിയ ഭാഷ ഉപരിവർഗ്ഗത്തെ മുന്നിൽ കണ്ടുകൊണ്ടുള്ളതായിരുന്നു. റിയലിസ്റ്റ് രീതിയാകട്ടെ സാധാരണക്കാരന്റെ രചനാരീതിയും. റിയലിസ്റ്റ് ഭാഷാരീതിയെ വിമർശിച്ചുകൊണ്ട് രംഗത്തുവന്ന ആധുനിക ഭാഷാരീതി, ഭാഷയെ ഉത്കൃഷ്ടമെന്നും അപകൃഷ്ടമെന്നും രണ്ടായി വേർതിരിച്ചു. എന്നാൽ ഭാഷയിൽ ഉത്കൃഷ്ട-അപകൃഷ്ട വേർതിരിവ് തീർത്തും ആപേക്ഷികമാണ്. ലാറ്റിനും സംസ്കൃതവും ഒരുകാലത്ത് ഉത്കൃഷ്ടഭാഷയായി പരിഗണിക്കപ്പെട്ടു പോന്നിട്ടുള്ളതാണ്. എന്നാൽ ഇന്നവ പാഠ്യവിഷയങ്ങളിൽമാത്രം ഒതുങ്ങിക്കൂടുന്നു. റിയലിസത്തെ അപേക്ഷിച്ച് ആധുനികരുടെ ഭാഷ ഉത്കൃഷ്ടമാണെന്നു പറയുന്നതിലൂടെ ഉപരിവർഗ്ഗ സംസ്കാരം അധഃസ്ഥിത സംസ്കാരത്തേക്കാൾ ശ്രേഷ്ഠമാണെന്ന വാദത്തിലേക്കാണ് അപ്പൻ എത്തിച്ചേരുന്നത്. എന്നാൽ ആധുനികത കഴിഞ്ഞതോടെ വീണ്ടും സാഹിത്യം റിയലിസത്തിലേക്ക് മടങ്ങി

യത് ആധുനിക വിമർശനത്തിന് ഒരു കടുത്ത വെല്ലുവിളിയായി. ആധുനികഭാഷയുടെ ശ്രേഷ്ഠവല്ക്കരണമാണ് കെ പി അപ്പനെ ഈ കുഴിയിൽ ചെന്നുചാടിച്ചത്. പ്രാമാണിക സംസ്കാരത്തിനുമേൽ അധഃസ്ഥിത സംസ്കാരത്തിന്റെ തിരിച്ചുവരവായി പുതിയ റിയലിസത്തെ കാണുന്നതിൽ തെറ്റില്ല.

ഉപരിവർഗ്ഗം/നിമ്നവർഗ്ഗം എന്ന വേർതിരിവ് ആധുനികതയിൽ പ്രബലമായിരുന്നു.– "ഒർട്ടീഗാ അവതരിപ്പിക്കുന്ന പുതിയ സൗന്ദര്യശാസ്ത്രം ആധുനികതയുടെ ജനസമ്മതിയില്ലായ്മയെ സ്പർശിച്ചുകൊണ്ടാണ് ആരംഭിക്കുന്നത്. ഭൂരിപക്ഷംപേർക്കും ആധുനികകല ആസ്വദിക്കാൻ കഴിയില്ല എന്നതാണ് കാതലായ പ്രശ്നം. അങ്ങനെ ആധുനികകല ബഹുജനങ്ങളെ രണ്ടായി തരംതിരിച്ചു. അതോടെ ആസ്വദിക്കാൻ കഴിയുന്നവരെന്നും ആസ്വദിക്കാൻ കഴിയാത്തവരെന്നും രണ്ടുവർഗ്ഗം ജനിച്ചു" – (*കലഹവും വിശ്വാസവും* : പേജ് : 33). ഇവിടെ 'വർഗ്ഗവിഭജനം' സംസ്കാരവിഭജനം തന്നെയാണ്. സംസ്കാരങ്ങളിലെ ശ്രേഷ്ഠ/അധമ വിഭജനങ്ങളെ അടയാളപ്പെടുത്തുവാൻ എല്ലാവർക്കും സ്വീകാര്യമായ അളവുകോൽ ഗവേഷകരുടെ കൈവശമില്ലെന്ന് ഹേബർമാസ് രേഖപ്പെടുത്തുന്നു. 'നീതിമത്ക്കരണ പ്രതിസന്ധി' (Legitimation crisis) എന്നാണ് അദ്ദേഹം ഇതിനെ വിളിക്കുന്നത്. എങ്ങനെയാണ് ഒരു സംസ്കാരം മറ്റൊരു സംസ്കാരത്തെ അപേക്ഷിച്ച് ഉത്തമമാണെന്നോ, അധമമാണെന്നോ തോന്നലുളവാക്കുന്നത് എന്ന ചോദ്യമാണ് ഈ 'പ്രതിസന്ധി' മുന്നോട്ടു വെക്കുന്നത്. ലെസ്ലീ ഫീഡ്ലർ ആകട്ടെ വരേണ്യ സംസ്കാരവും ജനപ്രിയസംസ്കാരവും തമ്മിലുള്ള വിവേചനം അവസാനിപ്പിക്കുകയെന്നതാണ് ഉത്തരാധുനിക നോവലിന്റെ ധർമ്മമെന്ന് അഭിപ്രായപ്പെടുന്നു. സമൂഹത്തിലെ വരേണ്യ വർഗ്ഗത്തിനുവേണ്ടി ഒരു കലയും ബഹുഭൂരിപക്ഷം വരുന്ന താഴേക്കിടയിലുള്ളവർക്കുവേണ്ടി മറ്റൊരു കലയും എന്ന വിവേചനത്തെ അട്ടിമറിക്കാനുള്ള ജനപ്രിയ കലാരൂപങ്ങളുടെ ശ്രമങ്ങൾ നിലവിലുള്ള വ്യവസ്ഥയ്ക്കും അതിന്റെ ക്രമീകരണത്തിനുമെതിരായ ഖണ്ഡനാത്മക നിലപാട് സ്വീകരിക്കുകയാണ് ചെയ്യുന്നതെന്ന് ഫീഡ്ലർ രേഖപ്പെടുത്തുന്നു. കലയുടെ സ്ഥാപനവല്ക്കരണത്തിനെതിരെയുള്ള കലാപമാണ് അവരുടേത്. വായനക്കാരനെ അസ്വസ്ഥരാക്കുവാനുള്ള ആധുനികരചനയുടെ ക്ഷമതയെ ക്ഷയിപ്പിക്കുന്നതാണ് ഈ കലാപം. ഇങ്ങനെ കെ പി അപ്പന്റെ 'വായനക്കാരന്റെ സംസ്കാരവിഭജനം' പുതിയ തലമുറയ്ക്ക് അരാഷ്ട്രീയമായിട്ടാണ് തോന്നുന്നത്. ഇന്നത്തെ വായനയിൽ കെ പി അപ്പന്റെ ഔന്നിത്യത്തിന്റെ ഡംഭ് ഒരു പഴങ്കഥയായി മാറുന്നു.

കെ പി അപ്പന്റെ വിമർശനത്തിന്റെ മറ്റൊരു രീതിയാണ് സ്ത്രീയെ സാഹിത്യത്തിൽനിന്നും പുറന്തള്ളുക എന്നുള്ളത്. "പുരുഷ സ്വാതന്ത്ര്യത്തെക്കുറിച്ച് പുരുഷൻ ചിന്തിക്കാത്തത് സുപ്രധാനമായ പുരുഷലക്ഷണമാകുന്നതുപോലെ വിമർശനകല പുരുഷന്റെ കലയാണെന്ന കാഴ്ച

പ്പാട് അവതരിപ്പിക്കാൻ വിമർശകർ ഉത്സാഹം കാണിക്കാത്തതുതന്നെ അത് പുരുഷലക്ഷണമുള്ള കലയാണെന്നതിന്റെ സ്വാഭാവിക തെളിവാണ്. ചിന്തയെയും ഭാഷയെയും കായികശക്തിയുടെ തലത്തിൽ ഉയർത്തുന്ന ഈ സാഹിത്യരൂപം യഥാർത്ഥത്തിൽ പുല്ലിംഗത്തിന്റെ കലയാണ്." -(*പേനയുടെ സമരമുഖങ്ങൾ* : പേജ്: 56). ഇവിടെ ആധുനികസാഹിത്യം സ്ത്രീയെ സാഹിത്യത്തിനും രാഷ്ട്രീയത്തിനും പുറത്തുള്ള ഏകകമായി കരുതുന്നു. മുതലാളിത്തത്തിന്റെ വലതുപക്ഷ രാഷ്ട്രീയമാണ് കെ പി അപ്പനെക്കൊണ്ട് ഇത്തരത്തിൽ ചിന്തിപ്പിച്ചത്. ആധുനികത മുന്നോട്ടു വെച്ച 'കർത്തൃത്വം' പുരുഷകേന്ദ്രിതമായിരുന്നു. ആ 'കർത്താവ്' പുരുഷൻ മാത്രമല്ല വെളുത്തവനും കൂടിയായിരുന്നുവെന്ന് ലെസ്ലീഫീഡ്ലർ പറയുന്നു. സ്ത്രീയെ ഉപഭോഗവസ്തുവായി മാത്രം കാണുന്ന ആധുനികന്റെ രീതിക്ക് ഏറ്റവും നല്ല ഉദാഹരണമാണ് മുകുന്ദന്റെ ചില കൃതികൾ. സ്ത്രീക്ക് നല്കാവുന്ന ഏറ്റവും നല്ല പദവി 'വേശ്യ'യാണെന്നുള്ള വീക്ഷണം മുകുന്ദന്റേതാണ്. ആ മുകുന്ദൻ കെ പി അപ്പനെപ്പോലെ സ്ത്രീകളെ സാഹിത്യ-രാഷ്ട്രീയ ഇടപെടലുകളിൽനിന്നും പുറത്താക്കുന്നതിൽ വളരെ നിർണ്ണായക പങ്ക്വഹിച്ചു.

ആധുനികതയുടെ മറ്റൊരു സവിശേഷത ഗ്രാമത്തിൽനിന്നും നഗരത്തിൽ എത്തപ്പെട്ടവന്റെ അസ്തിത്വദുഃഖമാണ്. നഗരത്തിൽ താമസിക്കുമ്പോഴും ഗ്രാമം തന്നെ തിരിച്ചുവിളിക്കുന്നതായി ആധുനികസാഹിത്യകാരന്മാർ ചിത്രീകരിക്കുന്നു. നഗരത്തിലാണോ ഗ്രാമത്തിലാണോ തന്റെ അസ്തിത്വമെന്നറിയാതെ കുഴങ്ങുന്ന ആധുനികനെയാണ് സർഗ്ഗാത്മക സാഹിത്യത്തിലുടനീളം കാണുന്നത്. ഇംഗ്ലീഷ് ആധുനികത രാജ്യഭ്രഷ്ടന്റെയും, നാടുകടത്തപ്പെട്ടവന്റെയും, അന്യദേശത്ത് കുടിയേറി പാർത്തവന്റെയുമാണ്. എന്നാൽ റൈമണ്ട് വില്യംസ് തന്റെ *Culture* എന്ന കൃതിയിൽ ഇങ്ങനെയൊരു സന്ദർഭം ഉണ്ടായിരുന്നില്ലെന്നും അതൊരു 'നഷ്ടപ്പെട്ട പ്രസ്ഥാനം' ആയിരുന്നുവെന്നും സൂചിപ്പിക്കുന്നതായി ഇംഗ്ലീഷ് മാർക്സിയൻ ചിന്തകനായ ടെറി ഈഗിൾട്ടൺ വിശദമാക്കുന്നു. (Terry Eagleton: Raymond Williams A critical perspective) (പുറം:14). ആധുനിക സാഹിത്യ-സാംസ്കാരിക പരിസരത്തെ റൈമണ്ട് വില്യംസ് ഇങ്ങനെ രേഖപ്പെടുത്തുന്നു- "സാമൂഹ്യശാസ്ത്രപരമായി വിലയിരുത്തുമ്പോൾ നാഗരികനും കുടിയേറ്റക്കാരനും ഒരേ ഭാഷയല്ല പങ്കിടുന്നതെന്നു കാണാം. പക്ഷേ, ഒരേ ചിഹ്നവ്യവസ്ഥ കൈമാറുന്നതിൽ അവർ തമ്മിലുള്ള അന്തരം അപ്രസക്തമാണ്". ഇങ്ങനെ വരുമ്പോൾ ഗ്രാമത്തിൽനിന്നും നഗരത്തിലെത്തപ്പെട്ട ഗ്രാമീണന്റെ അസ്തിത്വവ്യഥ മുതലാളിത്തത്തിന്റെ ഒരു കപടനിർമ്മിതിയായി മാറുന്നു. റൈമണ്ട് വില്യംസ് ആധുനികതയെ രണ്ടായി വേർതിരിക്കുന്നു. 1) ഉപഭോക്തൃ സമൂഹം 2) ഫ്യൂച്ചറിസം, എക്സ്പ്രഷണലിസം തുടങ്ങിയ കലാപ്രസ്ഥാനത്തിന്റെ ആവിർഭാവം. ഉപഭോക്തൃ സമൂഹത്തെ അദ്ദേഹം വിളിച്ചത് 'ശൈലീനിഷ്ഠ ഉപഭോക്തൃ സമൂഹം' (Stylish consumer society) എന്നാണ്.

അത് മുതലാളിത്തത്തിന്റെ ഒരു പുതിയ മുഖമായി അദ്ദേഹം തിരിച്ചറിയുന്നു. എല്ലാ വസ്തുക്കളെയും ഉല്പാദന ചരക്കാക്കുന്ന വ്യവസ്ഥയാണിത്. ഇവിടെ ലൈംഗികതയും ഒരു ചരക്കായി മാറുന്നു. ആധുനിക മലയാള സാഹിത്യം ലൈംഗികതയെ പരിപോഷിപ്പിച്ചത് ഇതിനുദാഹരണമാണ്. ഇറ്റലിയിൽ സംഭവിച്ച ഫ്യൂച്ചറിസ്റ്റ് പ്രസ്ഥാനവും അതിലൈംഗികതയെ പ്രകീർത്തിക്കുന്ന പ്രസ്ഥാനമായിരുന്നു. സമൂഹത്തിന്റെ ഊർജ്ജത്തെ മുതലാളിത്തം ഇത്തരം ഇക്കിളിപ്പെടുത്തുന്ന സാഹിത്യരീതികളിലൂടെ ദുരുപയോഗപ്പെടുത്തുന്നു. ഇതിലൂടെ ആധുനികത അതിലൈംഗിതയുടെയും ഉപഭോക്തൃ സമൂഹത്തിന്റെയും ഒരു ഉല്പന്നമാണെന്ന് നാം തിരിച്ചറിയുന്നു.

ഇവിടെ അന്യതാബോധത്തിലും ലൈംഗികതയിലും ഊന്നിക്കൊണ്ട് ആധുനികത നടത്തിയ രാഷ്ട്രീയ ചെറുത്തുനില്പ് മുതലാളിത്തത്തിന്റെ നിർമ്മിതിയായിരുന്നുവെന്നും അവർ സൃഷ്ടിച്ച സ്വാതന്ത്ര്യം അയുക്തികതയുടെ കപടസ്വാതന്ത്ര്യമായിരുന്നുവെന്നും വ്യക്തമാണ്.

2

സാർത്ര്-മാർക്സിയൻ പ്രതിബദ്ധതയുടെ അസ്തിത്വവാദി

ആധുനികതാവാദം എന്ന അസ്തിത്വവാദത്തിന് ഇടതുപക്ഷത്തിന്റേതായ ഒരു മുഖം ഉണ്ടായിരുന്നു. അതായിരുന്നു സാർത്രിന്റെ മാർക്സിയൻ അസ്തിത്വവാദം. കെ പി അപ്പനെപ്പോലെയുള്ള ആധുനികതാവാദികൾ സാർത്രിനെ വേണ്ടരീതിയിൽ പരിഗണിക്കുകയോ അവരുടെ വിമർശനത്തിൽ സാർത്രിനെ ഉൾക്കൊള്ളിക്കുകയോ ചെയ്തില്ല. ഒരു വലതുപക്ഷ ചിന്തകനായ കെ പി അപ്പന് സാർത്രിനെ അംഗീകരിക്കാൻ കഴിയാത്തത് ഇടതുപക്ഷത്തോട് അദ്ദേഹത്തിനുണ്ടായിരുന്ന അമിതമായ വിരോധം തന്നെയാണ്.

ഈ ഘട്ടത്തിൽ സാർത്രിന്റെ അസ്തിത്വവാദ സമീപനങ്ങൾ പരിശോധിക്കേണ്ടത് ആവശ്യമാണ്. മലയാളി വിമർശകർ ഈ ദാർശനികനോട് ചെയ്ത അവഗണനയ്ക്ക് ഒരു പ്രായശ്ചിത്തമാണ് ഈ ലേഖനം. ഈ ലേഖനത്തിൽ സാർത്രിന്റെ പ്രതിബദ്ധതയോടുള്ള കൂറ് നമുക്ക് വായിച്ചെടുക്കാൻ സാധിക്കും. ബാർത്തിനെപ്പോലും സ്വാധീനിച്ച സാർത്രിന്റെ പ്രതിബദ്ധത ചർച്ചയ്ക്ക് ഒരു തുടക്കമാണ് ഈ ലേഖനം.

I

അസ്തിത്വവാദിയായി അംഗീകരിക്കപ്പെട്ടുകൊണ്ടാണ് സാർത്ര് ദാർശനികരംഗത്തേക്ക് കാലുകുത്തുന്നത്. 1930 കളോടെയായിരുന്നു ഇത് സംഭവിച്ചത്. രണ്ടാം ലോകമഹായുദ്ധം അദ്ദേഹത്തെ മാർക്സിയൻ ചേരിയിലേക്ക് അടുപ്പിച്ചു. അങ്ങനെ അദ്ദേഹം മാർക്സിയൻ അസ്തിത്വവാദിയായി. 80 കളിൽ മരിക്കുമ്പോൾ അദ്ദേഹത്തിന്റെ അടുത്ത കൂട്ടുകാർ നല്കുന്ന വിവരം അദ്ദേഹം ഒരു കടുത്ത 'അരാജകവാദി'യായി മാറിക്കഴിഞ്ഞിരുന്നുവെന്നാണ്. അദ്ദേഹത്തിന്റെ അസ്തിത്വ അന്വേഷണവിഷയ

ങ്ങൾ താഴെപ്പറയുന്നവയാണ്.

1. Human existence
2. Death
3. Anxiety
4. Political
5. Religious and sexual Commitment
6. Freedom and Responsibility
7. The meaning of existence itself.

സാർത്രിന്റെ അസ്തിത്വവാദം കലർപ്പില്ലാത്ത അസ്തിത്വവാദമല്ലായിരുന്നു. existentialism with phenomenology. അതായിരുന്നു അദ്ദേഹത്തിന്റെ രീതി. എഡ്മണ്ട് ഹുസ്സോൾ, ഫ്രാൻസ് ബ്രൻറ്റാനോ എന്നിവരായിരുന്നു പ്രാതിഭാസിക വിജ്ഞാനീയ (phenomenology) ത്തിന്റെ നിർമ്മാതാക്കൾ. സാർത്രിന്റെ അസ്തിത്വവാദം മെർലോ പോണ്ടിയുടെ 'existential phenomenology' പോലെയുള്ളതായിരുന്നു. മെർലോപോണ്ടി 1908 ൽ ജനിക്കുകയും 1961 ൽ മരിക്കുകയും ചെയ്തു. മെർലോപോണ്ടിയുടെ സ്വാധീനം സാർത്രിൽ കാണാവുന്നതാണ്. പക്ഷേ, സാർത്രിന്റെ വിജയം പ്രാതിഭാസിക വിജ്ഞാനീയത്തെയും അസ്തിത്വവാദത്തെയും ഒരൊറ്റ ദാർശനിക അച്ചുതണ്ടിൽ കൊണ്ടുവരാൻ കഴിഞ്ഞു എന്നുള്ളതാണ്.

അദ്ദേഹത്തിന്റെ ജീവിതത്തിന്റെ രണ്ടാംഘട്ടം മാർക്സിസവുമായുള്ള ലയനമാണ്. പക്ഷേ, അദ്ദേഹത്തിന്റെ മാർക്സിയൻ വീക്ഷണം കലർപ്പില്ലാത്തതായിരുന്നില്ല. 'Marxism with existentialism' അതായിരുന്നു അദ്ദേഹത്തിന്റെ രീതി. 'critique of Dialectical Reason' ന്റെ ആദ്യവാള്യം മാർക്സിസവും അസ്തിത്വവാദവും തമ്മിലുള്ള ലയനത്തിന്റെ ദാർശനിക സാദ്ധ്യതകൾ പരിശോധിക്കുന്നു. സാർത്രിന്റെ മാർക്സിസം 'Humanistic Marxism' ആണ്. അദ്ദേഹത്തിന്റെ വിശ്വാസത്തിൽ 'മാനവിക സ്വാതന്ത്ര്യം' എന്ന ദാർശനിക വ്യവഹാരത്തിന്റെ അത്യുന്നതശൃംഖലയാണ് മാർക്സിസം എന്നുള്ളതായിരുന്നു. 'വ്യക്തി സ്വാതന്ത്ര്യം' എന്ന സിദ്ധാന്തം മാർക്സിന്റെ ആദ്യകാല രചനകളിൽ കണ്ടെത്താൻ കഴിയുമെന്ന് സാർത്ര് വാദിച്ചു. യുവ മാർക്സിനെ അഥവാ യുവാവായ മാർക്സിനെ അദ്ദേഹം വിളിക്കുന്നത് 'Proto-existentialist' എന്നാണ്.

സാർത്രിന്റെ വീക്ഷണത്തിൽ മാർക്സിസം ചരിത്രത്തിന്റെയും ഭാവിയുടെയും ദർശനമാണ്. അസ്തിത്വവാദമാകട്ടെ വർത്തമാനകാലത്തിന്റെ ദർശനവും. അവിടെനിന്നുകൊണ്ട് അത് ഭാവിയിലേക്കും ഭൂതകാലത്തിലേക്കും ഉറ്റുനോക്കുന്നു. മാർക്സിസം ഒരു സാമൂഹ്യശാസ്ത്രസിദ്ധാന്തമാണ്. വർഗ്ഗവും അതിന്റെ പരിണാമവും അത് ചർച്ചചെയ്യുന്നു. അസ്തിത്വവാദമാകട്ടെ വ്യക്തിയും വ്യക്തികൾ തമ്മിലുള്ള ബന്ധവും ചർച്ച ചെയ്യുന്നു.

മെയ് 1968 ൽ നടന്ന കലാപം ഫ്രഞ്ച് മുതലാളിത്തത്തെ കടപുഴ

കിച്ച് ഒരു വിപ്ലവമായി ഉയരാത്തതിൽ പ്രതിഷേധിച്ച് അദ്ദേഹം കമ്യൂണിസവുമായുള്ള ബന്ധം ഉപേക്ഷിച്ചു. പക്ഷേ, മാവോയിസ്റ്റ് പത്രമായ *The people's cause* ന്റെ പത്രാധിപത്യം അദ്ദേഹം തുടർന്നു. മാവോയിസ്റ്റുകളുമായുള്ള ബന്ധമാണ് സാർത്രന്റെ അവസാന കമ്യൂണിസ്റ്റ് ബന്ധം. പിന്നീട് അദ്ദേഹം തന്റെ ജീവിതത്തിന്റെ അവസാനഘട്ടത്തിലേക്കു കടക്കുകയും തികഞ്ഞ ഒരു അരാജകവാദിയായി മാറുകയും ചെയ്തു.

1905 ജൂൺ 21 ലാണ് സാർത്ര് ജനിച്ചത്. പാരീസിലായിരുന്നു അത്. വളരെക്കാലം കഴിയുന്നതിനുമുമ്പ് അദ്ദേഹത്തിന് തന്റെ അച്ഛൻ നഷ്ടമായി. അങ്ങനെ അമ്മയുടെ അച്ഛ (മുത്തശ്ശൻ) ന്റെ സംരക്ഷണയിലാണ് അദ്ദേഹം വളർന്നത്. അദ്ദേഹത്തിന്റെ മുത്തശ്ശൻ ആൽബർട്ട് ഷൊയ്സറിന്റെ അമ്മാവനായിരുന്നു. മുത്തശ്ശൻ സാർത്രിന് തന്റെ പ്രായത്തിലുള്ള കുട്ടികളുമായി സൗഹൃദം പങ്കിടാൻ അനുവദിച്ചില്ല. അയാൾ അവനെ സ്കൂളിൽ അയച്ചില്ല. വീട്ടിലിരുത്തി പഠിപ്പിക്കുകയായിരുന്നു. പതിനൊന്നു വയസ്സുവരെ മുത്തശ്ശന്റെ വിപുലമായ ലൈബ്രറിയിൽ അദ്ദേഹം കഴിച്ചുകൂട്ടി. 1924 ൽ 'Ecole Normale Superieure' ൽ ചേർന്നു. അവിടെവെച്ച് അദ്ദേഹം തന്റെ ജീവിതപങ്കാളിയും സ്നേഹിതയുമായ Simone de Beauvoire (1908–86)നെ കണ്ടുമുട്ടി. അവർ വളരെ പ്രശസ്തയായ സ്ത്രീവാദ അസ്തിത്വവാദിയായി മാറി. *The second sex* അത്തരത്തിലുള്ള ഒരു കൃതിയാണ്. വളരെയധികം അസ്തിത്വവാദ നോവലുകളും അവർ എഴുതുകയുണ്ടായി. എന്നാലും അവരുടെ ഏറ്റവും വലിയ സംഭാവന അസ്തിത്വവാദ സദാചാരത്തെക്കുറിച്ചെഴുതിയ *For a Morality of Ambiguity* (1944) എന്ന പുസ്തകമാണ്. സാർത്രും ബൊവാറും തമ്മിലുള്ള ബന്ധം പരസ്പര സ്വാധീനത്തിന്റേതാണ്. അവർ ആശയങ്ങൾ പരസ്പരം കൈമാറിയിരുന്നു. സാർത്ര് തന്റെ ശൈശവത്തെ ഏറ്റവും കഠിനമായി വെറുത്തിരുന്നു. അദ്ദേഹത്തിന്റെ ഒട്ടുമിക്ക എഴുത്തുകളും ആ കാലഘട്ടത്തെ മറികടക്കാനുള്ള പരിശ്രമങ്ങളായിരുന്നു. 1909 ൽ പിടിപെട്ട ഒരു പനിയിൽ നിന്നുടലെടുത്ത കാഴ്ചക്കുറവ് 1970 ൽ അദ്ദേഹത്തെ പൂർണ്ണ അന്ധകാരത്തിലേക്ക് നയിച്ചു. 1975 ൽ (എഴുപതാം വയസ്സിൽ) അദ്ദേഹം അനുവദിച്ച അഭിമുഖസംഭാഷണത്തിൽ ഇങ്ങനെ പറയുകയുണ്ടായി– "I have said everything I had to say."

സാർത്രിന്റെ വീക്ഷണത്തിൽ അസ്തിത്വവാദം എന്നത് ഹ്യൂമനിസമാണ്. അദ്ദേഹം അസ്തിത്വവാദത്തെ 'മാനവികദർശനം' എന്നുവിളിച്ചു. പിന്നീട് 'അസ്തിത്വവാദി' എന്ന മേൽവിലാസം അദ്ദേഹത്തെ അസഹിഷ്ണുവാക്കി. അസ്തിത്വവാദം തിയേറ്ററുകളിലും കഫേകളിലും ഏറ്റവുമധികം ചർച്ചചെയ്യപ്പെട്ടിരുന്ന കാലഘട്ടത്തിലായിരുന്നുവിതെന്ന് ഓർക്കണം. അന്ന് സാർത്രിന്റെ പ്രതിബദ്ധത ഒന്നു മാത്രമായിരുന്നു. അത് 'Revolutionary Marxism' ആയിരുന്നു. കമ്യൂണിസത്തെ അദ്ദേഹം ആരാധിച്ചത് അതിന് 'Revolution' എന്ന പ്രായോഗികതയുമായുള്ള ബന്ധത്തിൽ നിന്നാണ്. ബൂർഷ്വാസമൂഹത്തിന്റെ കണ്ണിയിലായിരുന്നു തന്റെ

ജനനം എന്ന അറിവ് അദ്ദേഹത്തെ ലജ്ജിപ്പിച്ചു. തന്റെ ബാല്യകാലപഠനം, ജീവിതരീതി എന്നിവയെ അദ്ദേഹം വെറുത്തതും അതുകൊണ്ടുതന്നെ. PCF (Pasti communist Francais)ന്റെ 'Revolution'നോടുള്ള മന്ദസമീപനമാണ് അദ്ദേഹത്തെ പാർട്ടിയിൽ ചേരാതിരിക്കാനും പാർട്ടിയിൽ നിന്ന് അകലുവാനും പ്രേരിപ്പിച്ചത്. പിന്നീട് മാവോയിസ്റ്റുകളോട് ഐക്യദാർഢ്യം പ്രകടിപ്പിച്ചതും 'Revolution' നോടുള്ള അദ്ദേഹത്തിന്റെ ആരാധന ഒന്നുമാത്രമാണ്.

അദ്ദേഹത്തിന്റെ കാലഘട്ടത്തിൽ ഉണ്ടായിരുന്ന ശാസ്ത്രീയ, കപട-ശാസ്ത്രീയ മനഃശാസ്ത്രങ്ങളെ അദ്ദേഹം എതിർത്തു. സൈക്കോ അനാലിസിസിനെ അദ്ദേഹം അദ്ദേഹം നിഷ്കരുണം എതിർത്തു. അതിനുശേഷം 'Phenomenological Psychology' എന്ന പുതിയ ശാഖയെ അദ്ദേഹം പരിചയപ്പെടുത്തി.

Being and Nothingness (1943) എന്ന കൃതി അസ്തിത്വവാദവും പ്രാതിഭാസിക വിജ്ഞാനീയവും ഒരേ കുടയിൽ എങ്ങനെ ഒത്തിണക്കാം എന്നതിന് മികച്ച ഉദാഹരണമാണ്. ഈ പുസ്തകത്തെ പലരീതിയിൽ വായിക്കാം: "ഹൈഡഗറിന്റെ ചിന്താഗതിയോടുള്ള യോജിപ്പായി കരുതാം. അതുകൊണ്ടുതന്നെ ഹുസ്സേളിനെതിരെയുള്ള ഹൈഡഗറിന്റെ വിപ്രതിപത്തിയുടെ തുടർച്ചയാണ് ഈ പുസ്തകമെന്ന് വിലയിരുത്താം. Positivismത്തിന് മറുമരുന്നായി, 20-ാം നൂറ്റാണ്ടിന്റെ അധികാരശക്തിയായ കപട-ശാസ്ത്രത്തിന് താക്കീതായി ഈ പുസ്തകത്തെ വിലയിരുത്താം." ഈ പുസ്തകം (being-for-itself) and (being-in-itself) എന്നിവയെക്കുറിച്ചാണ് അന്വേഷിക്കുന്നത്. ഈ പുസ്തകത്തിലെ 'Nothingness' എന്ന പ്രയോഗം ലോകവും മാനവികയാഥാർത്ഥ്യവും തമ്മിലുള്ള ബന്ധത്തെയാണ് കുറിക്കുന്നത്. ജന്തുസമൂഹത്തിൽ മനുഷ്യനുമാത്രമേ തന്റെ ചുറ്റുപാടുകളെയും ലോകത്തെയും നിഷേധിക്കാൻ കഴിയൂ എന്നദ്ദേഹം വാദിക്കുന്നു. "I am myself a kind of Nothingness at the heart of being" -എന്നദ്ദേഹം എഴുതി. അതേസമയം കാഴ്ച സത്യമാണെന്നും അദ്ദേഹം വിശ്വസിച്ചു.

Being and Nothingness- പൂർത്തിയാക്കാതെയാണ് അദ്ദേഹം മരിച്ചത്. അതിലെ സദാചാരദർശനം (Moral Philosophy) ആണ് പൂർത്തിയാകാതെ കിടക്കുന്നത്. ഇത് അദ്ദേഹത്തിന്റെ മരണശേഷം *Notebooks for an ethics* (1983) എന്ന പേരിൽ പ്രസിദ്ധീകരിച്ചു. പക്ഷേ, അതും സമഗ്രമല്ല. അഥവാ പൂർത്തിയായതല്ല. "നമ്മുടെ തെരഞ്ഞെടുപ്പാണ് നമ്മെ സൃഷ്ടിക്കുന്നത്. സ്വയനിർവ്വചനത്തിന്റെ ഈ നടപടിക്രമം പൂർത്തിയാവുന്നത് മരണത്തോടെയാണ്"-എന്നദ്ദേഹം എഴുതി.

'What is Literature' (1948) എന്താണ് എഴുത്ത്? എന്തിനെഴുതണം? ആർക്കുവേണ്ടി എഴുതണം? എന്നീ ചോദ്യങ്ങൾ ചോദിക്കുന്നു. സാർത്രിന്റെ അഭിപ്രായത്തിൽ സ്വന്തം കാലഘട്ടത്തെക്കുറിച്ചാണ് എഴുത്തുകാരൻ എഴുതേണ്ടത്. വരുംകാലത്തിനുവേണ്ടിയല്ല. ഭൂതകാലത്തെ

പുനഃസ്ഥാപിക്കലുമല്ല. പണത്തിനുവേണ്ടിയുമാവരുത്. സാഹിത്യം സാഹിത്യത്തോട് പ്രതിബദ്ധത പുലർത്തണം. സ്വന്തം സ്വാതന്ത്ര്യത്തെക്കുറിച്ചും എഴുത്തുകാരൻ എഴുതിയേ മതിയാവൂ എന്നദ്ദേഹം വാശിപിടിക്കുന്നു. പ്രതിബദ്ധസാഹിത്യം എന്നാൽ സ്വാതന്ത്ര്യത്തിന്റെ പ്രതിബദ്ധതയാണ്.

ഹൈഡഗറിനെ പിൻപറ്റി സാർത്ര് ഇങ്ങനെ പറയുന്നു: "നാം ലോകത്തിലേക്ക് വലിച്ചെറിയപ്പെട്ടിരിക്കുന്നു. നമുക്ക് മുൻകൂട്ടി നിശ്ചയിച്ച ഒരു സത്ത ഇല്ല. ആദ്യമായി നാം ജീവിക്കുന്നു, അതിനുശേഷം എന്തിനുവേണ്ടി സൃഷ്ടിക്കപ്പെട്ടു എന്ന ചുമതലാബോധം അന്വേഷണവിധേയമാകുന്നു. തെരഞ്ഞെടുക്കുവാനുള്ള സ്വാതന്ത്ര്യം സ്വത്വാന്വേഷണം ഉല്പാദിപ്പിക്കുന്നു. നാം ചെയ്യുന്ന പ്രവൃത്തിയാണ് നാം. അതിനപ്പുറം, ഒന്നുമില്ല. അതുകൊണ്ടുതന്നെ നമ്മുടെ പ്രവൃത്തിയാണ് നമ്മുടെ സ്വാതന്ത്ര്യം. നാം സ്വതന്ത്രരല്ലെന്ന് നാം നടിക്കുന്നു. ഈ നടനത്തെ അദ്ദേഹം 'bad faith' എന്നുവിളിക്കുന്നു. നമ്മിൽ ഭൂരിഭാഗംപേരും ഭൂരിഭാഗം സമയവും 'bad faith'ന് അടിമപ്പെട്ടിരിക്കുന്നു."

ആധുനികദർശനം മൂന്നുവഴിയായിത്തിരിയുന്നതായി അദ്ദേഹം വിലയിരുത്തി.

1) ബൂർഷ്വാ വ്യക്തിവാദം: ദെക്കാർത്ത്, ലോക്ക്
2) ആശയവാദം: കാന്റ്, ഹെഗൽ
3) മാർക്സിസം.

മാർക്സിസത്തിനെതിരെ ഉയർന്നുവരുന്ന വിമർശനങ്ങളെ സാർത്ര് നിരോധിക്കുന്നത് ഇങ്ങനെയാണ്: "Any anti-Marxist philosophy can only be a return to pre- Marxist ideas" അദ്ദേഹത്തിന്റെ വീക്ഷണത്തിൽ മനുഷ്യൻ ചരിത്രത്തെയും ചരിത്രം മനുഷ്യനെയും സൃഷ്ടിച്ചു.

II

അസ്തിത്വവാദത്തിന് ഒരു ആമുഖം

19-ാം നൂറ്റാണ്ടിൽ വേരുകളുള്ള 20-ാം നൂറ്റാണ്ടിലെ പ്രസ്ഥാനമാണ് അസ്തിത്വവാദം. അസ്തിത്വവാദത്തിലെ പ്രധാനപ്പെട്ട ചിന്തകർ ഇവരാണ്.

സോറൻ കീർക്കേഗോർ (1813–55)	–	19–ാം നൂറ്റാണ്ട്
നീഷേ (1844–1900) ഹൈഡഗർ (1889–1976) ഗബ്രിയേൽ മാർഷൽ(1889–1973) കാൾ ജാസ് പേഴ്സ് (1883–1969)	–	19–20–ാം നൂറ്റാണ്ട്
സിമോൺ ദി ബൊവാർ (1908–86) സാർത്ര് (1905–80) മെർലോ പോണ്ടി (1908–61)	–	20–ാം നൂറ്റാണ്ട്

സാമുവൽ ബെക്കറ്റ് (1906–89)
ആൽബേർ കാമു (1913–60) } – 20–ാം നൂറ്റാണ്ട്
ഷെനെ (1910–86)

അസ്തിത്വവാദികൾ അന്വേഷിച്ചത് എന്താണ്?

> എന്താണ് നിലനില്ക്കേണ്ടത്? അസ്തിത്വത്തിന് എന്തെങ്കിലും ലക്ഷ്യമുണ്ടോ? ശരിയും തെറ്റും തമ്മിലുള്ള അന്തരം എത്രത്തോളം? നമ്മൾ സ്വതന്ത്രരാണോ? നമ്മുടെ പ്രവൃത്തികൾക്ക് നമ്മൾ ഉത്തരവാദികളാണോ? മതം, രാഷ്ട്രീയം, ലൈംഗികം ഇവയുടെ പ്രതിബദ്ധത? മരണത്തെ നാം എങ്ങനെ അഭിമുഖീകരിക്കണം?

'നോസി' (Nausea) എന്ന നോവലിൽ സാർത്ര് അസ്തിത്വവാദത്തിന്റെ കേന്ദ്ര ആശയം അവതരിപ്പിക്കുന്നുണ്ട്. അസ്തിത്വം അന്തർല്ലീനമായി അർത്ഥശൂന്യവും പൊരുളില്ലാത്തതുമാണെന്ന് അദ്ദേഹം വാദിക്കുന്നു. പക്ഷേ, അവ വർത്തമാനകാലത്തെക്കുറിച്ചാണ് ചർച്ച ചെയ്യുന്നത്. അസ്തിത്വം മറ്റൊന്നിനെ ആശ്രയിച്ചിരിക്കുന്നു. (ഒരാളുടെ അസ്തിത്വം മറ്റൊന്നിനെ ആശ്രയിച്ചിരിക്കുന്നു.) ആ മറ്റൊന്ന് മാനവികഭാഷയും ചുരുളഴിയാത്ത ദാർശനിക പ്രശ്നങ്ങളുമാണ്. അനുഭവങ്ങൾ അസ്തിത്വവീക്ഷണത്തെ അഗാധതയിലേക്ക് നയിക്കുന്നതായി സാർത്ര് വിലയിരുത്തുന്നു.

നോസി സാർത്രിന്റെ പ്രശസ്തമായ നോവലാണ്. അതുകൊണ്ട് അസ്തിത്വവാദത്തിന്റെ ഭാഷാസ്വാധീനം സാഹിത്യത്തിലാണ് ഏറ്റവും അധികം സ്വാധീനം ചെലുത്തിയത്. ആശയപരിസരമാകട്ടെ ഒരേസമയം തത്ത്വചിന്തയിലും സാഹിത്യത്തിലും പ്രസക്തമാണ്.

Existentialism and Humanism എന്ന പുസ്തകത്തിൽ സാർത്ര് അസ്തിത്വത്തെയും സത്തയെയും നിർവ്വചിക്കുന്നു. വസ്തുവിന്റെ അവസ്ഥയെ അദ്ദേഹം മൂന്നായി തരംതിരിക്കുന്നു.

1) മാനവികത (Human beings)

2) മാനവികകല (artefacts)

3) പ്രപഞ്ചവസ്തു (naturally occuring objects).

ഇവയിൽ അസ്തിത്വവും സത്തയും എങ്ങനെ പ്രവർത്തിക്കുന്നുവെന്ന് നോക്കാം.

1) മാനവികത → സത്തയ്ക്ക് മുമ്പേ അസ്തിത്വം
(existence precedes essence)

2) മാനവിക കല → അസ്തിത്വത്തിനു മുമ്പേ സത്ത (essence precedes existence)

3) പ്രപഞ്ചവസ്തു → അസ്തിത്വവും സത്തയും ഏകീഭവിക്കുന്നു. (existence and essence coincide)

ഇവിടെ 'Precedes' എന്ന വാക്കിന്റെ അർഥം മനസ്സിലാക്കേണ്ടിയിരിക്കുന്നു. അവയ്ക്ക് കലാപരമായും യുക്തിപരമായും രണ്ട് അർത്ഥങ്ങളുണ്ടെന്ന് സാർത്ര് വാദിക്കുന്നു. കാലാനുക്രമമായി അതിന് 'മുൻപേ' യെന്നും 'നേരത്തേ സംഭവിച്ച'തെന്നും അർത്ഥം വരുന്നു. യുക്തിയധിഷ്ഠിത ചിന്തയിൽ അതിന് 'വ്യവസ്ഥയ്ക്കുവേണ്ടി', 'മുൻവ്യവസ്ഥ' എന്നീ അർത്ഥങ്ങളാണ് സാർത്ര് നല്കിയിരിക്കുന്നത്.

ആദ്യമായി, 'മാനവികകല'യെ പരിഗണിക്കാം. ഒരാൾ ഒരു പേപ്പർ കത്തി ഉണ്ടാക്കുന്നതായി കരുതുക. അത് അയാളുടെ (നിർമ്മാതാവിന്റെ) മനസ്സിലുള്ള പേപ്പർ കത്തി എന്ന ആശയത്തിൽനിന്നുമാണ് രൂപപ്പെട്ടത്. അതുകൊണ്ടുതന്നെ പേപ്പർകത്തിയുടെ അസ്തിത്വം നിർമ്മാതാവിന്റെ ആശയം അഥവാ സത്തയ്ക്കുശേഷമാണ് രൂപംകൊണ്ടത്. അതുകൊണ്ടുതന്നെ മാനവികകലയെ സംബന്ധിച്ചിടത്തോളം അസ്തിത്വത്തിനു മുമ്പേ സത്ത എന്ന ആശയം പ്രബലമാണ്. വസ്തുവിന്റെ അസ്തിത്വത്തിന് വസ്തുവെന്ന ആശയം അത്യാവശ്യമാണ്. (The 'what' precedes the 'is').

രണ്ടാമതായി, 'പ്രപഞ്ചവസ്തു'വിന്റെ കാര്യം പരിഗണിക്കാം. ഇവിടെ കല്ലും മരങ്ങളുമാണ് ഉദാഹരണം. അവിടെ അസ്തിത്വം സത്തയ്ക്കു മുമ്പെയോ സത്ത അസ്തിത്വത്തിനു മുമ്പായോ കടന്നുവരുന്നില്ല. അവ ഏകകാലികമായി (simultaneously) സംഭവിക്കുന്നു. മാത്രമല്ല, അവ പരസ്പരാശ്രിതങ്ങളായി നിലനില്ക്കുന്നു. അതുകൊണ്ടാണ് പ്രപഞ്ചവസ്തുവിനെ സംബന്ധിച്ച് അസ്തിത്വവും സത്തയും ഏകീഭവിക്കുന്നുവെന്ന് സാർത്ര് പറഞ്ഞത്.

മൂന്നാമതായി, അവസാനമായി, 'മാനവികത'യുടെ കാര്യം പരിഗണിക്കാം. സാർത്രിന്റെ വീക്ഷണത്തിൽ മുൻകൂട്ടി നിശ്ചയിക്കപ്പെട്ട മാനവികസത്ത എന്നൊന്നില്ല. മാത്രമല്ല, മാനവിക അസ്തിത്വത്തിനു മുകളിലായി മാനവികപ്രപഞ്ചം എന്നൊന്നില്ല. ആദ്യമായി മാനവികത നിലനില്ക്കുന്നു. അനന്തരം അവരുടെ പ്രവൃത്തി അവരെ നിശ്ചയിക്കുന്നു. തെരഞ്ഞെടുപ്പിന്റെ അനന്തസാദ്ധ്യതയിൽ നാം ആരെന്ന് നാം മനസ്സിലാക്കുന്നു. സാർത്രിന്റെ ഈ വീക്ഷണത്തിൽ മനുഷ്യൻ അഗാധമായി സ്വതന്ത്രനാണ്.

അസ്തിത്വവാദത്തിന്റെ ദൈവികവീക്ഷണത്തെ സാർത്ര് ശക്തമായ ഭാഷയിൽ വിമർശിക്കുന്നുണ്ട്. നമ്മൾ ദൈവത്തിന്റെ സൃഷ്ടിയാണെങ്കിൽ

നമ്മുടെ നിലനില്പിനാധാരം ദൈവവുമായുള്ള ബന്ധമാണ്. അവിടെ ദൈവം സ്രഷ്ടാവാണ്. അവിടെ അസ്തിത്വത്തിനുമുമ്പേ നമ്മുടെ സത്ത വരുന്നു. (സാർത്ര് മാനവികകലയ്ക്കു നല്കിയ വ്യാഖ്യാനം ദൈവ അസ്തിത്വവാദികൾ മാനവികതയ്ക്കു നല്കുന്നു). ദൈവം അസ്തിത്വത്തിനു മുമ്പേ കടന്നുവരുന്നു. നമ്മുടെ അസ്തിത്വം മുഴുവൻ ദൈവത്തിൽ ആരോപിക്കുമ്പോൾ മനുഷ്യൻ, അവന്റെ ചെയ്തികൾ, എന്നിവയ്ക്ക് പ്രസക്തി നഷ്ടപ്പെടുന്നു. ഇത് ശുദ്ധ അബദ്ധമാണെന്ന് സാർത്ര് വാദിക്കുന്നു.

III

അസ്തിത്വവാദവും മാനവികവാദവും സാർത്രിന്റെ വീക്ഷണത്തിൽ

ഈ ഭാഗത്തിൽ സാർത്രിന്റെ *Existentialism and Humanism* എന്ന പുസ്തകത്തിലെ ഒരു ഭാഗം പരിഭാഷപ്പെടുത്തിയിരിക്കുകയാണ്.

അസ്തിത്വവാദത്തിനുനേരെ ഉയർന്നുവന്നിട്ടുള്ള അധിക്ഷേപങ്ങളെ ചെറുക്കുകയാണ് ഇവിടെ എന്റെ(സാർത്രിന്റെ)ലക്ഷ്യം. ജനങ്ങളിൽ അസ്തിത്വവാദം 'ആത്മനിഷ്ഠവാദ'മാണെന്നും അതിന്റെ ഭാഗമായി നൈരാശ്യം വിളമ്പുന്ന ഒരു പ്രസ്ഥാനമാണ് അസ്തിത്വവാദമെന്ന ആക്ഷേപം നിലനില്ക്കുന്നു. ഇനി ക്രൈസ്തവ വീക്ഷണത്തിൽ ഞങ്ങൾ അധിക്ഷേപിക്കപ്പെടുന്നത് എങ്ങനെയെന്ന് നോക്കാം. ആദ്യമായി ഞങ്ങൾ ദൈവകല്പന ലംഘിക്കുന്നു എന്നതുതന്നെ. അവർ പറയുന്നു: "ദൈവമെന്ന ആ സൃഷ്ടികർത്താവാണ് എല്ലാം നിശ്ചയിക്കുന്നത്. അവന്റെ ആഗ്രഹങ്ങളാണ് നടക്കുന്നത്. അവന്റെ മുന്നിൽ നാമെല്ലാം അശക്തരാണ്. അതുകൊണ്ട് ദൈവകല്പന ലംഘിക്കുന്ന നാസ്തിക അസ്തിത്വവാദികൾ വിമർശിക്കപ്പെടേണ്ടവരാണ്." യാഥാർത്ഥ്യത്തെയും ഗൗരവതരമായ മാനവികബന്ധങ്ങളെയും അവഗണിക്കുന്നവരാണ് ക്രൈസ്തവർ. അതുകൊണ്ട് അവരിൽനിന്ന് ഇങ്ങനെയൊരു വിമർശനം ഉണ്ടായതിൽ അത്ഭുതപ്പെടാനൊന്നുമില്ല.

മാനവികജീവിതം സാദ്ധ്യമാണെന്ന് വിശ്വസിക്കുന്ന ഒരു സിദ്ധാന്തമാണ് നാസ്തിക അസ്തിത്വവാദമെന്ന് ആദ്യമേ പറഞ്ഞുകൊള്ളട്ടെ. എല്ലാ സത്യവും എല്ലാം പ്രവൃത്തിയും, പ്രകൃതിക്കും മനുഷ്യനും വേണ്ടിയാണെന്നും ഈ അസ്തിത്വവാദം വിശദീകരിക്കുന്നു. അതുകൊണ്ടാണ് ഈ പ്രബന്ധത്തിന് *Existentialism and Humanism* എന്ന പേര് സ്വീകരിച്ചിരിക്കുന്നത്. പക്ഷേ, മാനവികജീവിതത്തിന്റെ ഇരുണ്ടവശങ്ങളെ കൂടുതൽ ഊന്നിപ്പറയുന്നതിനാൽ അശ്ലീലതയുടെ വക്താക്കളാണ് ഞങ്ങളെന്ന് ചിലർ കരുതുന്നു. അതുകൊണ്ടുതന്നെ ഞങ്ങൾ നാചറലിസ്റ്റുകളാണെന്ന് അവർ വാദിക്കുന്നു. എമിലിസോളയുടെ നോവലുകൾ അസ്തിത്വനോവലുകളാണെന്ന് അവർ പറയുന്നു. മോഹവിമുക്തിക്കുവേണ്ടി ചില ഉപ

ദേശങ്ങളും അവർ ഞങ്ങൾക്കു തരുന്നു: "പരോപകാരം വീട്ടിൽനിന്ന് ആരംഭിക്കണം. അവനിൽ മുട്ടിവിളിക്കൂ, നിങ്ങൾ ആദരിക്കപ്പെടും". ഉദ്ധരണികൾ വീണ്ടും തുടരുന്നു: "നിന്നേക്കാൾ വലിയ ശക്തിയോട് നീ എതിരിടരുത്. വലിയകാര്യങ്ങളിൽ തലയിടരുത്. സംസ്കാരവുമായി പൊരുത്തപ്പെടാതെ പോകുന്ന പ്രവൃത്തികൾ കേവലമായ കാല്പനികതയായേ വിലയിരുത്തപ്പെടുകയുള്ളൂ. തെളിയിക്കപ്പെട്ട അനുഭവങ്ങളുടെ പിന്തുണയില്ലാത്ത പ്രയത്നം മോഹഭംഗത്തിന് വഴിതെളിക്കും." ഇങ്ങനെ ഇരുണ്ട പഴഞ്ചൊല്ലുകളിലൂടെയും, അവർ പറയാൻ ശ്രമിക്കുന്നത് അല്ലെങ്കിൽ പരാതിപ്പെടാൻ ശ്രമിക്കുന്നത് അസ്തിത്വവാദം ഒരു മങ്ങിയ ആശയവാദമാണെന്നാണ്. വാസ്തവത്തിൽ, അവരുടെ ഈ ചെറുത്ത്നില്പ് ഞങ്ങളുടെ വിഷാദാത്മകതയേക്കാൾ ഞങ്ങളുടെ പ്രസാദാത്മകതയെ അവർ ഭയപ്പെടുന്നതുകൊണ്ടല്ലേ എന്ന സംശയം എന്നിൽ ഉളവാക്കുന്നു. "Man with a Possibility of choice" – എന്ന ഞങ്ങളുടെ പ്രസ്താവം ഈ സംശയത്തെ ദൃഢപ്പെടുത്തുന്നു.

അസ്തിത്വവാദത്തെക്കുറിച്ച് ഇനി വിശദമായി ചർച്ചചെയ്യാം. രണ്ടുതരം അസ്തിത്വവാദങ്ങൾ നിലനില്ക്കുന്നു. അതിലൊന്ന് ക്രൈസ്തവ അസ്തിത്വവാദമാണ്. കാൾ ജാസ് പേഴ്സും ഗാബ്രിയേൽ മാർസലും സോറൻ കീർക്കേഗാറും ഈ വിഭാഗത്തിൽപ്പെടുന്നു. മൂന്നുപേരും കത്തോലിക്കാ മതവിശ്വാസ പ്രഖ്യാപകരാണ്. രണ്ടാമത്തെ അസ്തിത്വവാദം 'നാസ്തിക' അസ്തിത്വവാദമാണ്. ഇതിൽ പ്രമുഖർ ഹൈഡഗറും ഫ്രഞ്ച് അസ്തിത്വവാദികളും പിന്നെ ഞാനും. രണ്ട് കൂട്ടരും ഒരു വീക്ഷണത്തിൽ യോജിക്കുന്നുണ്ട്. അത് "സത്തയ്ക്ക് മുമ്പ് അസ്തിത്വം" (existence precedes essence) എന്നുള്ളതാണ്. കർത്തൃത്വത്തെക്കുറിച്ചുള്ള അന്വേഷണമാണ് ഇത് നടത്തുന്നത്. കർത്തൃത്വം എന്നതുകൊണ്ട് എന്താണ് അർത്ഥമാക്കുന്നത് എന്ന ചോദ്യമാണ് ഇത് ചോദിക്കുന്നത്.

ഒരു വസ്തുവിന്റെ നിർമ്മാണം പ്രമാണമാക്കിയെടുക്കാം. ഉദാഹരണത്തിന് ഒരു പുസ്തകമോ ഒരു പേപ്പർകത്തിയോ. ഇത് ഒരു കരകൗശലക്കാരൻ നിർമ്മിച്ചതാണെന്നും അയാളുടെ മനസ്സിൽ ആ ഉല്പന്നത്തെക്കുറിച്ച് ഒരു ആശയം ഉണ്ടായിരുന്നതായും സങ്കല്പിക്കാം. അയാൾ ഉല്പാദനനിർമ്മാണത്തിലും ഉല്പന്നത്തെക്കുറിച്ചുള്ള ആശയത്തിലും ശ്രദ്ധകേന്ദ്രീകരിക്കുന്നു. അങ്ങനെ ആശയത്തിന് ഉല്പന്നവുമായി നേരിട്ട് ബന്ധമുണ്ട്. അപ്പോൾ പേപ്പർകത്തി ഒരേസമയം ഒരു സൂത്രവാക്യവും ഉല്പാദിപ്പിക്കാൻ കഴിയുന്ന ഒരു വസ്തുവുമാണ്. ആ വസ്തു എന്തിനുവേണ്ടിയാണ് താൻ ഉണ്ടാക്കിയതെന്ന് നിർമ്മാതാവിന് കൃത്യമായ ബോധ്യമുണ്ട്. അഥവാ ലക്ഷ്യമുണ്ട്. അങ്ങനെയാണെങ്കിൽ പേപ്പർകത്തിയും അതിന്റെ സത്തയും അതിന്റെ അസ്തിത്വത്തിന് മുൻപ് കടന്നുവരുന്നു. അങ്ങനെവരുമ്പോൾ പുസ്തകം or പേപ്പർകത്തി നമ്മുടെ കണ്ണിന് പ്രത്യക്ഷമാകുന്നതിന് മുമ്പ്തന്നെ അവ നിർണ്ണയിക്കപ്പെടുന്നു. ഇവിടെ സാങ്കേതിക നിലപാടുകളിലൂടെ വീക്ഷിക്കുകയാണെങ്കിൽ നമു

ക്കിങ്ങനെ പറയാൻ കഴിയും: "അസ്തിത്വത്തിനു മുൻപ് ഉല്പാദനം നടക്കുന്നു." (Production Precedes existence)

സാർത്ര് 'മാനവികകല'യ്ക്കു നല്കുന്ന ഈ നിർവ്വചനം ക്രൈസ്തവ അസ്തിത്വവാദികൾ 'മാനവികത'യ്ക്കു നല്കുന്നു. അങ്ങനെ വരുമ്പോൾ ദൈവം സ്രഷ്ടാവായിത്തീരുന്നു. സ്വർഗ്ഗീയ പരിവേഷമുള്ള സ്രഷ്ടാവ്. ദൈവം സൃഷ്ടി നടത്തുമ്പോൾ അദ്ദേഹം എന്തു നിർമ്മിക്കുന്നുവെന്ന് അദ്ദേഹത്തിന് കൃത്യമായ ബോധമുണ്ട്. ദൈവത്തിന്റെ മനസ്സിലുള്ള 'മനുഷ്യൻ' എന്ന ആശയം പേപ്പർകത്തിയുണ്ടാക്കുന്ന കരകൗശലക്കാരന്റെ മനസ്സിലെ ആശയത്തോട് ക്രൈസ്തവ അസ്തിത്വവാദികൾ താരതമ്യം ചെയ്യുന്നു. ദൈവം അവന്റെ മനസ്സിലുള്ള ആശയത്തെ പ്രാവർത്തികമാക്കുമ്പോൾ മനുഷ്യൻ ഉണ്ടാകുന്നതുപോലെ കരകൗശലക്കാരൻ തന്റെ മനസ്സിലെ ആശയത്തിന് പ്രാവർത്തികരൂപം നല്കുമ്പോൾ പേപ്പർകത്തിയുണ്ടാവുന്നു. രണ്ടുപേരും ഒരു ആശയത്തെയോ സൂത്രവാക്യത്തെയോ പിന്തുടരുന്നു. അങ്ങനെ ക്രൈസ്തവ അസ്തിത്വവാദം 'വ്യക്തി' ദൈവസൃഷ്ടമാണെന്നും അവനിൽ അധിവസിക്കുന്നത് ദൈവികതയാണെന്നും വിശദീകരിക്കുന്നു. ഇവിടെ ക്രൈസ്തവ അസ്തിത്വവാദം 'മാനവികത'യെ "അസ്തിത്വവാദത്തിനു മുമ്പ് സത്ത" (essence precedes existence) എന്ന നിർവ്വചനത്തിലാണ് അളക്കാൻ ശ്രമിക്കുന്നത്. സാർത്ര് 'മാനവികകല'യ്ക്കു നല്കുന്ന നിർവചനം ക്രൈസ്തവ അസ്തിത്വവാദികൾ 'മാനവികത'യ്ക്കു നല്കുന്നുവെന്ന് ചുരുക്കം.

ഇനി 18–ാം നൂറ്റാണ്ടിൽ ഉദയംകൊണ്ട 'ദാർശനിക നാസ്തികവാദം' (philosophic atheism)പരിഗണിക്കാം. അവർ ദൈവം എന്ന ആശയത്തെ അടിച്ചമർത്തി. പക്ഷേ, അവരും പറഞ്ഞത് അസ്തിത്വത്തിനു മുമ്പ് സത്ത എന്നാണ്. ദിദറോ, വോൾട്ടയർ എന്നിവരാണ് ഈ പ്രസ്ഥാനത്തിന്റെ പ്രയോക്താക്കൾ. അവർ പറഞ്ഞത് ഇങ്ങനെയാണ്: "മനുഷ്യൻ മനുഷ്യപ്രകൃതിയെ കൈവശപ്പെടുത്തുന്നു. ആ മനുഷ്യ പ്രകൃതിയാകട്ടെ മനുഷ്യസത്തയിൽ നിന്നാണ് രൂപംകൊണ്ടത്. മനുഷ്യസത്തയാകട്ടെ പ്രപഞ്ചം എന്ന ആശയത്തിന്റെ സാക്ഷാൽക്കാരമാണ്. അതുകൊണ്ടു തന്നെ ഓരോ വ്യക്തിയും പ്രപഞ്ചം എന്ന ആശയവുമായി നേരിട്ട് ബന്ധം പുലർത്തുന്നു. ഈ ബന്ധം തകർക്കാൻ കഴിയില്ല." കാന്റ് കുറച്ചുകൂടി കടന്ന് കാട്ടാളന് മരവുമായും മനുഷ്യന് പ്രപഞ്ചവുമായാണ് ബന്ധമെന്ന് സ്ഥാപിക്കുന്നു. പക്ഷേ, ക്രൈസ്തവ അസ്തിത്വവാദികളെപ്പോലെ അവരും അസ്തിത്വത്തിന് മുമ്പ് സത്ത എന്ന വിശ്വാസത്തിൽ കുടുങ്ങിപ്പോയി. ദാർശനിക നാസ്തികന്മാർ ദൈവത്തെ കൊന്നെങ്കിലും അസ്തിത്വത്തിന് മുമ്പ് സത്ത എന്ന ആശയവാദത്തെ കൊല്ലാൻ തയ്യാറായില്ല. അതുകൊണ്ട് ദൈവം വധിക്കപ്പെട്ടുവെങ്കിലും ദൈവത്തിന്റെ ശക്തിയുമായി പ്രപഞ്ചം കുടികൊണ്ടു. ബൂർഷ്വാ ചിന്താഗതിയായ ആശയവാദത്തെ (സത്തയെ) ചെറുത്തു തോല്പിക്കാൻ കഴിയാത്തതാണ് അവ

രുടെ പരാജയം. അതുകൊണ്ട് അവരെയും ക്രൈസ്തവഅസ്തിത്വവാദികളുടെ പട്ടികയിൽ നിരത്താനേ തരമുള്ളൂ.

ഇനി, എന്താണ് നാസ്തിക അസ്തിത്വവാദം? എന്ന ചോദ്യം ഉയരുന്നു. നാസ്തിക അസ്തിത്വവാദികളെ സംബന്ധിച്ച് ദൈവം നിലനില്ക്കുന്നില്ല. മാത്രമല്ല, മാനവികന്റെ അസ്തിത്വം സത്തയ്ക്കു മുമ്പേ കടന്നുവരുന്നു. അവന്റെ അസ്തിത്വത്തിനു മുൻപ് ഒരു ആശയനിർവ്വചനത്തിനും പ്രസക്തിയില്ല. അസ്തിത്വം മനുഷ്യനാണെന്ന് സാർത്ര് പറയുമ്പോൾ മനുഷ്യൻ യാഥാർത്ഥ്യമാണെന്നു വരുന്നു. സത്തയ്ക്കു മുമ്പേ അസ്തിത്വം എന്ന സാർത്രിന്റെ വാദം എന്താണ് അർത്ഥമാക്കുന്നത്? "ആദ്യമായി മനുഷ്യൻ നിലനില്ക്കുന്നു. അതിനുശേഷം അവൻ സ്വയം കൂടിക്കാഴ്ചയ്ക്കു വിധേയനാകുന്നു. ലോകവുമായി പരസ്പരം ബന്ധപ്പെടുകയും അതിനുശേഷം അവൻ അവനെ സ്വയം നിർവ്വചിക്കുകയും ചെയ്യുന്നു." അസ്തിത്വവാദിയായ മാനവനെ നിർവ്വചിക്കാനാവില്ല. കാരണം, അവൻ ആരംഭിക്കുന്നത് ഒന്നുമില്ലായ്മയിൽനിന്നാണ്. ആരംഭത്തിൽ അവൻ ഒന്നുമല്ല. അവൻ സ്വന്തം പ്രവൃത്തിയിലൂടെ എന്തെങ്കിലുമായിത്തീരുന്നതുവരെ ആ സ്ഥിതി അവനെ പിന്തുടരുന്നു. അതുകൊണ്ട് മനുഷ്യപ്രകൃതി എന്നൊന്നില്ല. കാരണം മനുഷ്യപ്രകൃതി എന്ന ആശയത്തിന് രൂപം നല്കാൻ ദൈവം അവിടെയില്ല. പിന്നെയുള്ളതോ "Man simply is" എന്നുള്ളതാണ്. പക്ഷേ, അവൻ നിഷ്ക്രിയനല്ല. അവൻ സ്വയം ഗ്രഹിക്കുന്നു. അവന്റെ ഇച്ഛാശക്തി അവനെ മുന്നോട്ടു നയിക്കുന്നു. അസ്തിത്വം നേരത്തേതന്നെ അവിടെ ഉള്ളതിനാൽ അവൻ അവനെ സ്വയം മനസ്സിലാക്കാൻ ശ്രമിക്കുന്നു. അത് പിന്നീട് അവന്റെ അസ്തിത്വത്തിലേക്കുള്ള കുതിപ്പായി മാറുന്നു. അവൻ സ്വയം എന്തായിത്തീരുന്നോ അതാണ് അവന്റെ അസ്തിത്വം. അതിനപ്പുറം അസ്തിത്വത്തിന് പ്രസക്തിയില്ല. ഇതാണ് നാസ്തിക അസ്തിത്വവാദത്തിന്റെ പ്രഥമതത്ത്വം. മനുഷ്യന് മുൻപ് മനുഷ്യന് അസ്തിത്വമില്ല. ബുദ്ധിശക്തിപോലും നിലനില്ക്കുന്നില്ല. മനുഷ്യന് നേടാനുള്ളത് അസ്തിത്വമാണ്. എന്ത്? എന്ത് ലക്ഷ്യത്തിന്? എന്നീ ചോദ്യങ്ങളാണ് അവനു മുന്നിലുള്ളത്. ഇച്ഛകൊണ്ടും മനസ്സുകൊണ്ടും അവൻ ഉണർവ്വുള്ള തീരുമാനം കൈക്കൊള്ളുന്നു. എപ്പോഴും അവന് അത് സാദ്ധ്യമായിക്കൊള്ളും എന്ന് ചിന്തിക്കുന്നത് ശരിയല്ല. എങ്കിലും അവൻ ഉണർവ്വുള്ള തീരുമാനം കൈക്കൊള്ളുന്നു. അതിനുശേഷം "നമ്മൾ ആരാണ്?" (What we are?) എന്ന ചോദ്യത്തിൽ എത്തിച്ചേരുന്നു. സത്തയ്ക്ക് മുമ്പ് അസ്തിത്വം എന്ന വാക്യം അംഗീകരിക്കുന്നതോടെ മനുഷ്യൻ കൂടുതൽ ഉത്തരവാദിത്വബോധമുള്ളവനായിത്തീരുന്നു. അങ്ങനെ നാസ്തിക അസ്തിത്വവാദത്തിന്റെ പ്രഥമപടി എല്ലാ മനുഷ്യരും അവനവനെ സ്വാംശീകരിക്കുക എന്നുള്ളതായിത്തീരുന്നു. അതുവഴി അവന്റെ അസ്തിത്വം അവന്റെ തന്നെ ചുമതലയായിത്തീരുന്നു. മനുഷ്യൻ സ്വന്തം ഉത്തരവാദിത്വം ഏറ്റെടുക്കണമെന്ന് ഞങ്ങൾ പറയുമ്പോൾ വ്യക്തി അവന്റെ ഉത്തരവാദിത്വം അവനിൽ മാത്രം ഒതുക്കി

നിർത്തണമെന്നല്ല. മറിച്ച്, എല്ലാ മനുഷ്യരിലും ഭാഗഭാക്കായി അവരുടെയും ഉത്തരവാദിത്വവും ഏറ്റെടുക്കണമെന്നാണ് അർത്ഥമാക്കുന്നത്. 'കർത്തൃത്വവാദം' അഥവാ 'കർത്തൃത്വ സിദ്ധാന്തം' രണ്ട് അർത്ഥങ്ങളിൽ വിശദമാക്കാം.

1) വ്യക്തിയുടെ പൂർണ്ണ സ്വാതന്ത്ര്യം

2) മനുഷ്യന് മനുഷ്യകർത്തൃത്വത്തിന് അപ്പുറത്തേക്ക് സഞ്ചരിക്കാൻ കഴിയില്ല. (ഞങ്ങളുടെ വിമർശകർ ഈ രണ്ട് പ്രസ്താവത്തിൽ ഒന്നിൽ തൂങ്ങിനിന്നാണ് ഞങ്ങളെ വിമർശിക്കുന്നത്). കർത്തൃത്വത്തെക്കുറിച്ചുള്ള ഈ ചിന്താഗതിയാണ് അസ്തിത്വവാദത്തിന്റെ ഏറ്റവും ആഴംകൂടിയ അർത്ഥം. പക്ഷേ, നേരത്തേ പറഞ്ഞതുപോലെ നിങ്ങൾ നിങ്ങളെ തെരഞ്ഞെടുക്കാൻ ബാധ്യസ്ഥരാണെന്ന് ഞങ്ങൾ ആഹ്വാനം ചെയ്യുമ്പോഴും നിങ്ങളുടെ തെരഞ്ഞെടുപ്പ് മറ്റുള്ളവർക്കുംകൂടിയുള്ള തെരഞ്ഞെടുപ്പാകണമെന്ന് നിങ്ങൾ മറക്കരുത്. (In choosing for himself he chooses for all men). ഇത് അസ്തിത്വവാദത്തിന്റെ പ്രതിബദ്ധതയാണ് സൂചിപ്പിക്കുന്നത്. മനുഷ്യന്റെ എല്ലാ പ്രവൃത്തിയും അവന്റെ ഇച്ഛയിൽനിന്നും ഉടലെടുക്കുന്നു, അതേസമയം മനുഷ്യനെക്കുറിച്ചുള്ള പ്രതിച്ഛായയിൽ അവൻ ആരോടോ കടപ്പെട്ടിരിക്കുന്നു. അതോ ഇതോ എന്ന തെരഞ്ഞെടുപ്പിന്റെ ഘട്ടം വരുമ്പോൾ മൂല്യം തെരഞ്ഞെടുപ്പിനെ സ്വാധീനിക്കുന്നു. അതുകൊണ്ടുതന്നെ ദുഷിച്ചതിനെ തെരഞ്ഞെടുക്കാൻ കഴിവില്ലാത്തവരാണ് നമ്മൾ. എപ്പോഴും നല്ലതിനെ നാം തെരഞ്ഞെടുക്കുന്നു. മറ്റുള്ളവർക്ക് നല്ലതായി തോന്നാത്ത ഒരു വസ്തു അത് അങ്ങനെയായി തുടരുന്നിടത്തോളംകാലം നമുക്കും അത് നല്ലതായി തോന്നില്ല. അതുമാത്രമല്ല, സത്തയ്ക്ക് മുമ്പ് അസ്തിത്വം എന്നുപറയുമ്പോൾ നാം നമ്മുടെ പ്രതിച്ഛായ നിർമ്മിച്ചു കഴിഞ്ഞു. നാം നമ്മെ തിരിച്ചറിയുന്ന കാലഘട്ടം വരെ ആ പ്രതിച്ഛായക്ക് സാധുത(validity)യുണ്ട്. അങ്ങനെ വരുമ്പോൾ നമ്മുടെ ചുമതലാബോധം നാം സങ്കല്പിക്കുന്നതിലും വളരെ അപ്പുറത്താണ്. ചിലപ്പോൾ അവയ്ക്ക് മാനവരാശിയോടൊപ്പം വ്യാപ്തി കാണും. ഒരു ഉദാഹരണം നോക്കാം. അത് എന്റെ (സാർത്ര്) ജീവിതത്തിൽ സംഭവിച്ചതാണ്. കുട്ടികൾ ഉണ്ടാവാൻവേണ്ടി ഞാൻ വിവാഹിതനായി. എന്റെ തീരുമാനം എന്റെ സാഹചര്യത്തിനും വികാരത്തിനും ആഗ്രഹത്തിനും അനുസരിച്ചായിരുന്നു. പക്ഷേ, ഞാൻ മാത്രം ചുമതലപ്പെട്ട എന്റെ തീരുമാനം മാനവികതയുടെയും തീരുമാനമായിരുന്നു. ഞാൻ ഒരേസമയം എന്നോടും സമൂഹത്തോടും പ്രതിജ്ഞാബദ്ധനായി എന്ന് ചുരുക്കം. മറ്റൊരുവിധത്തിൽ ഞാൻ മനുഷ്യന്റെ പ്രതിബിംബം സൃഷ്ടിക്കുകയായിരുന്നു. അതിനുശേഷം ഞാൻ അവയെപ്പോലെയാവാൻ തീരുമാനിച്ചു. മാതൃകാനിർമ്മാണത്തിൽ ഞാൻ സ്വയം മാതൃകയായി മാറുകയായിരുന്നു. നാം ചെയ്യുന്ന പ്രവൃത്തിക്ക് സമൂഹത്തിൽ മാതൃകയുണ്ട്. വ്യക്തി സ്വതന്ത്രമായി കൈക്കൊള്ളുന്ന തീരുമാനങ്ങൾ സ്വതന്ത്രമാണെന്നു തോന്നാമെങ്കിലും സമൂഹത്തിലെ മാതൃകയുമായി അത് കടപ്പെട്ടിരിക്കുന്നു. ഈ

പ്രതിബദ്ധത കേവലം ഉപരിപ്ലവമല്ല. മറിച്ച്, അവയ്ക്ക് മാനവരാശിയോളം പഴക്കവും വ്യാപ്തിയുമുണ്ട്. തെരഞ്ഞെടുപ്പിന്റെ ഘട്ടത്തിൽ വ്യക്തി മൂല്യത്തെ അളക്കുന്നത് സമൂഹത്തിന്റെ മൂല്യബോധത്തിലാണെന്നു വരുന്നു. അതുകൊണ്ടാണ് "ദുഷിച്ചതിനെ തെരഞ്ഞെടുക്കുവാൻ കഴിവില്ലാത്തവരാണ് നമ്മൾ" എന്ന് സാർത്ര് പറയുന്നത്. മറ്റൊരർത്ഥത്തിൽ "In choosing for himself he chooses for all men" എന്നുകൂടി സാർത്ര് കൂട്ടിച്ചേർക്കുന്നത്.

ദാർശനിക വ്യഥ(anguish), ത്യാഗം(abandonment), നൈരാശ്യം (Despair) തുടങ്ങിയ സാങ്കേതികപദങ്ങൾ ഈ ഘട്ടത്തിൽ നാം പരിചയപ്പെടേണ്ടിയിരിക്കുന്നു. ആദ്യമായി 'ദാർശനികവ്യഥ' എന്നതുകൊണ്ട് എന്താണ് അർത്ഥമാക്കുന്നത്? അസ്തിത്വവാദികൾ തുറന്ന് പ്രസ്താവിക്കുന്നതും ബലപ്പെടുത്താൻ ശ്രമിക്കുന്നതും "മനുഷ്യൻ ദാർശനികവ്യഥയിൽ അകപ്പെട്ടിരിക്കുന്നു" (Man is in anguish) എന്നുള്ളതുതന്നെ. ഇതുകൊണ്ട് നാസ്തിക അസ്തിത്വവാദികൾ അർത്ഥമാക്കുന്നത് ഒരു മനുഷ്യൻ ഒരു പ്രവൃത്തിക്ക് ചുമതലക്കാരനാവുമ്പോൾ അവന്റെ തെരഞ്ഞെടുപ്പ് അവനുവേണ്ടി മാത്രമാവരുത്. മറിച്ച്, മാനവസമൂഹത്തിന്റെ നിയമനിർമ്മാതാവാണ് താനെന്ന ബോധവും അവനുണ്ടായിരിക്കണം എന്നാണ്. ഈ നിമിഷം മുൻനിർത്തി മനുഷ്യന് ഒരിക്കലും തന്റെ അഗാധമായ ഉത്തരവാദിത്വത്തിൽനിന്ന് ഒളിച്ചോടാൻ കഴിയില്ലെന്ന് വരുന്നു. ഈ ചുമതലാബോധം തന്നെയാണ് ദാർശനികവ്യഥ. ഈ ചുമതലാബോധത്തിൽനിന്ന് ഒളിച്ചോടുന്നവൻ ദാർശനികവ്യഥയെ മറയ്ക്കുകയാണ് ചെയ്യുന്നത്. ഭൂരിഭാഗം ആളുകളും വിശ്വസിക്കുന്നത് ആരും നമുക്കുവേണ്ടി പ്രവർത്തിക്കാൻ തയ്യാറല്ലാത്തപ്പോൾ നാം അവർക്കുവേണ്ടിയെന്തിന് ചുമതല ഏറ്റെടുക്കണം എന്നാണ്. അപ്പോൾ നിങ്ങൾ അവരോട് ചോദിക്കുക – "എല്ലാവരും ഇങ്ങനെ ചിന്തിക്കുവാൻ തുടങ്ങിയാൽ എന്തായിരിക്കും അവസ്ഥ? അവരുടെ മറുപടി ചുമലുകൾ പ്രതിഷേധാർത്ഥത്തിൽ ചലിപ്പിച്ചുകൊണ്ട് ഇങ്ങനെയായിരിക്കും: "പക്ഷേ, എല്ലാവരും അങ്ങനെ ചെയ്യില്ലല്ലോ". പക്ഷേ, വാസ്തവത്തിൽ ഇത് ചുമതലാബോധത്തിൽനിന്നുള്ള ഒഴിഞ്ഞുമാറലാണ്. ഈ പലായനം ആത്മവഞ്ചന തന്നെയാണ്. സ്വയക്ഷമാപണത്തിനുവേണ്ടി അയാൾ ഇങ്ങനെ പറയുന്നു: "Everyone will not do it"(എല്ലാ മനുഷ്യരും അങ്ങനെ ചെയ്യുന്നില്ല). ഈ വാക്യത്തിലൂടെ അയാൾ മനഃസാക്ഷിയെ വഞ്ചിക്കുകയും പ്രാപഞ്ചിക മൂല്യങ്ങളെ നിരാകരിക്കുകയുമാണ് ചെയ്യുന്നത്. ഈ പലായനം യഥാർത്ഥത്തിൽ വ്യക്തിയുടെ ദാർശനികവ്യഥയെ മറയ്ക്കുകയാണ് ചെയ്യുന്നത്. കീർക്കേഗോർ വിശേഷിപ്പിച്ച 'അബ്രഹാമിന്റെ ദാർശനികവ്യഥ' (the anguish of Abraham) ഈ അവസരത്തിൽ കടന്നുവരുന്നു. ആ കഥ നിങ്ങൾക്ക് സുപരിചിതമാണ്: ദൈവദൂതൻ അബ്രഹാമിനോട് മകനെ ഉപേക്ഷിക്കാൻ ആജ്ഞാപിക്കുന്നു. അനുസരണം നിന്റെ കർത്തവ്യമാണെന്ന് ഓർമ്മിപ്പിക്കുന്നു. "അങ്ങനെ അബ്രഹാമിന് തന്റെ

മകനെ ബലി നില്കേണ്ടിവന്നു." പക്ഷേ, സംശയാലുവായ ഒരാൾ ഈ സംഭവത്തിൽ ഇങ്ങനെ അത്ഭുതം പ്രകടിപ്പിച്ചേക്കാം: "വാസ്തവത്തിൽ അത് ദൈവദൂതനായിരുന്നോ? യഥാർത്ഥത്തിൽ ഞാൻ തന്നെയാണോ അബ്രഹാം." അയാളുടെ സംശയം തുടരുന്നു: "ഇവയ്ക്കുള്ള തെളിവുകൾ എവിടെ? എന്റെ മുന്നിൽ ഒരു ദൈവദൂതൻ പ്രത്യക്ഷപ്പെട്ടാൽ അത് ദൈവദൂതനാണെന്നതിന് എന്താണ് തെളിവ്? അല്ലെങ്കിൽ ഞാൻ കേട്ട ശബ്ദം നരകത്തിൽനിന്നല്ല മറിച്ച് സ്വർഗ്ഗത്തിൽനിന്നാണെന്നുള്ളതിന് എന്താണ് തെളിവ്? അല്ലെങ്കിൽ അത് കടന്നുവന്നത് എന്റെ ഉപബോധ മനസ്സിൽനിന്നാണോ അല്ലെങ്കിൽ ഇത് രോഗലക്ഷണത്തെയാണോ കാണിക്കുന്നത്? ആ സന്ദേശം എനിക്കുവേണ്ടിയായിരുന്നുവെന്ന് ആർക്ക് തെളിയിക്കാൻ കഴിയും?"

എന്റെ തെരഞ്ഞെടുപ്പിന്റെ ചുമതലാബോധം ഞാൻ തന്നെയാണ് ചുമക്കാൻ ബാധ്യസ്ഥൻ എന്ന് ആർക്കാണ് തെളിയിക്കാൻ കഴിയുക? എന്റെ മനസ്സിലുള്ള മനുഷ്യൻ എന്ന ആശയം മാനവികവർഗ്ഗത്തെ മുഴുവൻ സംബോധന ചെയ്യണമെന്ന് ആർക്കാണ് തെളിയിക്കാൻ കഴിയുക? സാർത്രിനെ സംബന്ധിച്ചിടത്തോളം ഇവയ്ക്ക് മതിയായ തെളിവുകൾ നിരത്താനോ സ്വയം ബോധ്യപ്പെടുത്താനോ സാധിച്ചെന്നുവരില്ല. ഒരു ശബ്ദം ഞാൻ കേൾക്കുമ്പോൾ അത് ദൈവദൂതന്റെ ശബ്ദം തന്നെയാണോ അതോ അല്ലയോ എന്ന് എനിക്ക് തീർത്തുപറയാൻ കഴിയില്ല എന്ന് സാർത്ര് പറയുന്നു. ഒരു പ്രവൃത്തിയുടെ വികാസത്തെ ഞാൻ പരിഗണിക്കുകയാണെന്ന് കരുതുക. ആ പ്രവൃത്തി മോശമാണോ നല്ലതാണോ എന്ന് ഞാൻ പറയുന്നത് എന്റെ തെരഞ്ഞെടുപ്പുമായി ബന്ധപ്പെട്ടിരിക്കും. അല്ലാതെ ഞാൻ അബ്രഹാമാണെന്ന് തെളിയിക്കാൻ എനിക്ക് കഴിയില്ല. എന്നിരുന്നാലും ഞാൻ കടപ്പെട്ട പ്രവൃത്തികൾക്ക് ഞാൻ ഉത്തരവാദിയാണെന്ന് തീർത്തുപറയാൻ സാധിക്കും. എല്ലാ മനുഷ്യനും സകലതും അനുഭവിക്കേണ്ടിവരും. എന്നാലും ചെയ്യുന്ന പ്രവൃത്തികൾ ക്രമീകരിക്കാൻ അവരോരോരുത്തരും ബാധ്യസ്ഥരുമാണ്. അപ്പോൾ ഓരോ വ്യക്തിക്കും ഇങ്ങനെ പറയേണ്ടതായി വരും: "ഞാൻ പ്രവർത്തിക്കാൻ ബാധ്യസ്ഥനായ ഒരു മനുഷ്യനാണ്. അതുകൊണ്ടു തന്നെ എന്റെ പ്രവൃത്തികൾ മാനവരാശിയെ ക്രമീകരിക്കാൻ ഉതകുന്ന വിധത്തിലാവണം." ഒരാൾ ദാർശനികവ്യഥയെ മറച്ചുവെക്കുകയും അത് തുറന്നു പറയാതിരിക്കുകയും ചെയ്യുന്നു എന്ന് കരുതുക. അതുവഴി അയാൾ ചുമതലാബോധത്തിൽനിന്ന് ഒളിച്ചോടുകയാണ് ചെയ്യുന്നത്. ദാർശനികവ്യഥയ്ക്ക് ധ്യാനനിഷ്ഠവാദത്തിന്റെയും നിഷ്ക്രിയത്വത്തിന്റെയും അർത്ഥം നല്കുന്നത് ഇത്തരക്കാരാണ്. ഇത് ചുമതലാബോധത്തെ ദാർശനികവ്യഥയിൽനിന്ന് ഒഴിവാക്കാനുള്ള ബോധപൂർവ്വമായ ശ്രമമാണ്. യഥാർത്ഥത്തിൽ ദാർശനികവ്യഥയെന്നാൽ ചുമതലാബോധം തന്നെയാണ്. ചുരുക്കത്തിൽ തന്റെ കടമകൾ നിർവ്വഹിക്കുന്നവന്: അല്ലെങ്കിൽ, അതിനെപ്പറ്റി ബോധമുള്ളവന് മാത്രമേ ദാർശനികവ്യഥ അനുഭവ

പ്പെടാറുള്ളൂ. ഉദാഹരണത്തിന് ഒരു പട്ടാളമേലധികാരി ഒരു യുദ്ധത്തിന്റെ ചുമതല ഏറ്റെടുക്കുകയും ശത്രുവിനെ ആക്രമിക്കാൻ കുറെ സൈനികരെ അയയ്ക്കുകയും അവർ മരണമടയുകയും ചെയ്യുന്നതായി സങ്കല്പിക്കുക. ആ സൈനിക മേലധികാരി ചെയ്ത പ്രവൃത്തിക്ക് അയാൾ ഉത്തരവാദിയാണ്. ആ 'പത്ത്' സൈനികരുടെയും ജീവൻ പട്ടാള അധികാരിയുടെ പ്രവൃത്തിയുമായി നേരിട്ട് ബന്ധമുണ്ട്. അയാൾ അനുഭവിക്കുന്ന ചുമതലാബോധം യഥാർത്ഥത്തിൽ ദാർശനികവ്യഥ തന്നെയാണ്. എല്ലാ നേതാക്കളും ഈ ദാർശനികവ്യഥ അനുഭവിക്കുന്നുണ്ട്. പക്ഷേ, ഇത് അവരുടെ പ്രവൃത്തിക്ക് തടയായി മാറുന്നില്ല. നേരെ മറിച്ച് തന്റെ പ്രവൃത്തിയെ കൂടുതൽ ക്രമീകരിക്കാൻ അവരെ ഇത് പ്രാപ്തമാക്കുന്നു. അനേകമായ സാദ്ധ്യതകളിൽനിന്ന് അയാൾ ഒന്ന് തിരഞ്ഞെടുക്കുന്നു. അതിന്റെ മൂല്യം അതിന്റെ തിരെഞ്ഞെടുപ്പുമായി നേരിട്ട് ബന്ധപ്പെട്ടിരിക്കുന്നു. ഇതാണ് അസ്തിത്വവാദികൾ പറയുന്ന ദാർശനികവ്യഥ. അത് ഒരേസമയം വ്യക്തിയുടെ തീരുമാനവും മറ്റുള്ളവരെ പരിഗണിച്ചുകൊണ്ടുള്ളതുമാകുന്നു. മറ്റുള്ളവന്റെ ചുമതലാബോധം ഏറ്റെടുക്കാത്തവൻ ദാർശനികവ്യഥ അനുഭവിക്കുന്നില്ല. പ്രവൃത്തിയെ വ്യക്തിയിൽ നിന്നോ വ്യക്തിയെ പ്രവൃത്തിയിൽനിന്നോ അടർത്തിമാറ്റാൻ കഴിയില്ലെന്ന് നാസ്തിക അസ്തിത്വവാദം വാദിക്കുന്നു.

ത്യാഗ(abandonment)ത്തെക്കുറിച്ചാണ് ഇനി പറയുവാനുള്ളത്. ഇതിലൂടെ മൂല്യത്തെക്കുറിച്ചുള്ള വിശകലനത്തിൽ സാർത്ര് എത്തിച്ചേരുന്നു. ക്രൈസ്തവന്റെ മൂല്യബോധവും നാസ്തിക അസ്തിത്വവാദിയുടെ മൂല്യബോധവും രണ്ട് തട്ടിലാണ് ചെന്നുനില്ക്കുന്നതെന്ന് ഇത് തെളിയിക്കുന്നു. ത്യാഗത്തിന് നിഘണ്ടുവിൽ കാണുന്ന സാധാരണ അർത്ഥമല്ല അദ്ദേഹം നല്കുന്നത്. മറിച്ച്, അത് തെരഞ്ഞെടുപ്പിലേക്കും സ്വാതന്ത്ര്യത്തിലേക്കും നീളുന്നു.

ഹൈഡഗറിന്റെ ഇഷ്ടവാക്കായ 'ത്യാഗം' (abandonment) പരിഗണിക്കുമ്പോൾ നാം അർത്ഥമാക്കുന്നത് ദൈവം നിലനില്ക്കുന്നില്ല എന്നതുതന്നെ. അതുകൊണ്ടുതന്നെ അവന്റെ അഭാവം ആദ്യം മുതൽ അവസാനംവരെ വിലയിരുത്തേണ്ടതുണ്ട്. അസ്തിത്വവാദികൾ ചില മതേതര സദാചാരങ്ങൾക്ക് എതിര് നില്ക്കുന്നു. ആ മതേതര സദാചാരവാദം 1880 കളിൽ ഫ്രഞ്ച് പ്രൊഫസർമാർ നടത്തിയ മതേതര സദാചാരത്തെക്കുറിച്ചുള്ള അന്വേഷണമാണ്. അതിൽ അവർ ഇങ്ങനെയൊരു നിഗമനത്തിൽ ചെന്നെത്തുന്നു- "ദൈവം ഉപയോഗശൂന്യവും ചിലവുകൂടിയ സാങ്കല്പിക സിദ്ധാന്തവുമാണ്. അതിനാൽ നമുക്ക് അതിൽനിന്ന് ഒഴിഞ്ഞുനില്ക്കാം. എങ്കിലും നമുക്ക് സദാചാരത്തിലധിഷ്ഠിതമായ ഒരു സമൂഹവും ധർമ്മാനുവർത്തിയായ ഒരു ലോകവും വേണമെങ്കിൽ ചില മൂല്യങ്ങളെ നാം ഗഹനമായി പരിഗണിച്ചേ മതിയാവൂ. അത് സത്യത്തെ പ്രാഥമികമായി പരിഗണിക്കുക, കള്ളം പറയരുത്, ഭാര്യയെ തല്ലരുത്, കുട്ടികളെ നന്നായി പരിരക്ഷിക്കുക എന്നുള്ളതാണ്. ഇങ്ങനെ വരുമ്പോൾ

നമുക്ക് നല്ലൊരു മൂല്യബോധം കെട്ടിപ്പടുക്കാൻ കഴിയും. മറ്റൊരുതരത്തിൽ നമുക്ക് ഗ്രഹിക്കാവുന്ന ഒരു സ്വർഗ്ഗത്തിലെത്തിച്ചേരാൻ കഴിയും. പക്ഷേ, തീർച്ചയായും ദൈവം എന്നൊന്നില്ല." ഇവിടെ ദൈവം മരിച്ചെങ്കിലും അവ മുന്നോട്ടുവെച്ച മൂല്യങ്ങൾ തുടരുന്നതായി കാണാം. ദൈവപ്രമാണവും മൂല്യങ്ങളും അവർ കൈവെടിയാൻ തയ്യാറാകുന്നില്ല എന്ന് ചുരുക്കം. ഇതിന് കടകവിരുദ്ധമാണ് നാസ്തിക അസ്തിത്വവാദികളുടെ നിലപാട്. അവർ തീവ്രമായി ദൈവത്തിന്റെ അസ്തിത്വത്തെ ചോദ്യം ചെയ്യുന്നു. അവർ അവനെയും അവന്റെ മൂല്യങ്ങളെയും സുഗ്രാഹ്യമായ സ്വർഗ്ഗത്തെയും തള്ളിക്കളയുന്നു. 'നല്ലത്' എന്ന വാക്കിന് പ്രാഥമികമായി ഒന്നും നിർവ്വഹിക്കാനില്ലായെന്നും 'നല്ലത്' നിലനില്ക്കും എന്ന് എവിടെയും എഴുതിവെച്ചതായി കാണുന്നില്ലായെന്നും അവർ വാദിക്കുന്നു. നമ്മൾ ഇപ്പോൾ ഒരു നിരപ്പായ സ്ഥലത്താണ് നില്ക്കുന്നത്. അവിടെ മനുഷ്യർ മാത്രമേ ഉള്ളു എന്നവർ വാദിക്കുന്നു. ദസ്തയോവിസ്കി ഒരിക്കൽ ഇങ്ങനെ എഴുതുകയുണ്ടായി; "ദൈവം നിലനില്ക്കുന്നില്ലെങ്കിൽ എല്ലാം നമുക്ക് സാദ്ധ്യമാണ്" (If God did not exist, everything would be permitted). ഈ വാക്യമാണ് നാസ്തിക അസ്തിത്വവാദത്തിന്റെ പ്രവേശനകവാടം. ദൈവമില്ലെങ്കിൽ നമുക്കെല്ലാം സാദ്ധ്യമാകും, അതിന്റെ പരിണതമായി മനുഷ്യർ സ്വതന്ത്രരാവുന്നു. അതുകൊണ്ടുതന്നെ അവന് ഒരേ സമയം ആന്തരികവും ബാഹ്യവുമായും ആരെയും ആശ്രയിക്കാതെ നിലനില്ക്കാൻ കഴിയുന്നു. അസ്തിത്വം ആശയത്തിനു (സത്തയ്ക്ക്) മുൻപ് കടന്നുവരുമ്പോൾ, ഒരാൾ ചെയ്യുന്ന പ്രവൃത്തിക്ക് പരമ്പരാഗത മൂല്യവുമായി സംശയനിവൃത്തി വരുത്തുക എന്ന ബാദ്ധ്യതയിൽനിന്ന് അല്ലെങ്കിൽ ചെയ്തത് നല്ലതോ കെട്ടതോ എന്ന ചോദ്യത്തിൽനിന്ന് വ്യക്തി മോചിതനാവുന്നു. മറ്റൊരർത്ഥത്തിൽ മാനവികൻ സ്വാതന്ത്ര്യം പ്രഖ്യാപിക്കുന്നു. (Man is free, Man is freedom) അങ്ങനെ ദൈവകല്പനയിൽനിന്നും അവന്റെ മൂല്യബോധത്തിൽനിന്നും വ്യക്തി സ്വതന്ത്രരാവുന്നു. അങ്ങനെ നാം ആരുടെയും പിറകിലാവുന്നില്ല. അതുപോലെതന്നെ നമ്മെ ഭരിക്കാൻ ഒരു ന്യായ സംഹിതയും നാം നമ്മുടെ മുന്നിലേക്ക് എറിയുന്നുമില്ല. അതുകൊണ്ടുതന്നെ കുറ്റബോധം നമ്മെ വേട്ടയാടുന്നില്ല. മനുഷ്യൻ സ്വതന്ത്രനാവാൻ ക്രൂരമായി വിധിക്കപ്പെട്ടവനാണെന്ന് സാർത്ര് പറഞ്ഞത് ഇതുകൊണ്ടാണ്. പക്ഷേ, ഈ സ്വാതന്ത്ര്യം മറ്റു മനുഷ്യരോടുള്ള വ്യക്തിയുടെ പ്രതിബദ്ധതയിൽ വിള്ളലുണ്ടാക്കുന്നു എന്ന് ചിന്തിക്കുന്നതിൽ അർത്ഥമില്ല. മറിച്ച് ഇത് അവനെ കൂടുതൽ ചുമതലാബോധമുള്ളവനാക്കിത്തീർക്കുന്നു. അസ്തിത്വവാദികൾ വികാരത്തിന്റെ ശക്തിയിൽ വിശ്വസിക്കുന്നില്ല. (The existentialist does not believe in the power of passion). അതേസമയം ബൃഹത്തായ വികാരത്തെ നാശോന്മുഖമായി അയാൾ പരിഗണിക്കുന്നുമില്ല. എല്ലാ മനുഷ്യരും അവനവന്റെ വികാരത്തോട് പ്രതിബദ്ധത പുലർത്തണമെന്ന് അയാൾ വിശ്വസിക്കുന്നു. ഏതിന്റെയെങ്കിലും പിന്തുണയോ സഹായമോ ഇല്ലാതെ തന്നെ എല്ലാ മനു

ഷ്യരും മനുഷ്യനെ പുനർനിർമ്മിച്ചുകൊണ്ടിരിക്കണമെന്ന് അയാൾ ശഠിക്കുന്നു. പോങ്ഗ് (Ponge) ഒരു സുന്ദരമായ ലേഖനത്തിൽ ഇങ്ങനെ പറയുകയുണ്ടായി; "മനുഷ്യനെന്നത് മനുഷ്യന്റെ ഭാവിയാണ്" (Man is the future of Man) ഇത് ശരിയായ ഒരു പ്രസ്താവനയാണ്. പക്ഷേ, ഒരാൾ ഈ വാക്യത്തെ ഇങ്ങനെ വ്യാഖ്യാനിക്കുന്നുവെന്ന് കരുതുക– "ഭാവി നിർണ്ണയിക്കുന്നത് സ്വർഗ്ഗമാണ്. ആ സ്വർഗ്ഗമാകട്ടെ ദൈവക്ലപനയ്ക്ക് വിധേയവും." ഇങ്ങനെ വരുമ്പോൾ മുൻ പ്രസ്താവം തെറ്റാവുന്നു. കാരണം, അവിടെ ഭാവി അസ്ഥിരമാണ്. എന്നാൽ മറ്റൊരാൾ ഇങ്ങനെ വ്യാഖ്യാനിക്കുന്നതായി കരുതുക– "എന്തൊക്കെയായാലും മനുഷ്യൻ പ്രത്യക്ഷനാണ്. കന്യകയും സുന്ദരവുമായ ഒരു ഭാവി അവനെ കാത്തിരിക്കുന്നു." ഈ അർത്ഥത്തിൽ പോങ്ഗിന്റെ പ്രസ്താവന തീർത്തും ശരിയാണ്. കാരണം, ഭാവിയെ സൃഷ്ടിക്കുന്നത് അവനവൻതന്നെയാണ്.

'ത്യാഗ' (abandonment)ത്തെക്കുറിച്ച് അതിന്റെ വ്യാപ്തിയെക്കുറിച്ച് ഒരു ഉദാഹരണത്തിലൂടെ വ്യക്തമാക്കാം. സാർത്രിന്റെ ഒരു വിദ്യാർത്ഥിയുടെ അനുഭവമാണ് ഇത്. താഴെ കൊടുക്കുന്ന സന്ദർഭമാണ് അന്വേഷണവിഷയം. അവന്റെ അച്ഛൻ അവന്റെ അമ്മയോട് വഴക്കുണ്ടാക്കാറുണ്ടായിരുന്നു. അതേസമയം "സഹകാരി" എന്ന നിലയിൽ ചായ്‌വോടെ വീക്ഷിക്കാറുമുണ്ടായിരുന്നു. 1940 ലെ ജർമ്മൻ കടന്നാക്രമണത്തിൽപ്പെട്ട് അവന്റെ മൂത്തസഹോദരൻ കൊല്ലപ്പെടുകയുണ്ടായി. ഈ സംഭവം അവനിൽ പ്രതികാരബോധമുണർത്തി. പക്ഷേ, അവന്റെ അമ്മ ഇപ്പോൾ അവനുവേണ്ടി മാത്രമാണ് ജീവിക്കുന്നത്. അവനോടൊപ്പമാണ് അവരുടെ താമസം. അവന്റെ അച്ഛനിൽ മൂത്തമകന്റെ മരണത്തോടെ രാജ്യദ്രോഹക്കുറ്റം ചുമത്തപ്പെട്ടു. അങ്ങനെ അവന്റെ അമ്മയുടെ ഏകസമാശ്വാസം അവനായി. ഈ ഘട്ടത്തിൽ രണ്ട് സാദ്ധ്യതകളാണ് അവനുണ്ടായിരുന്നത്. ഒന്ന്, ഇംഗ്ലണ്ടിൽ പോയി Free French Forces ൽ ചേരുക, രണ്ട്, അമ്മയെ സേവിച്ച് അമ്മയ്ക്കുവേണ്ടി ജീവിക്കുക. ഈ ഘട്ടത്തിൽ ഒരു കാര്യം അവനുറപ്പുണ്ടായിരുന്നു. അത് തന്റെ അഭാവമോ തിരോധാനമോ അമ്മയെ തീവ്രവിഷാദയാക്കും എന്നതായിരുന്നു. അമ്മയ്ക്കുവേണ്ടി അനുഷ്ഠിക്കുന്ന ഓരോ പ്രവൃത്തിയും അവരെ ജീവിതത്തിലേക്ക് തിരിച്ചുകൊണ്ടുവരുന്നതിന് സഹായമാകും എന്ന് അവൻ മനസ്സിലാക്കി. അതേസമയം യുദ്ധത്തിന് പുറപ്പെട്ടാൽ പൂഴിയിൽ വെള്ളമൊഴിക്കുന്നതുപോലെ അർത്ഥരഹിതമായ ഒരു പ്രവൃത്തിയായി മാറും. ഉദാഹരണത്തിന്, ഇംഗ്ലണ്ടിലേക്ക് പുറപ്പെടുകയാണെങ്കിൽ സ്പെയിൻ വഴിയുള്ള യാത്രയിൽ തനിക്ക് അപരിചിതമായ സ്പാനിഷ് ക്യാമ്പിൽ തങ്ങേണ്ടിവരും. അല്ലെങ്കിൽ ഇംഗ്ലണ്ടിലോ അൾജീറിയയിലോ അപേക്ഷകൾ പൂരിപ്പിക്കുന്ന ഒരു ഉദ്യോഗസ്ഥനായി അവൻ നിയമിക്കപ്പെട്ടേക്കാം. നേരത്തേ പറഞ്ഞതുപോലെ രണ്ടു സാദ്ധ്യതകൾ അവനു മുന്നിൽ തുറന്നു കിടക്കുന്നു. ഒന്ന് തീർത്തും വൈയക്തികവും മറ്റേത് കാരണം വ്യക്തമല്ലാത്ത, മാർഗവും വ്യക്തമല്ലാത്ത ഒരു പ്രവൃത്തിയിലേക്ക് (ദേശീയ കൂട്ടായ്മയി

ലേക്ക്) നീങ്ങുക എന്നതുമാണ്. അതേസമയം വ്യത്യസ്തങ്ങളായ രണ്ട് സദാചാരബോധവും അവന്റെ മനസ്സിലേക്ക് കടന്നുവന്നു. ഒന്ന്, അനുകമ്പയുടെ സദാചാരം (Morality of sympathy) രണ്ട്, കുറച്ചുകൂടി വ്യാപ്തവും എന്നാൽ വിവാദാസ്പദവുമായ സദാചാരം. ഇതിൽ ഏതെങ്കിലും ഒന്ന് അവന് തെരഞ്ഞെടുക്കേണ്ടിയിരിക്കുന്നു. തെരഞ്ഞെടുപ്പിന് എന്തായിരിക്കും അവനെ സഹായിക്കുക? ക്രിസ്ത്യൻ സിദ്ധാന്തമായിരിക്കുമോ അത്? അല്ല. ക്രിസ്ത്യൻ സിദ്ധാന്തം ഇങ്ങനെ പറയുന്നു; “അനുകമ്പയോടെ പ്രവർത്തിക്കുക, അയൽക്കാരനെ സ്നേഹിക്കുക, മറ്റുള്ളവർക്ക് മാപ്പ് നല്കുക, ഏറ്റവും ദുഷ്കരമായ മാർഗ്ഗം സ്വീകരിക്കുക” - ഇങ്ങനെ പോകുന്നു അത്. പക്ഷേ, എന്താണ് ഏറ്റവും ദുഷ്കരമായ പാത? അമ്മ (or) രാജ്യസ്നേഹം ഇതിൽ ഏത് സ്വീകരിക്കും? ഇതിന് ഏതെങ്കിലും സദാചാരപുസ്തകം അർത്ഥം നല്കുന്നുണ്ടോ- കാന്റിന്റെ സദാചാരം ഇങ്ങനെയാണ് പറയുന്നത്- “മറ്റുള്ളവരെ ഒരു മാർഗമായി പരിഗണിക്കരുത്. പക്ഷേ, സമാപനം അവർക്കുവേണ്ടിയുള്ളതായിരിക്കണം.” നല്ലത്. ഞാൻ അമ്മയെ പരിഗണിച്ചാൽ അവർ എല്ലാത്തിനും അന്ത്യമായിരിക്കും, ഒരു മാർഗ്ഗമല്ല. അതേ അടയാളത്തിൽ ഞാൻ അമ്മയെ മാർഗ്ഗമായി സ്വീകരിച്ചാൽ അത് അപകടമാകും. കാരണം ഞാൻ എന്റെ താല്പര്യങ്ങൾക്ക് വേണ്ടിയാണ് പ്രവർത്തിക്കുന്നത്. നേർവിപരീതമായി, ഇതും ശരിയാണ്. ഞാൻ യുദ്ധപടയാളിയാകാൻ പോയാൽ ഞാൻ അത് സമാപനമായി കാണുന്നു. അമ്മയെ മാർഗ്ഗമായി സ്വീകരിക്കുന്ന ചുമതലയാണ് ഞാൻ ഏറ്റെടുക്കുന്നത്.

ഈ പ്രതിസന്ധിയിൽ സാർത്ര് ആ യുവാവിന് നല്കിയ മറുപടി ഇതായിരുന്നു. വികാരങ്ങൾ രൂപംകൊള്ളുന്നത് ഒരാൾ ചെയ്യുന്ന പ്രവൃത്തിയിൽ നിന്നാണ്. അതിനാൽ പ്രവൃത്തിക്ക് വഴികാട്ടിയെന്ന നിലയിൽ ഉപദേശം നല്കാൻ എനിക്കു കഴിയില്ല. അതുകൊണ്ടുതന്നെ എന്നോട് സ്വയം ആരാഞ്ഞ് പ്രവൃത്തിക്ക് വിശ്വസനീയമായ ഒരു പ്രചോദനം നല്കാൻ എനിക്കു കഴിയില്ല. അതുപോലെ ഒരു സദാചാരത്തിന് രൂപം നല്കി സ്വയം പ്രവൃത്തിക്ക് പ്രാപ്തനാകാനും കഴിയില്ല. നിങ്ങൾക്ക് പറയാൻ സാധിക്കും പക്ഷേ, ആ യുവാവിന് അത് സാധിച്ചുവല്ലോ എന്ന്. കാരണം അവൻ അവന്റെ പ്രൊഫസറോട് (സാർത്രിനോട്) ഉപദേശം ആരാഞ്ഞു. പക്ഷേ, ഒരു പര്യാലോചനയ്ക്ക് നിങ്ങൾ തയ്യാറാവണം. ഒരു പക്ഷേ, അവൻ ഒരു പുരോഹിതനെയാണ് ഉപദേശത്തിനായി സന്ദർശിച്ചത് എന്ന് കരുതുക. അയാൾ എന്താണ് ഉപദേശിക്കാൻ പോകുന്നതെന്ന് നമുക്ക് മുൻകൂറായി വായിക്കാൻ കഴിയും. പക്ഷേ, “നീ സ്വതന്ത്രനാണ്. അതുകൊണ്ട് നീ സ്വയം തെരഞ്ഞെടുക്കണം”-എന്നാണ് സാർത്ര് മറുപടി പറഞ്ഞത്. അതിന്റെ അർത്ഥം നീ നിന്നെ പുനർനിർമ്മിക്കണം എന്നാണ്. സദാചാരത്തിന്റെ ഒരു നിയമവും നീ എന്തുചെയ്യാൻ കടപ്പെട്ടിരിക്കുന്നുവെന്ന് കാണിച്ചുതരില്ല. ലോകത്തിലെ ഒരു ചിഹ്നവും നിന്നോട് കൃപ കാട്ടില്ല. അതിനാൽ നീ സ്വയം കണ്ടെത്തുക. അതുകൊണ്ടാണ്

സാർത്ര് 'ത്യാഗം' (abandonment) എന്ന വാക്കിന്റെ അർത്ഥമായി "നാം സ്വയം നമ്മുടെ സത്തയെ തീരുമാനിക്കുക" എന്നുപറഞ്ഞത്. അതുതന്നെയാണ് ത്യാഗത്തിന്റെ ദാർശനികവ്യാഖ്യാനം. ഇത് നിഘണ്ടുവിൽ കാണുന്ന അർത്ഥത്തിൽ നിന്ന് വളരെ അകലെയാണെന്നത് വ്യക്തമാണല്ലോ. അതുകൊണ്ട് ത്യാഗം 'ദാർശനികവ്യഥ'(anguish)യിലേക്കു നീളുന്നു.

'നൈരാശ്യ'(Despair)ത്തെക്കുറിച്ചാണ് അടുത്തതായി പറയുവാനുള്ളത്. ഇത് വളരെ ലളിതമായ സങ്കേതമാണ്. നമ്മുടെ ആഗ്രഹങ്ങളോടുള്ള നമ്മുടെ ആശ്രിതത്വം പരിമിതപ്പെടുത്തണമെന്നാണ് ഇത് വാദിക്കുന്നത്. അല്ലെങ്കിൽ സംഭാവ്യതയുടെ ആകത്തുകയ്ക്ക് പകരം നമുക്ക് സാദ്ധ്യമായ പ്രവൃത്തിക്ക് പ്രാധാന്യം നല്കുക. എന്തെങ്കിലും ആഗ്രഹം ഏതുസമയത്തും നമ്മുടെ കൂടെയുണ്ട്. അതുകൊണ്ടുതന്നെ സംഭാവ്യതയുടെ ഘടകാംശം എപ്പോഴും നിലനില്ക്കുന്നു. ഒരു കൂട്ടുകാരന്റെ വരവിനായി ഞാൻ കാത്തുനില്ക്കുന്നതായി കരുതുക. ഒരുവേള അയാൾ വരുന്നത് ട്രെയിനിലോ ട്രാംവണ്ടിയിലോ ആയിരിക്കാം. ആ ട്രെയിൻ നിശ്ചിത സമയത്ത് വരും അല്ലെങ്കിൽ അത് പാളം തെറ്റില്ല എന്ന് ഞാൻ മുൻകൂട്ടി ചിന്തിക്കുന്നു. ഇവിടെ ഞാൻ സാദ്ധ്യതകളുടെ ഒരു മണ്ഡലത്തിലാണ് നില്ക്കുന്നത്. ഇവിടെ എനിക്ക് പറയുവാനുള്ളത് ഒരാൾ ഒരിക്കലും അയാളുടെ പ്രവൃത്തിയുമായി ബന്ധമില്ലാത്ത അല്ലെങ്കിൽ പ്രവൃത്തിക്ക് അപ്പുറം പോകുന്ന സാദ്ധ്യതകളെ ആശ്രയിക്കരുത് എന്നുതന്നെയാണ്. സാദ്ധ്യതകളെ പരിഗണിക്കുന്നത് അവന്റെ പ്രവൃത്തിയുമായി ബന്ധപ്പെട്ടായിരിക്കണം. സാദ്ധ്യത ഒരാളുടെ പ്രവൃത്തിയെ നശിപ്പിക്കുന്നതാണെങ്കിൽ ആ സാദ്ധ്യത തെരഞ്ഞെടുക്കാതിരിക്കുക. ഇതിന്റെയർത്ഥം ഞാൻ നിസ്വാർത്ഥമായി എന്നോട് കടപ്പെട്ടിരിക്കുന്നു എന്നുതന്നെയാണ്. ഇവിടെ ദൈവമുണ്ടെങ്കിൽ ലോകവും അവയുടെ എല്ലാ സാദ്ധ്യതകളും എന്റെ ആഗ്രഹങ്ങൾക്കുവേണ്ടിയാണ് നിലനില്ക്കുന്നത് എന്ന് ചിന്തിച്ചുവശാകാൻ സാദ്ധ്യതയുണ്ട്. പക്ഷേ, സാർത്ര് ദൈവത്തിൽ വിശ്വസിക്കുന്നില്ല. അതിനാൽ വ്യക്തിയുടെ പ്രവൃത്തിക്കാണ് അവിടെ പ്രാധാന്യം. ലോകത്തെ അപേക്ഷിച്ച് വ്യക്തി അവനെ തന്നെയാണ് കീഴടക്കേണ്ടതെന്ന് ദെക്കാർത്ത് പറയുമ്പോൾ സാർത്ര് അതിന് അർത്ഥം നല്കുന്നത് ആശ മുൻനിർത്തിയാവരുത് നമ്മുടെ പ്രവൃത്തി എന്നതു തന്നെ. കുറച്ചുംകൂടി വ്യക്തമാക്കിയാൽ: "ലക്ഷ്യമെന്താണോ അതാണ് മനുഷ്യൻ. അവൻ എന്താണെന്ന് സ്വയം തിരിച്ചറിയുന്നതിലൂടെ മാത്രമേ അവനിൽ അസ്തിത്വം ഉടലെടുക്കുന്നുള്ളൂ. അതുകൊണ്ട് വ്യക്തി അവന്റെ പ്രവൃത്തിയുടെ കൂട്ടായ്മയാണ്. തന്റെ ജീവിതം എന്തിനുവേണ്ടിയാണെന്ന് അവൻ തിരിച്ചറിഞ്ഞേ മതിയാവൂ." ഞങ്ങളുടെ ഈ പാഠ്യപദ്ധതി ചില വ്യക്തികളെ ഞെട്ടിക്കുന്നു. ഇവർ സ്വന്തം ചുമതലാബോധം ഏറ്റെടുക്കാത്തവരും അതിന്റെ പാർശ്വഫലങ്ങൾ മറ്റുള്ളവരുടെമേൽ ചുമത്തുന്നവരുമാണ്. അതുകൊണ്ട് അവരുടെ നൈരാശ്യം ഇങ്ങനെ

പോകുന്നു: "സാഹചര്യം എനിക്ക് അനുകൂലമല്ലായിരുന്നു. നേരത്തെയുള്ളതിനേക്കാൾ ഞാൻ ഇന്ന് യോഗ്യയാണ്. എനിക്ക് നല്ല പ്രേമബന്ധമോ സൗഹൃദമോ ഉണ്ടായിരുന്നില്ലെന്നത് ഞാൻ സമ്മതിക്കുന്നു. പക്ഷേ, അതിനുകാരണം എനിക്ക് അനുയോജ്യമായ ഒരു സ്ത്രീയോ പുരുഷനോ ഉണ്ടായിരുന്നില്ല. എനിക്കു നല്ല നല്ല പുസ്തകങ്ങൾ രചിക്കാൻ കഴിഞ്ഞില്ല. വിശ്രമവേളകൾ ലഭിക്കാത്തതാണ് അതിനുകാരണം. എനിക്കു കുട്ടികൾ ഉണ്ടാവുന്നില്ലെങ്കിൽ അത് എനിക്ക് അനുയോജ്യനായ ഒരു പുരുഷനെ ലഭിക്കാത്തതുകൊണ്ടാണ്." പക്ഷേ, ഒരു അസ്തിത്വവാദി ഒരിക്കലും ഇങ്ങനെ ചിന്തിക്കില്ല. അവർ ഇങ്ങനെ ചിന്തിക്കും; "സ്നേഹത്തിന് സ്നേഹമെന്ന പ്രവൃത്തിയിൽ നിന്ന് വേറിട്ട് നിലനില്ക്കാൻ കഴിയില്ല. വെളിപ്പെടുത്താത്ത സ്നേഹം സ്നേഹത്തിന്റെ സാദ്ധ്യതയെ ഇല്ലാതാക്കുന്നു. തന്റെ സർഗ്ഗസൃഷ്ടിയിലൂടെ പ്രാവീണ്യം തെളിയിക്കാത്ത വ്യക്തിയെ പ്രതിഭയായി കാണാൻ കഴിയില്ല. മാർഷൽ പ്രൂസ്റ്റിന്റെ പ്രതിഭ പ്രൂസ്റ്റിന്റെ കൃതികളിലൂടെയാണ് വായിച്ചെടുക്കേണ്ടത്. അയാൾക്കു ചെയ്തുതീർക്കാൻ കഴിയാത്ത ഒരു പ്രവൃത്തിയുടെ പേരിൽ ആരും അയാളെ ബഹുമാനിക്കില്ല. വാസ്തവികതയെ മാത്രമേ വിശ്വസിക്കാൻ കഴിയൂ. നിരർത്ഥകമായ സ്വപ്നവും പ്രതീക്ഷയും പ്രസാദാത്മകതയേക്കാൾ നിഷേധാത്മകതയാണ് ക്ഷണിച്ചുവരുത്തുന്നത്." –ഇവിടെ സ്വന്തം പ്രവൃത്തിയിലൂടെ മാത്രമേ ഒരു വ്യക്തിക്ക് തന്റെ അസ്തിത്വത്തെ സ്ഥാപിക്കാൻ കഴിയുകയുള്ളൂ എന്ന് വ്യക്തമാണ്.

ഞങ്ങൾ മുന്നോട്ടു വെക്കുന്ന ഈ ചിന്താപദ്ധതി നിരാശാവാദത്തെക്കാൾ വിട്ടുവീഴ്ചയില്ലാത്ത ശുഭപ്രതീക്ഷാവാദമാണ്. ഞങ്ങൾ നിർമ്മിച്ച കഥാസാഹിത്യത്തെ മുൻനിർത്തി പൊതുജനങ്ങൾ ഞങ്ങളെ പരിഹസിക്കാറുണ്ട്. ഞങ്ങളുടെ കഥാപാത്രങ്ങൾ ഹീനനും ദുർബ്ബലനും ഭീരുവുമാണെന്ന് അവർ പറയുന്നു. നിങ്ങൾ ഒരുപക്ഷേ, ഇങ്ങനെ പറഞ്ഞേക്കാം; "നിങ്ങളുടെ കഥാപാത്രങ്ങൾ ഇത്തരത്തിലാവാൻ കാരണം കഥാപാത്രത്തിന്റെ പൈതൃകദോഷമാണ്. അല്ലെങ്കിൽ സാഹചര്യങ്ങൾ അവരെ അങ്ങനെയാക്കിത്തീർക്കുന്നു. അതുമല്ലെങ്കിൽ, മാനസികവും ജൈവികവുമായ തകരാറാണ് ഇതിന് കാരണം." പക്ഷേ, ഒരു അസ്തിത്വവാദിയുടെ നിലപാട് ഒരിക്കലും ഇതായിരിക്കില്ല. അസ്തിത്വവാദി ഒരു ഭീരുവിന്റെ ഛായാചിത്രം രചിക്കുകയാണെന്നു കരുതുക. തന്റെ ഭീരുത്വത്തിന് ഉത്തരവാദി താൻ തന്നെയാണെന്ന് കഥാപാത്രം പ്രകടിപ്പിക്കുന്നു. ഭീരുത്വം നിറഞ്ഞ ഹൃദയമോ ശ്വാസകോശമോ മസ്തിഷ്കമോ അല്ല തന്റെ ഭീരുത്വത്തിന് കാരണമെന്ന് കഥാപാത്രം നമുക്ക് കാണിച്ചുതരുന്നു. മറിച്ച്, അവന്റെ പ്രവൃത്തി ഭീരുത്വം നിറഞ്ഞതുകൊണ്ടാണ് അവൻ ഭീരുവായിത്തീർന്നത്. (He is like that because he has made himself, into a coward by his actions). പ്രവൃത്തിയാണ് ഒരാളെ ധീരനോ ഭീരുവോ ആക്കുന്നത്. അല്ലാതെ അവയവനിർമ്മാണത്തിൽപ്പെട്ട പാകപ്പിഴയോ പൈതൃകദോഷമോ അല്ല. ഭീരുത്വത്തെ നാഡീസംബന്ധമായ വിഷയമോ

ചോരയുടെ പ്രശ്നമോ ആയോ വിലയിരുത്തുന്നത് ഉചിതമായിരിക്കില്ല. ഭീരുത്വത്തെ നിർവ്വചിക്കുന്നത് ഒരുവൻ നിർവ്വഹിച്ച അവന്റെ പ്രവൃത്തിയുടെ മാനദണ്ഡത്തിലായിരിക്കണം. പക്ഷേ, ജനങ്ങൾക്ക് ഇങ്ങനെ ചിന്തിക്കാനാണ് ഇഷ്ടം; "ഒരാൾ ജനിക്കുമ്പോൾത്തന്നെ അയാൾ നായകനോ ഭീരുവോ ആകുന്നു." അതുകൊണ്ട് ഞങ്ങളോട് അവർ ഇങ്ങനെ പരാതി പറയുന്നു; "പക്ഷെ, ഹീനനായ ഒരു മനുഷ്യനെ നിങ്ങൾക്കെങ്ങനെ നായകനാക്കാൻ കഴിയുന്നു?" അവർ ഈ പറഞ്ഞതിൽനിന്ന് ഒരു കാര്യം വ്യക്തമാണ്. നിങ്ങൾ ഭീരുവായി ജനിച്ചാൽ നിങ്ങളുടെ ജീവിത്തിലുടനീളം ഈ ഭീരുത്വം കൂടെയുണ്ടാകും. നേരെമറിച്ച്, നിങ്ങൾ ഒരു നായകനായി ജനിച്ചാൽ നിങ്ങളുടെ ജീവിതത്തിലുടനീളം നിങ്ങൾ നായകനായിരിക്കും. കുടിക്കുന്നതിലും കഴിക്കുന്നതിലുംവരെ ആ നായകത്വം നിങ്ങളിൽ കാണാൻ സാധിക്കും. പക്ഷേ, ഒരു നാസ്തിക അസ്തിത്വവാദിയുടെ കർത്തവ്യബോധം പറയുന്നത് ഭീരു സ്വയം ഭീരുവാകുകയും നായകൻ സ്വയം നായകനാവുകയുമാണ് ചെയ്യുന്നത് എന്നാണ്. അതുകൊണ്ട് ഭീരുവിന് ഭീരുത്വത്തെ ത്യജിക്കാനും നായകന് നായകത്വത്തെ ത്യജിക്കാനും കഴിയും. ഒരു സംഗതിയോ അല്ലെങ്കിൽ ഒരു പ്രത്യേക പ്രവൃത്തിയെയോ മാത്രമായി കണക്കിലെടുക്കാതെ ആകത്തുകയെ കണക്കിലെടുക്കുമ്പോഴാണ് ഈ സാദ്ധ്യത തെളിഞ്ഞുവരുന്നത്.

നാസ്തിക അസ്തിത്വവാദത്തിനെതിരെ ഉയർന്നുവന്ന ആരോപണങ്ങളിൽ കഴമ്പില്ലെന്ന് നാം കണ്ടുകഴിഞ്ഞു. ഇത് ഒരു ധ്യാനനിഷ്ഠവാദമല്ലെന്നും അതുപോലെ മനുഷ്യന്റെ വിഷാദാത്മകതയെ വർണ്ണിക്കുന്ന പ്രസ്ഥാനമല്ലെന്നും മറിച്ച് പ്രസാദാത്മകതയ്ക്കാണ് അവ ഊന്നൽ നല്കുന്നതെന്നും നാം മനസ്സിലാക്കി. മാത്രമല്ല, അവ മനുഷ്യന്റെ പ്രവൃത്തിക്കും അവന്റെ ആത്മ-പ്രതിബദ്ധതയ്ക്കും ഊന്നൽ നല്കുകയാണ് ചെയ്യുന്നതെന്നും കണ്ടുകഴിഞ്ഞു. എങ്കിലും ഇനിയും ഞങ്ങളുടെമേൽ ആക്ഷേപം നിലനില്ക്കുന്നു. മനുഷ്യനെ വ്യക്തി കർത്തൃത്വമായി തരം താഴ്ത്തുന്നു എന്നതാണ് ഇതിൽ പ്രധാനം. നേരത്തേ പറഞ്ഞതുപോലെ ഇതും ഞങ്ങളുടെമേലുള്ള ജനങ്ങളുടെ തെറ്റായ ധാരണയാണ്.

ഇനിയുള്ള അന്വേഷണം അതുകൊണ്ടുതന്നെ വ്യക്തി കർത്തൃത്വത്തെക്കുറിച്ചാണ്. അത് തീർച്ചയായും ഒരു ദാർശനികപ്രശ്നമാണ്. ഇവിടെ ദെക്കാർത്തിന്റെ ഉദ്ധരണി ശ്രദ്ധിക്കുക; "ഞാൻ ചിന്തിക്കുന്നു അതുകൊണ്ട് ഞാനുണ്ട്" (I think, therefore I am). പ്രജ്ഞയെക്കുറിച്ചുള്ള സമ്പൂർണ്ണമായ ഒരു സത്യമാണ് ഇത്. എല്ലാ സിദ്ധാന്തങ്ങളും ആരംഭിക്കുന്നത് മനുഷ്യനുമായി ബന്ധപ്പെട്ടാണ്. സ്വയം സാദ്ധ്യതയ്ക്ക് അപ്പുറമുള്ള എല്ലാ സിദ്ധാന്തങ്ങളും സത്യത്തെ സമർപ്പണം ചെയ്യുന്നു. ഏതു സിദ്ധാന്തമായാലും അത് സത്യത്തോട് കൂടിച്ചേരുന്നില്ലെങ്കിൽ തകരുക തന്നെ ചെയ്യും. ഇതുമായി ബന്ധപ്പെട്ട് ഓരോ വ്യക്തിയും സത്യം പ്രാപിക്കുക തന്നെ വേണം. സമ്പൂർണ്ണമായ ഒരു സത്യം നിലനിന്നേ മതിയാവൂ. ആ സത്യമാകട്ടെ വളരെ ലളിതമായിരിക്കണം. അതുമാത്രമല്ല, ആ

സത്യം എല്ലാ വ്യക്തിക്കും എളുപ്പം നേടാനും കഴിയണം.

രണ്ടാമതായി, ഈ സിദ്ധാന്തം മനുഷ്യന്റെ പ്രതാപത്തെ വിളിച്ചറിയിക്കുന്നതാണ്. ഈ സിദ്ധാന്തം മാത്രമാണ് മനുഷ്യനെ പദാർത്ഥ(object) മാക്കി തരം താഴ്ത്താത്തത്. എല്ലാത്തരം ഭൗതികവാദങ്ങളും മനുഷ്യൻ പ്രത്യേകിച്ച് വ്യക്തിയെ പദാർത്ഥമാക്കി മാറ്റുന്നു. മേശ, കസേര, കല്ല് എന്നിവയെപ്പോലെ വ്യക്തിയെയും പദാർത്ഥത്തിന്റെ മാതൃകകളായി ഇവ സ്വീകരിക്കുന്നു. അതുകൊണ്ടുതന്നെ ഞങ്ങളുടെ ലക്ഷ്യം ഭൗതികവാദത്തിന് വിരുദ്ധമായി മൂല്യങ്ങളുടെ ഒരു മാനവിക സാമ്രാജ്യം കെട്ടിപ്പടുക്കുകയെന്നുള്ളതാണ്. പക്ഷേ, ഇവിടെ ഞങ്ങളുടെ കർത്തൃത്വബോധം ഇടുങ്ങിയ വ്യക്തി കർത്തൃത്വമല്ലായെന്നും മനസ്സിലാക്കേണ്ടിയിരിക്കുന്നു. ദക്കാർത്തിന്റെയും കാന്റിന്റെയും ദർശനത്തിനു കടകവിരുദ്ധമായി "ഞാൻ ചിന്തിക്കുന്നു" എന്ന് ഞങ്ങൾ പറയുമ്പോൾ അവിടെ 'അന്യ'(other)ന്റെ സാന്നിദ്ധ്യവും ഉണ്ട്. അന്യന്റെ സാന്നിദ്ധ്യത്തിലാണ് വ്യക്തി സ്വയം വ്യക്തിയെ നേടിയെടുക്കുന്നത്. അതിനാൽ വ്യക്തി 'അഹ'(cogito)ത്തെ കണ്ടുപിടിക്കുന്നത് 'അന്യ'(other)നെ കണ്ടുപിടിക്കുന്നതിലൂടെയാണ്. പക്ഷേ, ആ കണ്ടുപിടിത്തം അവന്റെ അസ്തിത്വത്തെ ന്യായീകരിക്കാനാണ്. അതിനാൽ അന്യൻ വ്യക്തിയെ തിരിച്ചറിയുന്നതുവരെ വ്യക്തിക്ക് വ്യക്തിയെ തിരിച്ചറിയാൻ കഴിയുന്നില്ല. അതുകൊണ്ട് അന്യനെ നിരീക്ഷിക്കാതെ വ്യക്തിക്ക് സത്യത്തിലേക്ക് എത്തിച്ചേരാൻ കഴിയില്ല. അതിനാൽ എന്റെ അസ്തിത്വം അന്യനോട് കടപ്പെട്ടിരിക്കുന്നുവെന്ന് അസ്തിത്വവാദി തിരിച്ചറിയുന്നു. അതിനാൽ ഞങ്ങൾ മുന്നോട്ടുവയ്ക്കുന്ന കർത്തൃത്വം മദ്ധ്യ-കർത്തൃത്വ'(inter-subjectivity)മാണ്.

ഇനി കലയെ വിശദീകരിക്കുകയാണ് എന്റെ ലക്ഷ്യം. കലയെ താരതമ്യ ചിന്തനത്തിന്റെ പ്രസക്തിയിലാണ് ഞാൻ മനസ്സിലാക്കുന്നത്. ഒരു കലാകാരൻ അംഗീകൃത നിയമങ്ങളിൽനിന്ന് വ്യതിചലിച്ച് ഒരു ചിത്രം വരയ്ക്കുകയാണെങ്കിൽ നിങ്ങൾ പരിഹസിക്കുമോ? ഏതു ചിത്രമാണ് അയാൾ വരയ്ക്കാൻ പ്രതിജ്ഞാബദ്ധമായത് എന്ന് നിങ്ങൾ ചോദിക്കാറുണ്ടോ? എല്ലാവർക്കും അറിയാവുന്നതുപോലെ, മുമ്പേ വർണ്ണിച്ച ഒരു ചിത്രം അയാൾക്ക് വരയ്ക്കേണ്ടതില്ല. അയാൾ നിർമ്മിക്കുന്നത് ഒരു സങ്കലനമാണ്. അയാൾ നിർമ്മിക്കാൻ കടപ്പെട്ടിരിക്കുന്ന ഒരു ചിത്രം ആവിഷ്കരിക്കുകയാണ് അയാൾ ചെയ്യുന്നത്. എല്ലാവർക്കും അറിയാവുന്നതുപോലെ, പ്രാഥമികമായി സൗന്ദര്യമൂല്യം എന്നൊന്നില്ല. പക്ഷേ, കാലക്രമേണ ചിത്രം പൊരുത്തപ്പെടുന്നതിനനുസരിച്ച് അതിന് മൂല്യം ഉണ്ടാകുന്നു. ഈ പൊരുത്തപ്പെടൽ അയാൾ നിർമ്മിക്കേണ്ടതായ ചിത്രവും നിർമ്മിച്ച ചിത്രവും തമ്മിലുള്ള ബന്ധത്തിൽനിന്നാണ് ഉയിർക്കൊള്ളുന്നത്. നാളത്തെ ചിത്രം ഇങ്ങനെയായിരിക്കുമെന്ന് ആർക്കും പറയാൻ സാധിക്കില്ല. അതുപോലെ തന്നെ ഒരു ചിത്രം പൂർത്തിയാവുന്നതുവരെ അതിനെ ആർക്കും വിലയിരുത്താൻ അർഹതയില്ല. ഇവിടെ സദാചാരത്തിന് എന്ത് ചെയ്യാൻ കഴിയും? ഞങ്ങളും ഈ സർഗ്ഗാത്മക സ്ഥിതിവി

ശേഷത്തെയാണ് നേരിടുന്നത്. കലാപരമായ ഒരു സൃഷ്ടിയെയും ഞങ്ങൾക്ക് നിരുത്തരവാദിത്തപരമെന്ന് പറയാൻ സാധിക്കില്ല. പിക്കാസോവിന്റെ ഒരു ക്യാൻവാസിനെക്കുറിച്ച് ഞങ്ങൾ ചർച്ച ചെയ്യുമ്പോൾ, അത് ഒരു സങ്കലനമാണെന്ന് ഞങ്ങൾ മനസ്സിലാക്കുന്നു. ആ സങ്കലനം അയാൾ ചിത്രം വരച്ചുകൊണ്ടിരുന്നപ്പോഴുള്ള സമയത്തെയും അയാളുടെ ജീവിതകാലഘട്ടത്തെയും പരസ്പരം ബന്ധിപ്പിക്കുന്നു.

സദാചാരത്തെക്കുറിച്ചാണ് ഇനിയുള്ള ചർച്ച. പ്രാഥമികമായി നാമെന്ത് പ്രവർത്തിക്കണമെന്ന് നമുക്ക് മുൻകൂട്ടി തീരുമാനിക്കാൻ കഴിയില്ല. എന്റെ വിദ്യാർഥിയുടെ അനുഭവവും അതുമായി ബന്ധപ്പെട്ട ചർച്ചയിലും ഇത് വേണ്ടത്ര വിശദീകരിച്ചിട്ടുണ്ട്. അവിടെ ഏതെങ്കിലും സദാചാരഘടനകൾ അവനെ സഹായിക്കാൻ എത്തിയില്ല. കാന്റോ മറ്റു ചിന്തകരുടെ ദർശനങ്ങളോ അവന് വഴികാട്ടിയായില്ല. അതുകൊണ്ട് അവനെ കണ്ടെത്തേണ്ട ചുമതല അവനിൽത്തന്നെ നിക്ഷിപ്തമായി. ഇവിടെ വ്യക്തിതന്നെയാണ് വ്യക്തിയുടെ സ്രഷ്ടാവ്. അതുകൊണ്ട് അവന്റെ സദാചാരം അവൻ തന്നെ സൃഷ്ടിച്ചു. പരിസരസമ്മർദ്ദം അവന്റെ സദാചാരത്തെ നിർവ്വചിക്കാൻ അവനെ പ്രാപ്തനാക്കി. അങ്ങനെ മനുഷ്യൻ എന്നാൽ പ്രതിബദ്ധതയുമായുള്ള അവന്റെ ബന്ധമാണെന്ന് നാം തിരിച്ചറിയുന്നു. സദാചാരത്തിന്റെ പേരിൽ ഇനിയും ഞങ്ങളെ പരിഹസിക്കുന്നത് നിങ്ങളുടെ കടമയിൽനിന്നുള്ള നിങ്ങളുടെ ഒളിച്ചോട്ടമായേ വിലയിരുത്തപ്പെടുകയുള്ളൂ.

ഒരാൾ മറ്റുള്ളവർക്കുവേണ്ടി തെരഞ്ഞെടുക്കുമ്പോഴും, മറ്റുള്ളവരുടെ വീക്ഷണത്തിന് പ്രാധാന്യം നല്കി സ്വയം തെരഞ്ഞെടുക്കുമ്പോഴും ഞങ്ങൾക്ക് മറ്റുള്ളവരെ വിലയിരുത്താൻ കഴിയും. പക്ഷേ, മൂല്യങ്ങൾക്ക് വിധികർത്താവാകാൻ ഞങ്ങൾക്ക് കഴിയില്ല. നേരെമറിച്ച്, യുക്തിയാണ് തർക്കവിഷയമെങ്കിൽ ഞങ്ങൾക്ക് വിധിപറയാൻ കഴിയും. കാരണം അത് തെറ്റ്/ശരി തുടങ്ങിയ അടിസ്ഥാനപ്രശ്നങ്ങളിലേക്കാണ് വിരൽ ചൂണ്ടുന്നത്. ഒരാൾ തെറ്റിലേക്കാണ് നീങ്ങുന്നതെങ്കിൽ അയാൾ വഴിതെറ്റുകയാണെന്ന് മറ്റൊരാൾക്ക് വിലയിരുത്താനും തീർപ്പുകല്പിക്കാനും കഴിയും. സ്വതന്ത്രമായി തീരുമാനം കൈക്കൊള്ളാൻ പ്രാപ്തിയുള്ള ഒരു മനുഷ്യന്റെ അവസ്ഥ നാം നിർവ്വചിച്ചുകഴിഞ്ഞു. ക്ഷമാപണമോ പരസഹായമോ അയാൾ ആരായുന്നില്ല. മറിച്ച്, ക്ഷമാപണത്തിനും പരസഹായത്തിനും സിദ്ധാന്തങ്ങളും വൈകാരികതയും അന്വേഷിക്കുന്നവൻ ആത്മവഞ്ചകനാണെന്ന് ഞങ്ങൾ വിലയിരുത്തും. ഒരാൾ ഇതിനോട് ഇങ്ങനെ വിയോജിപ്പ് രേഖപ്പെടുത്തുന്നതായി കരുതുക; “പക്ഷേ, ഒരാൾ സ്വയം വഴിതെറ്റുന്ന വഴി തെരഞ്ഞെടുക്കാത്തത് എന്തുകൊണ്ട്?” അതിനു മറുപടിയായി, അയാളുടെ സദാചാരത്തെ വിധി തീർപ്പാക്കേണ്ടത് ഞാനല്ല എന്ന് ഞാൻ വിലയിരുത്തി. അതേ സമയം അയാൾ ആത്മവഞ്ചന നടത്തുകയാണെങ്കിൽ അത് തെറ്റാണെന്നും എനിക്കു പറയാൻ സാധിക്കും. ഇവിടെ സത്യത്തെക്കുറിച്ചുള്ള വിലയിരുത്ത(വിധി തീർപ്പാ

ക്കൽ)ലിൽ ഒരാൾക്കും അഭിപ്രായം പറയാൻ കഴിയാതെ ഒഴിഞ്ഞു നില്ക്കാനാവില്ലെന്ന് ഞാൻ വിശ്വസിക്കുന്നു. ആത്മവഞ്ചന സ്പഷ്ടമായും ഒരു തെറ്റാണെന്നാണ് ഇത് സൂചിപ്പിക്കുന്നത്. അതുപോലെ, എന്റെമേൽ മറ്റുള്ളവർ ചുമത്തുന്ന സദാചാരമൂല്യങ്ങൾ ഞാൻ സ്വീകരിക്കുകയാണെങ്കിൽ ഞാൻ എന്നോട് തന്നെ വഞ്ചന ചെയ്യുകയാണെന്നും എനിക്കു പറയാൻ സാധിക്കും. അതിനുപുറമെ ചില മൂല്യങ്ങളോട് ഞാൻ കടപ്പെട്ടിരിക്കുന്നുവെന്നും അതിനാൽ അവയെ പിൻതുടരേണ്ടത് എന്റെ ബാദ്ധ്യതയാണെന്ന് ചിന്തിക്കുന്നതും ആത്മവഞ്ചനയാണ്. അതേസമയം എനിക്ക് സദാചാര വിലയിരുത്തലിനെക്കുറിച്ച് ഒരു അഭിപ്രായം പറയാൻ സാധിക്കും. അത്, സ്വാതന്ത്ര്യമാണ് ഏറ്റവും വലിയ സദാചാരവുമാണ്. ഇവിടെ ഞാൻ മൂർത്തമായ സാഹചര്യ (circumstances)ത്തെയും ബഹുമാനിക്കുന്നു. ഒരാൾ എല്ലാ മൂല്യവും തന്നിൽ സ്വയം നിക്ഷിപ്തമാണെന്ന് വിചാരിക്കുന്നുവെങ്കിൽ, എല്ലാം കൈവെടിയപ്പെട്ട അവസരത്തിൽ താൻ തന്നെയാണ് തനിക്ക് വഴികാട്ടിയെന്ന് വിചാരിക്കുന്നുവെങ്കിൽ അവിടെയാണ് സ്വാതന്ത്ര്യത്തിന് പ്രസക്തി. കാരണം, അതുതന്നെയാണ് യഥാർത്ഥസ്വാതന്ത്ര്യം. ആ സ്വാതന്ത്ര്യം എല്ലാ മൂല്യങ്ങളുടെയും അടിസ്ഥാനമായി മാറുന്നു. സ്വാതന്ത്ര്യം ഒരു അമൂർത്ത സങ്കല്പമായിട്ടല്ല ഇവിടെ വിലയിരുത്തുന്നത്. മറിച്ച്, അത് ഒരാളുടെ പ്രവൃത്തിയുമായി ബന്ധപ്പെട്ടിരിക്കുന്നു. ഇതിനെ 'good faith' എന്ന് സാർത്ര് വിശേഷിപ്പിക്കുന്നു. ഇവിടെ ഞങ്ങളുടെ സ്വാതന്ത്ര്യം സ്വാതന്ത്ര്യത്തിനു വേണ്ടിയാണ്. മറ്റൊരർത്ഥത്തിൽ "സ്വാതന്ത്ര്യം സ്വാതന്ത്ര്യത്തിനുവേണ്ടി" (Freedom for freedom's sake) എന്ന വാദക്കാരാണ് ഞങ്ങൾ. അത് സാഹചര്യവുമായി ബന്ധപ്പെട്ടാണ് വികസിക്കുന്നത്. ഈ സ്വാതന്ത്ര്യം മറ്റുള്ളവരുടെ സ്വാതന്ത്ര്യത്തെ മുൻനിർത്തിയാണ്. അതേസമയം അവരുടെ സ്വാതന്ത്ര്യം ഞങ്ങളെ മുൻനിർത്തുകയും ചെയ്യുന്നു. പക്ഷേ, ഒരാളുടെ സ്വാതന്ത്ര്യം മറ്റൊരാളെ ആശ്രയിച്ച് വികസിക്കരുതെന്നും ഞങ്ങൾക്ക് നിർബ്ബന്ധമുണ്ട്. അതേസമയം അവിടെയും പ്രതിബദ്ധതയ്ക്ക് പ്രസക്തിയുണ്ട്. അത് ഞാൻ മറ്റുള്ളവരെ സ്വാതന്ത്ര്യത്തിലേക്ക് നയിക്കാൻ കടപ്പെട്ടിരിക്കുന്നു എന്നതുതന്നെ. അതേസമയം എന്റെ സ്വാതന്ത്ര്യത്തെ സംരക്ഷിക്കാനും ഞാൻ കടപ്പെട്ടിരിക്കുന്നു. സത്തയ്ക്ക് മുൻപ് അസ്തിത്വം എന്ന ആധികാരികതയോടാണ് ഈ സ്വാതന്ത്ര്യം മുഴുവനായി കടപ്പെട്ടിരിക്കുന്നതെന്നും മനസ്സിലാക്കണം. എന്റെ സ്വാതന്ത്ര്യം എന്താണെന്ന് ഇച്ഛിക്കാൻ എനിക്ക് അവകാശമുണ്ട്. എന്നാൽ മറ്റുള്ളവരുടെ സ്വാതന്ത്ര്യം ഇന്നതായിരിക്കണമെന്ന് ഇച്ഛിക്കാൻ എനിക്ക് അവകാശമില്ല. അങ്ങനെ സ്വാതന്ത്ര്യം എന്ന ഇച്ഛ സ്വാതന്ത്ര്യവുമായി കടപ്പെട്ടിരിക്കുന്നു. ഒരാൾ അയാളുടെ സ്വാതന്ത്ര്യം ഒളിപ്പിക്കുകയാണെങ്കിൽ അയാൾക്കെതിരെ വിധി പറയാൻ എനിക്ക് അവകാശമുണ്ട്. അതിനുശേഷം അയാളെ മുഴുവൻ സ്വാതന്ത്ര്യമെന്തെന്ന് ഞാൻ ബോദ്ധ്യപ്പെടുത്തിക്കൊടുക്കുന്നു. എന്റെ ഉപദേശം അസ്തിത്വവും സ്വാതന്ത്ര്യവും തമ്മി

ലുള്ള ബന്ധമെന്തെന്ന് വിശദീകരിക്കുന്നതിലായിരിക്കും. മുഴുവൻ സ്വാതന്ത്ര്യത്തിനുനേരെ കണ്ണടയ്ക്കുന്നവനെ ഞാൻ തീർച്ചയായും 'ഭീരു' എന്നേ സംബോധന ചെയ്യൂ. അങ്ങനെ സദാചാരത്തിന് ചിലപ്പോൾ അസ്ഥിര സ്വഭാവവും മറ്റുചിലപ്പോൾ പ്രാപഞ്ചികമൂല്യവും ലഭിക്കുന്നു. കാന്റ് പ്രസ്താവിക്കുന്നത്– "സ്വാതന്ത്ര്യമെന്നാൽ സ്വാതന്ത്ര്യത്തിനുവേണ്ടിയുള്ള ഇച്ഛയും മറ്റുള്ളവർക്കുവേണ്ടിയുള്ള സ്വാതന്ത്ര്യവുമാണ്." സമ്മതിച്ചു: പക്ഷേ, അദ്ദേഹം കരുതുന്നത് സദാചാരത്തിന് ഒരു ഭരണഘടന നിർമ്മിക്കാൻ ഇവ പര്യാപ്തമാണെന്നാണ്. പക്ഷേ, ഞങ്ങൾ ചിന്തിക്കുന്നത് ഇതിന് കടകവിരുദ്ധമായിട്ടാണ്. പ്രവൃത്തിയെ ഞങ്ങൾ നിർവ്വചിക്കുമ്പോൾ കാന്റിന്റെ വാദം മൂർത്തമായ ആശയമായി മാറുന്നു. ഒരിക്കൽക്കൂടി എന്റെ വിദ്യാർത്ഥിയുടെ അനുഭവം പരിഗണിക്കാം. അവന്റെ മനസ്സിന് ശാന്തത നല്കാൻ ഏത് സുവർണ്ണ സദാചാര അധികാരഘടനയാണ് ആശ്രയമായത്? ഒന്നുമില്ല. വിധി തീർപ്പുകൾക്കൊന്നും അവനെ സഹായിക്കാൻ കഴിഞ്ഞില്ല. അവൻ സ്വയം പുനർനിർമ്മിതിക്ക് വിധേയമായി. മറ്റൊരു രീതിയിൽ, അവൻ സ്വാതന്ത്ര്യത്തിന്റെ പേരിൽ പുനർനിർമ്മിതിക്ക് വിധേയമായി.

IV

നാസ്തിക അസ്തിത്വവാദത്തെക്കുറിച്ചുള്ള ഈ പുനരാലോചന ഇങ്ങനെ അവസാനിക്കുന്നു. ഇതിലൂടെ അസ്തിത്വവാദത്തിന് ഒരു നാസ്തിക മുഖമുണ്ടെന്നും ക്രിസ്ത്യൻ അസ്തിത്വവാദത്തിന്റെ നിലപാടുകളിൽനിന്ന് അത് കടകവിരുദ്ധമായിരുന്നുവെന്നും നാം മനസ്സിലാക്കി. മനുഷ്യന്റെ യഥാർത്ഥപ്രശ്നം ദൈവത്തിന്റെ അസ്തിത്വമല്ല; മറിച്ച്, വ്യക്തിക്ക് സമൂഹവുമായുള്ള അവന്റെ സാമൂഹ്യബന്ധങ്ങളാണ്. അതുകൊണ്ടുതന്നെ, നാസ്തികഅസ്തിത്വവാദം പ്രവൃത്തിയുടെ സിദ്ധാന്തമാണ്.

എന്നാൽ മലയാളി പരിചയപ്പെട്ട അസ്തിത്വവാദമെന്തായിരുന്നു? ഒന്നും ചെയ്യാനില്ലെങ്കിൽ ആത്മഹത്യ ചെയ്യുക എന്ന ആഹ്വാനവും, നിഷേധത്തിൽനിന്ന് നിഷേധത്തിൽക്കൂടെ നിഷേധത്തിലേക്ക് എന്ന തീട്ടൂരവുമാണ് കെ പി അപ്പൻ മലയാളികൾക്ക് പരിചയപ്പെടുത്തിക്കൊടുത്തത്. ചരിത്രത്തെ നിരാകരിച്ച അദ്ദേഹം അടിയന്തരാവസ്ഥക്കാലത്ത് അതിനെ വിമർശിച്ചതായി അറിവില്ല. യുക്തിക്ക് 20–ാം നൂറ്റാണ്ടിൽ ചവറ്റുകുട്ടയിലാണ് സ്ഥാനമെന്നു പറഞ്ഞ അദ്ദേഹം അയുക്തികതയിലൂടെ യുക്തിയെ പരിഹസിച്ചു. ആത്മഹത്യ ഒരു സർഗ്ഗാവിഷ്കാരമാണെന്നു പറഞ്ഞ അദ്ദേഹം ഇടപ്പള്ളിയുടെയും, രാജലക്ഷ്മിയുടെയും ആത്മഹത്യകൾ പ്രതിഭയ്ക്ക് മാറ്റുകൂട്ടിയെന്ന് വിലയിരുത്തി.

ഇങ്ങനെ അറുപിന്തിരിപ്പനായ വ്യക്തിവാദം മാത്രമാണ് അസ്തിത്വവാദമെന്ന് പറഞ്ഞ കെ പി അപ്പൻ കലാകാരന് സമൂഹത്തോട് യാതൊരു

പ്രതിബദ്ധതയുമില്ലെന്ന് പ്രഖ്യാപിച്ചു. ഇങ്ങനെ സർവ്വ എസ്റ്റാബ്ലിഷ്മെന്റി നെയും ചോദ്യം ചെയ്തുകൊണ്ട് വ്യക്തിക്ക് ആരോടെങ്കിലും കടപ്പാടുണ്ടെങ്കിൽ അത് അവനവനോട് മാത്രമാണെന്നും വിലയിരുത്തി. ഇങ്ങനെ അസ്തിത്വവാദികൾ മൊത്തത്തിൽ സമൂഹത്തിനെതിരാണെന്നും സമൂഹത്തോട് അവൻ കലഹിക്കണമെന്നും കലഹപ്രിയനായ അദ്ദേഹം മലയാളത്തിലെ വായനക്കാരെ ധരിപ്പിച്ചു.

തീർച്ചയായും, സാർത്രിനെ വായിച്ച ഒരാൾക്ക് ഇതൊരു കപട വെളിപ്പെടുത്തലാണെന്നു മനസ്സിലാകും. ആധുനികത അവസാനിച്ച ഈ ഘട്ടത്തിലെങ്കിലും സാർത്രിനെ പുനർവായിക്കാതിരുന്നാൽ അസ്തിത്വവാദത്തിൽ നാസ്തിക അസ്തിത്വവാദമെന്നൊന്നുണ്ടായിരുന്നുവെന്നും, അതിൽ സാർത്രിന്റെ സംഭാവന വിലപ്പെട്ടതായിരുന്നുവെന്നും നാം മനസ്സിലാക്കാതെ പോകും. ഈ ഘട്ടത്തിൽ സാർത്രിന്റെ പ്രതിബദ്ധതാ ചർച്ച ഒരു മാർക്സിയന്റെ വെളിപാടുകളായിരുന്നുവെന്ന് നാം തിരിച്ചറിയുന്നു. അതുതന്നെയാണ് അദ്ദേഹത്തിന്റെ സമകാലിക പ്രസക്തിയും.

സാഹിത്യം
ആധുനികതയ്ക്കുശേഷം

3

കർത്തൃത്വം ചരിത്രം ആധുനികത

കർത്തൃത്വം എന്നാൽ പൗരനെന്നും. അവന്റെ/അവളുടെ വീക്ഷണങ്ങൾ, വികാരങ്ങൾ, വിശ്വാസങ്ങൾ, ആഗ്രഹങ്ങൾ എന്നിവയ്ക്ക് പ്രാധാന്യം കൊടുക്കുന്ന വീക്ഷണങ്ങളെ മൊത്തത്തിൽ കർത്തൃത്വം എന്നുവിളിക്കുന്നതായി വിക്കീപീഡിയ വിലയിരുത്തുന്നു.

മാനവികതയുമായി ബന്ധപ്പെട്ട പ്രശ്നങ്ങൾക്ക് പ്രാധാന്യം നൽകുന്നതിനാൽ കർതൃത്വത്തിന് മാനവികവാദവുമായിട്ടാണ് ഏറ്റവുംകൂടുതൽ ബന്ധം. മനുഷ്യന്റെ കണ്ടെത്തലുകളും പുതിയ ആശയനിർമ്മാണവും ഓരോ കാലഘട്ടത്തിൽ കർത്തൃത്വത്തിന് പുതിയ അർത്ഥം നേടിക്കൊടുത്തു. പൗരാണിക കാലഘട്ടത്തിൽ ദൈവം ആയിരുന്നു കർത്താവെങ്കിൽ, നവോത്ഥാന കാലഘട്ടത്തോടെ മനുഷ്യനും മാനുഷിക മൂല്യങ്ങളും മനുഷ്യന്റെ ചിന്താകേന്ദ്രമായി. ഈ ഘട്ടത്തിൽ മനുഷ്യൻ കർത്തൃത്വസ്ഥാനത്തേക്ക് ഉയർന്നു. ആധുനികത ആയതോടെ വ്യക്തികേന്ദ്രിത ആശയവാദങ്ങൾ ഉടലെടുക്കുകയും വ്യക്തി എന്ന ബൂർഷ്വാ കർത്തൃത്വം പ്രധാന കർത്തൃത്വ വിഷയമായി പരിണമിക്കുകയും ചെയ്തു. ആധുനികതയ്ക്കുശേഷം മാർക്സിയൻ പുനർവായനകളും പില്ക്കാല മനോവിശ്ലേഷണ വായനകളും രാഷ്ട്രീയ-സാമൂഹ്യ കർത്തൃത്വ നിർമ്മാണത്തിലേക്ക് ഉത്തരാധുനികതയെ നയിക്കുകയും ഉത്തരാധുനികത ഒരു സാമൂഹ്യ വായനയായി കർത്തൃത്വത്തെ അടയാളപ്പെടുത്തുകയും ചെയ്തു. കർത്തൃത്വത്തിന്റെ ചരിത്രത്തെ സംബന്ധിച്ച ഒരു രത്നച്ചുരുക്കമിതാണ്.

***** *****

മലയാളത്തിൽ ഉത്തരാധുനികത ഒരു സാഹിത്യപ്രസ്ഥാനമായി രൂപപ്പെട്ടുകഴിഞ്ഞു. വി സി ശ്രീജൻ, കെ പി അപ്പൻ, പി പി രവീന്ദ്രൻ, പി

കെ പോക്കർ എന്നിവരൊക്കെ ഇതിന്റെ അവതാരകരായി രംഗത്തുണ്ടെങ്കിലും ഇവരാരും തന്നെ ഉത്തരാധുനികതയുടെ നട്ടെല്ലായ കർതൃത്വത്തെ വേണ്ടത്ര ഗൗരവത്തോടെ പരാമർശിച്ചു കാണുന്നില്ല. ഇത് ഒരു പോരായ്മയായി കാണാനും നിവൃത്തിയില്ല. കാരണം ഇപ്പോഴും കർതൃത്വം വ്യക്തത കൈവരാത്ത ഒരു സംഹിതയായി പാശ്ചാത്യനാടുകളിൽപ്പോലും നിലനില്ക്കുകയാണല്ലോ. വിക്കിപീഡിയയുടെ subjectivity എന്ന സൈറ്റ് തന്നെ ഇതിന് തെളിവാണ്.

ഉത്തരാധുനികത പ്രശ്നവല്ക്കരിച്ച കർതൃത്വം മാനവികതയുമായി ബന്ധപ്പെട്ടാണ് വികസിച്ചത്. മാനവികനെ സംബന്ധിക്കുന്നതെന്തും കർതൃത്വത്തിന്റെ പരിധിയിൽ വരുന്നുവെങ്കിലും ആത്മനിഷ്ഠവീക്ഷണം അതിന്റെ നട്ടെല്ലാകുന്നു. ഇന്ന് മാനവികനെ മൊത്തത്തിൽ സംബോധന ചെയ്യാൻ കഴിയില്ല. ദളിതർ, സ്ത്രീ, പുരുഷൻ, നപുംസകം, മുതലാളി, തൊഴിലാളി, കറുത്തവൻ, വെളുത്തവൻ എന്നിങ്ങനെ മനുഷ്യന് ഇന്ന് പല വിഭജനങ്ങളും ഉണ്ട്. അവരുടെ ആത്മനിഷ്ഠ വീക്ഷണങ്ങൾക്ക് ഒരു വസ്തുവിനെ അല്ലെങ്കിൽ സംഭവത്തെ വ്യത്യസ്തരീതിയിലേ അപഗ്രഥിക്കാൻ കഴിയൂ എന്ന് വന്നു. ഇത് മാനവികനെ അപ–നിർമ്മിക്കുകയും അവന് അപ–കേന്ദ്രിത വ്യക്തിത്വമാണുള്ളതെന്ന് തിരിച്ചറിയുകയും ചെയ്തു. അതുകൊണ്ടാണ് അൽത്തൂസറിനെ സംബന്ധിച്ച് മാർക്സിസം വർഗ്ഗങ്ങളുടെ ചരിത്രമാണെന്നും, മുതലാളിയും തൊഴിലാളിയും രണ്ടു വർഗ്ഗങ്ങളാണെന്നും അവർക്ക് ഒരിക്കലും യോജിക്കാൻ കഴിയില്ലെന്നും പറയേണ്ടി വന്നത്. അങ്ങനെ, മനുഷ്യനെ ആദ്യമായി സാമൂഹ്യമായും–സാമ്പത്തികമായും വർഗ്ഗവിഭജനം നടത്തിയ മാർക്സിസം തന്നെയാണ് മനുഷ്യനെ ആദ്യമായി അപനിർമ്മിച്ചതും കർതൃത്വത്തിന് ഉദയം നല്കിയതും.

എന്നാൽ ബൂർഷ്വാകർതൃത്വം യുക്തിയിൽനിന്നാണ് ഉദയം ചെയ്തത്. ദക്കാർത്ത് പറയുന്നു: "ഒരു പാവയ്ക്ക് ഇല്ലാതെ പോകുന്നതും മനുഷ്യന് മാത്രമുള്ളതുമായ ഒന്നാണ് യുക്തി." മനുഷ്യനെ മനുഷ്യനാക്കുന്നത് യുക്തിയാണെന്ന് അങ്ങനെ ബൂർഷ്വാസികൾ എത്തിച്ചേർന്നു. എന്നാൽ യുക്തിക്ക് രണ്ട് മുഖമുണ്ട്. (ഒന്ന്) നിരീശ്വരവാദത്തിന്റെ യുക്തി. (രണ്ട്) ശാസ്ത്രത്തിന്റെ യുക്തി. ഇവ രണ്ടും ബൂർഷ്വാ സങ്കല്പങ്ങളാണ്. നിരീശ്വരവാദയുക്തി മനുഷ്യനെ സംബോധന ചെയ്യുന്നതിനുപകരം ദൈവത്തെ നിഗ്രഹിക്കാനായി തെരഞ്ഞെടുത്തു. ശാസ്ത്രത്തിന്റെ യുക്തിയാവട്ടെ 'അനുഭവമാത്രവാദ'(empiricism)മായി. എന്തും അനുഭവത്തിൽക്കൂടി മാത്രമേ സത്യമാവൂ എന്ന് അവർ വിശ്വസിക്കുന്നു. ഇവിടെ മനുഷ്യനാണ് പ്രാധാന്യം. പക്ഷേ, അങ്ങനെ വരുമ്പോൾ സിദ്ധാന്തങ്ങളെ (ആശയങ്ങളെ) അവർക്ക് തള്ളിക്കളയേണ്ടിവരും. ദർശനം ഒരു അടഞ്ഞ പദ്ധതിയായി അവർക്ക് പ്രഖ്യാപിക്കേണ്ടിവരും. കാരണം ദർശനം ആശയങ്ങൾക്ക് പ്രാധാന്യം നല്കുന്ന ഒരു ചിന്താപദ്ധതിയാണല്ലോ. മാത്രമല്ല, രണ്ടാം ലോകമഹായുദ്ധത്തിനുശേഷം ശാസ്ത്രത്തിന്റെ യുക്തിക്ക്

മനുഷ്യത്വം നഷ്ടപ്പെട്ടതായി ക്രിസ്റ്റഫർ നോറിസ് പറയുന്നു. ന്യൂക്ലിയർ ബോംബ് ജപ്പാനിൽ പ്രയോഗിച്ച് ശാസ്ത്രം മനുഷ്യനെ ചുട്ടെരിച്ചു.

എന്നാൽ വിമർനാത്മക സൈദ്ധാന്തികർ, ഇതിനു മറുപടി നൽകുന്നു. അവർ യുക്തിയെ അതുപോലെ സ്വീകരിക്കാതെ അതിനെ വിമർശനാത്മകയുക്തി എന്ന് പേരിട്ടു. ഇത് ഒരേസമയം മതത്തെയും മുതലാളിത്തത്തെയും ശാസ്ത്രത്തെയും വിമർശിച്ചു. വിമർശനാത്മക യുക്തി = വൈരുദ്ധ്യാത്മകയുക്തി എന്ന് മാർക്യൂകസ് വിലയിരുത്തി. വൈരുദ്ധ്യാത്മക ഭൗതികവാദത്തിന്റെ പുതിയ മുഖമാണ് ഇതെന്ന് അദ്ദേഹം പുരിപ്പിച്ചു. അന്യവല്ക്കരണത്തിലൂടെ മതത്തെയും വൈരുദ്ധ്യാത്മകഭൗതികവാദത്തിലൂടെ കേവലഭൗതികവാദത്തെയും മാർക്സിസം തള്ളിക്കളഞ്ഞു. അങ്ങനെ മാർക്സിസം മുതലാളിത്ത കർത്തൃത്വത്തിൽനിന്ന് തീർത്തും ഭിന്നമായ നിലപാടെടുത്തു.

ബൂർഷ്വാ സങ്കല്പത്തിന്റെ പരമകോടിയായി മാറിയ ആധുനികതാവാദ കർത്തൃത്വസങ്കല്പം ഏതെല്ലാം രീതിയിൽ പിന്തിരിപ്പനായിരുന്നുവെന്ന് ഇനി പരിശോധിക്കാം. എന്തായിരുന്നു ആധുനികതാവാദത്തിന്റെ കർത്തൃത്വസങ്കല്പം? കർത്താവ് = ശ്രേഷ്ഠൻ (ചിന്തയിലോ പ്രവൃത്തിയിലോ വരേണ്യതയിലോ ബുദ്ധിയിലോ) എന്നായിരുന്നു. എന്നാൽ എന്തായിരുന്നു മാർക്സിസം മുന്നോട്ടുവെച്ച കർത്തൃത്വം? കർത്തൃത്വം = നിമ്നൻ (കർഷകനോ തൊഴിലാളിയോ) എന്നായിരുന്നു. അവൻ വരേണ്യനായിരുന്നില്ല. അവൻ തീർത്തും സാധാരണക്കാരനായിരുന്നു. അവനെ അലട്ടിയ പ്രശ്നങ്ങൾ സാധാരണക്കാരന്റെ സാമ്പ്രദായിക ബുദ്ധിമുട്ടുകൾ ആയിരുന്നു. അവൻ പ്രശ്നങ്ങളെ പ്രായോഗികമായി വിലയിരുത്തി. എന്നാൽ അടിമയേക്കാൾ താൻ മുന്നിലാണെന്ന് തിരിച്ചറിഞ്ഞു. തനിക്ക് സംഘടിച്ചാൽ ഈ ലോകത്ത് പലതും വെട്ടിപ്പിടിക്കാൻ കഴിയും എന്നവൻ തിരിച്ചറിഞ്ഞു. അവൻ സ്വന്തം പ്രശ്നങ്ങൾ മറ്റുള്ളവരുമായി പങ്കുവച്ചു. അതിന് പരിഹാരം തേടി. എന്നാൽ ആധുനികതാവാദത്തിലെ നായകൻ ശ്രേഷ്ഠനായിരുന്നു. തന്റെ സ്ഥാനം കുലീനസമൂഹത്തിലാണെന്ന് അവൻ വിശ്വസിച്ചു. അവൻ ചിന്തകൻ ആയതിനാൽ തന്നെ ബാധിക്കുന്ന പ്രശ്നങ്ങൾ തന്നിൽമാത്രം കുഴിച്ചിട്ടു. താൻ ഏകനാണെന്ന് തിരിച്ചറിഞ്ഞു. അതേസമയം, താൻ നിഷേധിയുമാണെന്ന് വിലയിരുത്തി. “കല എനിക്കുവേണ്ടി” എന്ന് സാഹിത്യത്തിൽ അവൻ അടയാളപ്പെടുത്തി. അവൻ വരേണ്യനായിരുന്നു. അതിനാൽ താഴേക്കിടയിലുള്ളവരോട് അവന് പുച്ഛമായിരുന്നു. വിജനമായ സ്ഥലത്തെ ഒറ്റപ്പെട്ട വീട് അവന് ചിന്തിക്കുവാനുള്ള സ്ഥലമായി അവൻ തെരഞ്ഞെടുത്തു. സമൂഹത്തോട് തനിക്ക് വലിയ പ്രതിപത്തി വേണ്ട എന്ന് സ്വയം വിലയിരുത്തി. തന്റെ ഒറ്റപ്പെട്ട ചിന്ത ശ്രേഷ്ഠമാണെന്നും അത് മനസ്സിലാക്കാൻ സാധാരണക്കാരന് കഴിയില്ലെന്നും അവൻ അഹങ്കരിച്ചു. അവസാനം ഭ്രാന്താലയത്തിൽ ഒരു മുറിയിലോ, ആത്മഹത്യചെയ്തോ, ജീവിതം അവസാനിപ്പിച്ചു. ഇത് ആധുനികതാവാദിയായ ഒരു നായകന്റെ ദുരന്തമാണ്.

ഇങ്ങനെ വ്യക്തിക്ക് പ്രാധാന്യം നല്കി ആധുനികതാവാദ ബൂർഷ്വാ കർത്തൃത്വം നായകനെ സമൂഹത്തിൽനിന്ന് ആട്ടിപ്പായിച്ചു (ബൂർഷ്വാ സങ്കല്പത്തിൽ അവന് സ്വാതന്ത്ര്യം നല്കി). അവൻ ഏകാകിയായി അസ്തിത്വമന്വേഷിക്കുകയും ഭ്രാന്തനും മയക്കുമരുന്നിന് അടിമയുമായി. പക്ഷേ, സമൂഹത്തിൽനിന്ന് നീതി ലഭിച്ചില്ല എന്ന പരിഭവം ബാക്കിയായി. ഇത് കപട സ്വാതന്ത്ര്യമായിരുന്നുവെന്ന് പില്ക്കാല രാഷ്ട്രീയ -സാംസ്കാരിക പഠനങ്ങളിലൂടെ മാർക്സിസ്റ്റുകൾ ഉന്നയിക്കുകയും, മാനവികൻ ഒരു സാംസ്കാരിക ജീവിയായി മാറുകയുംചെയ്തു.

ഫ്രാങ്ക്ഫുർട്ട് സ്കൂളിൽനിന്നും റൈമണ്ട് വില്യംസിൽനിന്നും ആരംഭിക്കുന്ന ഈ പുതിയ കർത്തൃത്വത്തിൽ 'സംസ്കാരം' നായകസ്ഥാനത്തേക്ക് കടന്നുവന്നു. മാനവികനെ ബാധിക്കുന്ന എല്ലാ പ്രശ്നങ്ങളും സാംസ്കാരികമാണെന്നും അതിനെ അപഗ്രഥിക്കുകയും, അതിന് അതേ രീതിശാസ്ത്രത്തിൽ പരിഹാരം തേടുകയാണ് വേണ്ടതെന്നും പുതിയ ചിന്ത ഉദയംചെയ്തു. ഹെഗൽ സമൂഹത്തെ ചരിത്രത്തിൽ മൊത്തമായിട്ടാണ് വിലയിരുത്തിയത്. സമഗ്രത(totality)യിലായിരുന്നു അദ്ദേഹത്തിന്റെ ചിന്ത വികസിച്ചത്. എന്നാൽ ഈ ചരിത്രത്തിന് പല സംസ്കാരങ്ങളെ സംബോധന ചെയ്യേണ്ടതിനാൽ അതിനെ പലതരം സംസ്കാരങ്ങളായി വിഭജിക്കേണ്ടതായുണ്ടെന്ന് പില്ക്കാല മാർക്സിസ്റ്റുകൾ തിരിച്ചറിയുകയും അവർ ചരിത്രത്തെ പല സംസ്കാരങ്ങളായി അപ-കേന്ദ്രീകരിക്കുകയും ചെയ്തു. ഈ അപ-കേന്ദ്രീകരണമാണ് പില്ക്കാലത്ത് ദറീദ അപനിർമ്മാണമായി വികസിപ്പിച്ചത്. ദർശനത്തിലൂടെയും ഭാഷാശാസ്ത്രത്തിലൂടെയും വികസിച്ച ആ പ്രസ്ഥാനം പിന്നീട് ലോകം മുഴുവൻ കീഴടക്കി.

ഉത്തരാധുനികതയോടെ സാഹിത്യം ഒരു പൊതുസ്വത്തും സമൂഹത്തിന്റെ ഉല്പന്നവുമായി മാറി. റോളാങ് ബാർത്തിന്റെ ഇടപെടലാണ് ഇതിന് മാർക്സിസ്റ്റുകളെ സഹായിച്ചത്.

എന്താണ് ബാർത്ത് ചെയ്തത്? അതിനു മുൻപ് സാഹിത്യവിമർശനത്തിന്റെ ഒരു പൊതുസമീപനം എന്തായിരുന്നുവെന്ന് പരിശോധിക്കണം. സാഹിത്യകാരന്റെ ആത്മസംഘർഷം, വികാരം, എഴുത്തിന് കാരണമായ ഘടകങ്ങൾ, മാനസികാവസ്ഥ എന്നിവയെ അയാളുടെ ജീവചരിത്രത്തിൽനിന്നും ആത്മകഥയിൽനിന്നും കണ്ടെത്തി സാഹിത്യകാരൻ എന്തായിരുന്നുവെന്ന് പഠിക്കുകയായിരുന്നു. എന്നാൽ ബാർത്ത് പറയുന്നു ഇനി എഴുത്തുകാരന് പ്രസക്തിയില്ല. "എഴുത്തുകാരൻ മരിച്ചു" "ഇനിയുള്ളത് എഴുത്തു മാത്രമാണ്". എഴുത്തുകാരന്റെ ജീവിതചര്യ പഠിക്കലല്ല ഒരു സാഹിത്യവിമർശകന്റെ ജോലി. മറിച്ച്, എഴുത്തുകാരൻ എഴുതിയ കൃതിയുടെ സംസ്കാരവും രാഷ്ട്രീയവും അന്വേഷിക്കലാണ്. ഗ്രന്ഥകാരന്റെ അഭാവത്തിൽ ഇനി കൃതിയാണ് (പാഠം) വിമർശകനെ നയിക്കുക. ചുരുക്കത്തിൽ വ്യക്തികേന്ദ്രിതമായ ഒരു കർത്തൃത്വത്തിൽനിന്ന് സാഹിത്യത്തെ സമൂഹകേന്ദ്രിത (സംസ്കാരം, രാഷ്ട്രീയം) കർത്തൃത്വത്തി

ലേക്ക് ബാർത്ത് വഴിമാറ്റി തെളിച്ചു.

ഇതെല്ലാം സാദ്ധ്യമായത് ഉത്തരാധുനികതയുടെ പരിസരത്തിലാണ്. ഉത്തരാധുനികതയുടെ രാഷ്ട്രീയം കുടികൊള്ളുന്നതാകട്ടെ അതിന്റെ കർത്തൃത്വസങ്കല്പത്തിലും ഈ ഘട്ടത്തിൽ ഉത്തരാധുനികതയെ പഠിക്കാതെ, അതിന്റെ രാഷ്ട്രീയമുഖം അന്വേഷിക്കാതെ അത് ഒരു പിന്തിരിപ്പൻ പ്രസ്ഥാനമാണെന്ന് പറയുന്നത് കണ്ണടച്ച് ഇരുട്ടാക്കലാണ്.

4

ആധുനികരുടെ ചുവടുമാറ്റങ്ങൾ

"**നാ**ടോടുമ്പോൾ നടുവേ ഓടണം"–എന്നു ചിന്തിക്കുന്ന ഒട്ടേറെ സാഹിത്യകാരന്മാർ മലയാളത്തിലുണ്ട്. അതുകൊണ്ടുതന്നെ ഇവർക്ക് രണ്ട് സാഹചര്യങ്ങളോട് വ്യത്യസ്തമായ രീതിയിൽ ഇടപെടേണ്ടിവരുന്നു. ആധുനികതയിൽനിന്നും ആധുനികാനന്തര സാഹിത്യപരിസരത്തിലേക്കാണ് അവർ നടന്നുനീങ്ങിയത്. ആവിഷ്കരണത്തിൽ ഒട്ടേറെ സമാനതകൾ അവകാശപ്പെടുന്ന മുകുന്ദനും കാക്കനാടനും ഈ വ്യത്യസ്ത സാഹചര്യങ്ങളുമായി എങ്ങനെ പൊരുത്തപ്പെട്ടുപോകുന്നുവെന്നത് ആലോചനാമൃതമാണ്.

ഒന്ന്

"സത്തയ്ക്കു മുമ്പ് അസ്തിത്വം" –എന്ന് അംഗീകരിച്ച അസ്തിത്വവാദികൾ തങ്ങളുടെ വീക്ഷണത്തെ രണ്ട് രീതിയിലാണ് നോക്കിക്കണ്ടിരുന്നത്. ഒന്ന്, ക്രൈസ്തവഅസ്തിത്വവാദം മറ്റേത് നാസ്തിക അസ്തിത്വവാദവും. ഗാബ്രിയൽ മാഴ്സാലിന്റെ നേതൃത്വത്തിൽ ക്രൈസ്തവ അസ്തിത്വവാദവും സാർത്രിന്റെ നേതൃത്വത്തിൽ നാസ്തിക അസ്തിത്വവാദവും വേരുറച്ചു. ദൈവത്തിൽനിന്നാണ് പ്രപഞ്ചം ഉണ്ടായതെന്ന വാദത്തെ തള്ളിക്കളഞ്ഞുകൊണ്ടായിരുന്നു ഫ്രഞ്ച് നാസ്തിക അസ്തിത്വവാദിയായ സാർത്ര് രംഗത്ത് വന്നത്. സാമൂഹ്യജീവിതത്തെ പാടേ തള്ളിക്കളഞ്ഞ ക്രൈസ്തവ അസ്തിത്വവാദിയായ കീർക്കേഗാർഡിൽനിന്നും തീർത്തും വ്യത്യസ്തനായിരുന്നു സാർത്ര്. അദ്ദേഹത്തെ സംബന്ധിച്ചിടത്തോളം സാമൂഹ്യജീവിതത്തിനും സ്വാതന്ത്ര്യത്തിനും ഉത്തരവാദിത്വത്തിനും അസ്തിത്വവാദത്തിൽ വളരെ നിർണ്ണായക സ്വാധീനമുണ്ട്.

ദർശനത്തിൽ ആരംഭിച്ച ഈ അസ്തിത്വവാദങ്ങൾ പിന്നീട് സാഹിത്യത്തിലേക്കും വ്യാപിച്ചു. അസ്തിത്വബോധം ലക്ഷ്യംവെച്ചുകൊണ്ട് ആധുനികസാഹിത്യകാരന്മാർ പലവിധ അന്വേഷണങ്ങളിലും മുഴുകി. എന്നാൽ കാക്കനാടന്റെയും മുകുന്ദന്റെയും അസ്തിത്വാന്വേഷണങ്ങൾ ഹിപ്പിസവുമായി ബന്ധപ്പെട്ടാണ് വികസിച്ചത്. അതുകൊണ്ടുതന്നെ അവരുടെ രചനയിൽ വേശ്യകളും ലഹരിപദാർത്ഥങ്ങളും പ്രധാനഘടകമായി മാറി.

അറുപതുകളിൽ ബീറ്റ്നിക്കുകളെ തുടർന്ന് മദ്ധ്യവർഗ്ഗമൂല്യങ്ങളോട് പൊരുത്തപ്പെടാതെ അതിലൈംഗികതയിലും ജനപ്രിയസംഗീതത്തിലും ഊന്നി രൂപംകൊണ്ട വിഭാഗമാണ് ഹിപ്പികൾ. ഹിപ്പികളായി മാറിയത് പ്രധാനമായും ചെറുപ്പക്കാരായിരുന്നു. നാഗരികജീവിതത്തിന്റെ അസ്വസ്ഥതകളും ആവർത്തന വിരസമായ ജീവിതരീതിയും വിലയ്ക്കുവാങ്ങാവുന്ന ജീവിതസുഖങ്ങളും ഉപരിവർഗ്ഗത്തിലെ ന്യൂനപക്ഷത്തെ ഹിപ്പി ജീവിതരീതികളിലേക്ക് ആകർഷിച്ചു. വ്യവസ്ഥകളോട് കലഹിക്കുന്ന ഈ വർഗ്ഗം സമൂഹത്തിൽനിന്ന് വേറിട്ടുനില്ക്കാൻ ആഗ്രഹിച്ചു. സാമ്പ്രദായിക ജീവിതരീതിയോട് കലഹിക്കുന്ന ഇവർ ലൈംഗികതയിലും ലഹരിയിലും ആകൃഷ്ടരായി. താടിയും മുടിയും നീട്ടിവളർത്തി ചരസ്സും കഞ്ചാവും വലിച്ചു നടക്കുന്ന ഇവർ തങ്ങളുടെ ജീവിതരീതികൊണ്ടും ആകാരം കൊണ്ടും സ്വയം റിബലാണെന്ന് പ്രഖ്യാപിച്ചു. തലമുടി നീട്ടിവളർത്തി കാതിൽ കടുക്കൻ ഇടുന്ന ഈ ചെറുപ്പക്കാരുടെ ശരീരഭാഷതന്നെ “താനൊരു സ്വവർഗ്ഗരതിക്കാരനാണ്” എന്നുള്ളതായിരുന്നു. യൂറോപ്പിൽ ഉപരിവർഗ്ഗത്തിലെ ചെറുപ്പക്കാരെ ആകർഷിച്ച ഈ ജീവിതരീതിയാണ് മലയാളത്തിൽ അസ്തിത്വാന്വേഷണത്തിന്റെ നിറക്കൂട്ട് ചാർത്തി കാക്കനാടനും മുകുന്ദനും സാഹിത്യത്തിൽ ആവിഷ്കരിച്ചത്.

മുകുന്ദന്റെയും കാക്കനാടന്റെയും കൃതികളിൽ ഹിപ്പിസം ഏതൊക്കെ രീതിയിൽ സ്വാധീനം ചെലുത്തിയെന്ന് അന്വേഷിക്കുന്നത് കൗതുകകരമായിരിക്കും. “സായ്‌വ് രമേശിന് വിസ്കിയും സിഗരറ്റും മാത്രമല്ല കൊടുത്തത്. മറ്റുപലതും കൊടുക്കുന്നുണ്ട്. പലതവണ ഒരേ പെണ്ണിന്റെ അപ്പുറത്തും ഇപ്പുറത്തും കിടന്ന് അവർ ഉറങ്ങിയിട്ടുണ്ട്. വിസ്കിയിൽ ഇന്ന് താല്പര്യമില്ല. പകരം ഭംഗാണ് ഇപ്പോൾ ഉപയോഗിക്കുന്നത്. സിഗരറ്റിനു പകരം ചരസ്സും” (എം മുകുന്ദൻ; *ഹരിദ്വാരിൽ മണികൾ മുഴങ്ങുന്നു*; പുറം : 8). “ദില്ലി എന്ന നഗരം ഭംഗിലൊഴുകി. നഗരത്തിലേക്ക് ഹിപ്പികൾ ഒഴുകിവന്നു. നഗരത്തിൽനിന്ന് ഹിപ്പികൾ ഒഴുകിപ്പോയി” – (കാക്കനാടൻ; *യൂസഫ്സരായിയിലെ ചരസ് വ്യാപാരി*). ഇവിടെ ഹിപ്പികളും അവർക്ക് സ്ത്രീ –ലഹരി വസ്തുക്കളോട് ഉണ്ടായിരുന്ന ആഭിമുഖ്യവുമാണ് മുഴച്ചുനില്ക്കുന്നത്. ലഹരിയുടെ രണ്ടാംഘട്ടം അത് ബോധമനസ്സിനെ തകർത്ത് അബോധത്തിന്റെ അനിർവ്വചനീയമായ ലോകത്തേക്കെത്തിക്കും എന്നുള്ളതാണ് ഹിപ്പികളുടെ സങ്കല്പം. “അമ്മ പേടിക്കേണ്ടതില്ല. ഭംഗ് കുറേക്കാലം തുടർച്ചയായി ഉപയോഗിച്ചാൽ

സൂപ്പർ ഇഗോ നശിച്ചുപോകുമെന്ന് ഞാനീയിടെ എവിടെയോ വായിച്ചു. സാമൂഹ്യാചാരങ്ങളിൽ നിന്നും മോചിക്കപ്പെടും. സമൂഹത്തിൽനിന്ന് ഒറ്റപ്പെടും. ഐ ഡോൺഡ് മൈൻഡിറ്റ്. അല്ലാതെ മറ്റൊരു ദ്രോഹവും ഭംഗ് ചെയ്യില്ല" – (മുകുന്ദൻ; *പുതിയ പുതിയ മുഖങ്ങൾ*). "മരിയുവാന എന്ന ഹാഷിഷ്, എന്ന കഞ്ചാവ്, എന്ന സൈക്കഡെലിക്ക് കപ്പലുകൾ യാത്രതിരിച്ചിട്ടുണ്ട്. മോക്ഷമാർഗ്ഗം വരുന്നു. രക്ഷാവഴികൾ വരുന്നു". (കാക്കനാടൻ; *യൂസഫ്സരായിയിലെ ചരസ് വ്യാപാരി*). ഇവിടെ മയക്കുമരുന്നിന്റെ ഉപയോഗം മാനസിക വൈകൃതത്തിലേക്ക് നയിക്കുമെന്നും അതുതന്നെയാണ് തങ്ങൾ ആഗ്രഹിക്കുന്നതെന്നും അർഥം വരുന്നു. ബോധമനസിൽ വ്യാപരിക്കുന്നതിനേക്കാൾ ഇവർക്കിഷ്ടം അബോധമനസിൽ കഴിയുന്നതാണ്. അതുകൊണ്ട് ഹിപ്പിസം ഒരു മനോവൈകല്യമാണെന്നു പറഞ്ഞാൽ അതിനെ അപ്പാടെ തള്ളിക്കളയാനും കഴിയില്ല. ലഹരിവസ്തുവിലൂടെ മോക്ഷപ്രാപ്തിയാണ് ഹിപ്പിസത്തിന്റെ മൂന്നാമത്തെയും അവസാനത്തെയും ഘട്ടം. "നിനക്കറിയാമോ സുജേ, വ്യാസൻ മഹാഭാരതം എഴുതിയത് നർക്കോട്ടിക്സ് ഉപയോഗിച്ചാണ്. പ്രോബബ്ലി ഭംഗ്"(എം മുകുന്ദൻ: *ഹരിദ്വാരിൽ മണികൾ മുഴങ്ങുന്നു* : പുറം : 36). "മോക്ഷത്തിലേക്ക് വേറെ വഴിയില്ല. ഭഗവൽ സന്നിധിയിലെത്താൻ മാർഗമില്ല. വേദങ്ങളുടെയും ഉപനിഷത്തുകളുടെയും കാലത്ത് അവർ അതിനെ സോമ എന്നുവിളിച്ചു. ഇന്ന് ഇത് വാതകരൂപമാണ്. പേര് ചരസ്സ് എന്നാണ്" – (കാക്കനാടൻ; *യൂസഫ്സരായിയിലെ ചരസ് വ്യാപാരി*). ഹരിദ്വാരിൽ മണികൾ മുഴങ്ങുന്നു എന്ന നോവൽ മൊത്തത്തിൽ പരിശോധിച്ചാലും അത് ഒരു ഹിപ്പിയുടെ മയക്കുമരുന്നിലൂടെയുള്ള ഒരു തീർഥാടനമായി കാണാൻ കഴിയും.

ഹിപ്പികളെ സമീപിക്കേണ്ടത് പുതിയ മനോഭാവത്തിലാവണമെന്ന് മുകുന്ദനും കാക്കനാടനും നിർബന്ധമുണ്ട്. "പഠിപ്പും വിവരവും ഉള്ളവരാ. അല്ലെങ്കിൽ പിരാന്താ എന്നു പറയാമായിരുന്നു .... എടോ ഇക്കാലത്ത് പഠിപ്പും വിവരവും ഉള്ളവർക്കാ ഭ്രാന്ത്" –(എം മുകുന്ദൻ; *പുതിയ പുതിയ മുഖങ്ങൾ*). ഇവിടെ ബുദ്ധിമാന്മാരാണ് ഹിപ്പികളെന്നും അതുകൊണ്ട് ഹിപ്പികളെല്ലാം ബുദ്ധിമാന്മാരാണെന്നും ഒരു വ്യങ്ഗ്യാർഥം വരുന്നു. ഇതിനെ ഒരു മനോഭാവമായി സമൂഹത്തിൽ പ്രതിഷ്ഠിക്കാൻ മുകുന്ദനും കാക്കനാടനും വളരെയധികം മഷിയും തലച്ചോറും ചെലവാക്കിയതായി കാണാം. ഇങ്ങനെ ഹിപ്പിസത്തിലൂടെയാണ് മുകുന്ദനും കാക്കനാടനും ആധുനികസാഹിത്യത്തിൽ തങ്ങളുടെ അസ്തിത്വാന്വേഷണങ്ങൾ വിലിയിരുത്തിയതെങ്കിൽ ആധുനികാനന്തര പരിസരത്തിൽ അവർ സാഹിത്യത്തിൽ തങ്ങളുടെ സാന്നിധ്യം എങ്ങനെ നീട്ടിക്കൊണ്ടുപോകുന്നു എന്നത് ചിന്തനീയമാണ്.

രണ്ട്

തുടർക്കഥയുടെ പ്രത്യയശാസ്ത്രം അത് വായനക്കാരിൽ നിരന്തരം ആകാംക്ഷ നിലനിർത്തുക എന്നുള്ളതാണ്. 'മ' വാരികകളിൽ പ്രസിദ്ധീകരിച്ചുവരുന്ന ഇത്തരം നോവലുകൾ പണ്ട് 'പൈങ്കിളി' എന്ന പേരിലാണ് അറിയപ്പെട്ടിരുന്നത്. മുട്ടത്തുവർക്കിയുടെ പാടാത്ത പൈങ്കിളിയാണ് പിന്നീട് ഇത്തരം തടുർക്കഥകളുടെ പരിഹാസപ്പേരായി മാറിയത്. എന്നാൽ ഇന്ന് ഇത്തരം നോവലുകൾ 'ജനപ്രിയ' എന്ന ലേബലിലാണ് അറിയപ്പെടുന്നത്.

'വായനയുടെ ജനാധിപത്യവല്ക്കരണ'മെന്നു വിളിച്ചുകൊണ്ടാണ് മുതലാളിത്തവിമർശക തലമുറ ഈ ജനപ്രിയ നോവലുകൾക്ക് ഗ്രന്ഥശാലകളിലും പുസ്തകശാലകളിലും ഇടം നല്കിയത്. മുട്ടത്തുവർക്കിയും സുധാകർ മംഗളോദയവും തങ്ങൾക്ക് സാഹിത്യവിമർശകരിൽ നിന്ന് ഇങ്ങനെയൊരു പൂച്ചെണ്ട് ലഭിക്കുമെന്ന് സ്വപ്നത്തിൽപ്പോലും കരുതിയിട്ടുണ്ടാവില്ല. വായനയുടെ ജനാധിപത്യവല്ക്കരണത്തെ അടയാളപ്പെടുത്തേണ്ടത് യുവവിമർശകരുടെ ധർമ്മമാണെന്ന് വിലയിരുത്തുന്ന സൈദ്ധാന്തികർ അവർ മുന്നോട്ടുവെക്കുന്ന ആശയപരിസരം കാണാതെ പോകുന്നതിനു ന്യായീകരണമില്ല. "ആധുനികത സാഹിത്യത്തിലെ എല്ലാ സാദ്ധ്യതകളെയും ഉപയോഗപ്പെടുത്തിക്കഴിഞ്ഞിരിക്കുന്നതിനാൽ പുതിയ പശ്ചാത്തലത്തിൽ വായന ജനാധിപത്യവല്ക്കരിക്കേണ്ടിയിരിക്കുന്നു. മാത്രമല്ല, ആധുനികത ഉല്പാദിപ്പിച്ചത് മ്യൂസിയം വസ്തുക്കളായിരുന്നു. അതുകൊണ്ടുതന്നെ അത് ജനാധിപത്യവല്ക്കരണത്തിന് എതിരാണ്" – തുടങ്ങിയ വാദങ്ങളാണ് ഈ സൈദ്ധാന്തികന്മാർ ജനപ്രിയത്തെ അടയാളപ്പെടുത്താനായി ഉപയോഗിക്കുന്നത്. എന്നാൽ ഇവിടെ 'ആധുനികതാവാദ'ത്തെ സൃഷ്ടിച്ചതും പൈങ്കിളിയെ ജനാധിപത്യവല്ക്കരിച്ചതും മുതലാളിത്തത്തിന്റെ വിപണനതന്ത്രമായിരുന്നു. വിരുദ്ധ ആശയങ്ങളെ ഒരേസമയം പെരുപ്പിച്ച് വൈരുദ്ധ്യം സൃഷ്ടിക്കുകയും അതിൽ തന്റെ നിലപാട് നിഷ്പക്ഷമാണെന്ന് വരുത്തിത്തീർക്കുകയുമാണ് മുതലാളിത്തം ഇവിടെ ചെയ്യുന്നത്.

ആധുനികർ ആയിരുന്നവരും ആധുനികാനന്തരഘട്ടത്തിൽ വായനയുടെ ജനാധിപത്യത്തിലേക്ക് (പൈങ്കിളി) പ്രവേശിച്ചവരുമായ ഒരുകൂട്ടം എഴുത്തുകാർ ഇന്ന് മലയാളത്തിലുണ്ട്. കാക്കനാടൻ, പുനത്തിൽ കുഞ്ഞബ്ദുള്ള എന്നിവരെ ഇക്കൂട്ടത്തിൽപ്പെടുത്താം. ആധുനികാനന്തര സാഹിത്യമെന്നാൽ 'ജനപ്രിയ സാഹിത്യ' മാണെന്ന് തെറ്റിദ്ധരിച്ചവരാണ് ഈ എഴുത്തുകാർ. കാക്കനാടൻ 'കൊളോസസി'ലൂടെ ഈ ഘട്ടത്തിലേക്ക് പ്രവേശിച്ചു കഴിഞ്ഞു. നവറിയലിസം, പാരഡി, മിശ്രശൈലി (പാസ്റ്റിഷ്), സ്ത്രീ–ദളിത്–പരിസ്ഥിതി വീക്ഷണങ്ങൾ, നവചരിത്രവീക്ഷണം, ചരിത്ര വിജ്ഞാനീയ അതികഥനം (H M F) തുടങ്ങിയ പുതിയ പ്രവണതകൾ വേണ്ടരീതിയിൽ തിരിച്ചറിയുവാൻ ശ്രമിക്കുന്നില്ല എന്നതാണ് ഇവരുടെ പരിമിതി. എന്നാൽ മുകുന്ദനാവട്ടെ *കേശവന്റെ വിലാപങ്ങളിൽ* 'അതിക

ഥനം' ഒരു കഥാസമ്പ്രദായമായി സ്വീകരിച്ച് ആധുനികാനന്തര സമീപനത്തിന്റെ വ്യാപ്തി ഉൾക്കൊള്ളാൻ ശ്രമിക്കുകയും ചെയ്യുന്നു.

മുകുന്ദന്റെ 'പൈങ്കിളി'ക്കഥകളോടുള്ള സമീപനം എന്താണെന്ന് അദ്ദേഹം തന്നെ പറഞ്ഞുവെക്കുന്നു- "ആഴ്ചപ്പതിപ്പുകളിൽ ഖണ്ഡശഃ പ്രസിദ്ധീകരിച്ചാലും ഹോട്ട് മെയിലിൽ ഖണ്ഡശഃ സന്ദേശങ്ങളായി അയച്ചാലും എല്ലാ തുടർക്കഥകളും ഒരുപോലെയായിരിക്കും. അയാളുടെ (അഗ്നി) സൈബർ തുടർക്കഥയ്ക്ക് ചാരായത്തിലെന്നവണ്ണം താൻ കുറേശ്ശെയായി അടിമയാകുകയാണെന്ന് അയാൾ മനസ്സിലാക്കിയിരിക്കുന്നു. നിയന്ത്രിച്ചില്ലെങ്കിൽ എല്ലാ ശീലങ്ങളും ദുശ്ശീലങ്ങളായി മാറുമെന്ന് അയാൾക്കറിയാം"-(*നൃത്തം* : പുറം : 13, 46). ഏകവിഷയമായ ജനപ്രിയ കഥകളിലെ ആകാംക്ഷയും ലഹരിയുമാണ് മുകുന്ദൻ ഇവിടെ പരാമർശിക്കുന്നത്. ഇവയാണ് ജനപ്രിയ നോവലുകളുടെ നട്ടെല്ലെന്നും അദ്ദേഹം തിരിച്ചറിയുന്നു. വായനക്കാരുടെ ആകാംക്ഷയെ ചൂഷണം ചെയ്യുന്ന ജനപ്രിയ നിർമ്മാതാക്കൾ താൻ പറയുന്നത് "നടന്ന കഥ"യെന്ന രീതിയിലാണ് അവതരിപ്പിക്കുന്നത്. ഇവിടെ *നൃത്തവും* ആ രീതിയിൽ തന്നെയാണ് മുകുന്ദൻ ആവിഷ്കരിക്കുന്നതെന്ന് കാണാം. എന്നാൽ ഒരു ആന്റി ക്ലൈമാക്സിലൂടെ താൻ പറഞ്ഞുവെച്ച കഥ മുഴുവൻ പൊളിയാണെന്ന് കഥാകൃത്ത് വെളിപ്പെടുത്തുകയും ചെയ്യുന്നു. ഇവിടെ ജനപ്രിയതയുടെ വിശ്വാസ്യതയെയാണ് മുകുന്ദൻ തകർക്കുന്നത്. ഇതുവഴി *നൃത്തം* സാമൂഹ്യവിമർശനത്തിന്റെ തലത്തിലേക്ക് ഉയരുന്നു. ആഗോളപൗരന്റെ അറിവുനേടാനുള്ള സാദ്ധ്യതകളും എന്നാൽ അവയിൽ പതിയിരിക്കുന്ന വഞ്ചനകളും മുകുന്ദൻ നോവലിലൂടെ പുറത്തുകൊണ്ടുവരുന്നു. അങ്ങനെ പൈങ്കിളിയെപ്പറ്റി ചർച്ച ചെയ്യുന്ന *നൃത്തമെന്ന* നോവൽ 'ജനപ്രിയം' മാത്രമാണ് ആധുനികാനന്തര സാഹിത്യമെന്ന് തെറ്റിദ്ധരിക്കുന്നവർക്കുള്ള ശക്തമായ മറുപടിയാണ്. സാമൂഹ്യ-സാംസ്കാരിക-രാഷ്ട്രീയ വിമർശനത്തിന്റെ അഭാവമാണ് കാക്കനാടനെപ്പോലുള്ള അഭിനവ ജനപ്രിയ നോവലിസ്റ്റുകളുടെ നോവലുകളിലെ ഉൾക്കനം നശിപ്പിക്കുന്നത്.

അങ്ങനെ ആധുനികതയിൽ ഒരേ വ്യവഹാരം പങ്കിട്ട മുകുന്ദനും കാക്കനാടനും ആധുനികാനന്തര പരിസരത്തിൽ വ്യത്യസ്ത നിലപാടുകൾ കൈക്കൊണ്ട് സ്വയം മാറിനില്ക്കുന്നു.

5

പാണ്ഡവപുരം
ഒരു സ്ത്രീപക്ഷ വായന

പാണ്ഡവപുരം എന്ന നോവൽ വിമർശകനെ സംബന്ധിച്ച് ഒരു വെല്ലുവിളിയാണ്. പാണ്ഡവപുരം എന്ന സങ്കല്പലോകവും നായികയായ ദേവിയും തമ്മിലുള്ള ബന്ധത്തിന്റെ കഥയാണ് ഈ നോവൽ. ജാരൻ അല്ലെങ്കിൽ ജാരന്മാർ ഈ കഥയെ നിയന്ത്രിക്കുന്നു. ഭാവതീവ്രമായ ഭാഷയിൽ രചിക്കപ്പെട്ട ഈ കൃതി ചിലപ്പോൾ യുക്തിക്ക് നിരക്കാത്തവണ്ണം ചിതറുകയും വികസിക്കുകയും ചെയ്യുന്നു. ഈ അയുക്തികതയാണ് വിമർശകനെ കുഴയ്ക്കുന്ന പ്രഹേളിക. ഓരോ വായനയും അപൂർണ്ണത അവശേഷിപ്പിക്കുന്നു. അതുകൊണ്ടുതന്നെയാവാം പിന്നെയും പിന്നെയും പുനർവായനകൾ ഈ നോവലിനെ തേടിയെത്തുന്നത്.

ജാരൻ എന്ന പദം കാമവുമായി ബന്ധപ്പെട്ട് നില്ക്കുന്നു. സ്ത്രീക്ക് ഭർത്താവിൽ അസംതൃപ്തി വരുമ്പോഴേ ജാരന് പ്രസക്തി കൈവരികയുള്ളൂ. ഇവിടെ വിരക്തിയുടെ പ്രതീകമാണ് ദേവിയുടെ ഭർത്താവായ കുഞ്ഞിക്കുട്ടൻ. കാമത്തെ സ്ത്രീക്കും പുരുഷനും രണ്ടുരീതിയിൽ സ്വീകരിക്കാം ഒന്ന്- തികഞ്ഞ ആത്മാർത്ഥതയോടെ അല്ലെങ്കിൽ വിരക്തിയോടെ. ദേവിയെ സംബന്ധിച്ച് കുഞ്ഞിക്കുട്ടൻ വിരക്തിയുടെ പ്രതീകമാണ്. പക്ഷേ, അവൾ സുന്ദരിയാണ്, ചെറുപ്പമാണ്. അവൾക്ക് കുഞ്ഞിക്കുട്ടനിൽനിന്നും നീതി ലഭിക്കുന്നില്ല. ഇവിടേക്കാണ് രണ്ട് തീക്ഷ്ണമായ കണ്ണുകൾ അവളെ ചൂഴ്ന്നു നില്ക്കുന്നതായി ദേവി അറിയുന്നത്. ആ കണ്ണുകൾക്ക് തന്റെ വികാരത്തെ ശമിപ്പിക്കാൻ കഴിഞ്ഞേക്കുമെന്ന് അവൾ സ്വപ്നം കാണുന്നു. പക്ഷേ, അയാളിൽനിന്നും അവൾക്ക് മറുപടിയൊന്നും ലഭിക്കുന്നില്ല. “വെറുതെ വെറുതെ നിന്നെ ഞാൻ ഇഷ്ടപ്പെട്ടുപോയി”-എന്നാണ് ജാരൻ പറയുന്നത്. ഇവിടെ ജാരൻ കാമുകനെ

പ്പോലെ ദിവ്യമായി അവളെ പ്രേമിക്കുന്നു. ആ വിഗ്രഹത്തിനു മുൻപിൽ അയാൾ തൊഴുകൈയോടെ നിന്നു. കുഞ്ഞിക്കുട്ടനിൽനിന്നു നീതി ലഭിക്കാത്ത ദേവിക്ക് ജാരനിൽനിന്ന് നീതി ലഭിക്കുമെന്ന് അവൾ ആഗ്രഹിച്ചുപോയി. പക്ഷേ, അയാളും ഒരു ഭീരുവാണെന്ന് അവൾ തിരിച്ചറിഞ്ഞു. അവളുടെ കാമനകൾ തകർന്നു വീഴുകയായിരുന്നു.

സ്ത്രീയെ വിഗ്രഹവല്കരിക്കുന്ന ഭാരതീയ സങ്കല്പങ്ങൾ–അത് വിശ്വാസത്തിന്റെ പുറത്തായാലും–അവൾ ആദ്യം ഒരു സ്ത്രീയാണെന്നും അവളും ഒരു മനുഷ്യനാണെന്നും അവൾക്കും സങ്കല്പങ്ങളും കാമമോഹങ്ങളും ഉണ്ടെന്നും തിരിച്ചറിയാതെ പോകുമ്പോൾ അവൾ പ്രതികാരദാഹിയാകുന്നു. വിശപ്പുപോലെ തന്നെ കാമവും ഒരു ആവശ്യകതയാണ്. ഒന്നിലേറെത്തവണ തന്റെ വികാരങ്ങൾ വ്രണപ്പെടുന്ന കാഴ്ചയാണ് ദേവിയെ 'ദുർഗ്ഗ'യാക്കി മാറ്റുന്നത്. ക്രമേണ അവളിൽ കാമവിരക്തത പൊട്ടി മുളയ്ക്കുകയും അതിനെതിരെ ആരോടെന്നില്ലാതെ നിഴൽയുദ്ധം നടത്തുകയും ചെയ്യുന്നു. പുരുഷന്റെ പത്തിയെ ഓരോ തവണ ആഞ്ഞാഞ്ഞ് ചവിട്ടി മെതിക്കുമ്പോഴും അവളിൽ പ്രതികാരം പതഞ്ഞ് പൊന്തുകയാണ്. ഇതിലൂടെ അവൾ നമ്മുടെ മുന്നിലേക്ക് എറിയുന്ന ഒരു സങ്കല്പമുണ്ട്. അത്, സ്ത്രീ പൂജിക്കപ്പെടേണ്ടവളല്ല, അവളും മജ്ജയും മാംസവും ഉള്ള മനുഷ്യനാണ് എന്നുള്ളതുതന്നെ.

ഒരു സ്വപ്നത്തിൽ ഒതുക്കാൻ കഴിയുന്നതിനേക്കാൾ കൂടുതൽ അവൾ അന്ന് ഉറങ്ങി. ഈ ഉണർച്ചയിൽ താൻ ഒരിക്കലും കണ്ടിട്ടില്ലാത്ത പാണ്ഡവപുരവും അവിടത്തെ കഥകളും ജാരനും അവളുടെ മനസ്സിൽ വ്യക്തതയോടെ പതിഞ്ഞു കഴിഞ്ഞു.

എന്തിനവൾ ജാരനെ ആവാഹിച്ചു വരുത്താൻ ശ്രമിക്കുന്നു? എന്തിനവൾ എന്നും റെയിൽവേ സ്റ്റേഷനിൽ അവനുവേണ്ടി കാത്തിരിക്കുന്നു? ഉത്തരം ഒന്നേയുള്ളൂ–പ്രതികാരം. ആരോട് ജുബ്ബാ ധരിച്ച സിഗരറ്റ് കറ വീണ നീണ്ട വിരലുകളുള്ള ഒരു ജാരനോടോ? പക്ഷേ, അവൾ കാത്തിരിക്കുന്നത് ഒരു ജാരനെ മാത്രമല്ല. പാണ്ഡവപുരത്തെ എല്ലാ ജാരന്മാരും അവളുടെ കാൽക്കീഴിൽ വീഴണം. അപ്പോൾ ഒരുകാര്യം വ്യക്തമാകുന്നു. അവൾ കാത്തിരിക്കുന്നത് ഒരു ജാരനെയല്ല പുരുഷവർഗ്ഗത്തിൽപ്പെട്ട എല്ലാ ജാരന്മാരെയും. പാണ്ഡവപുരത്തുനിന്ന് തന്നെ അപമാനിച്ചുവിട്ട കുഞ്ഞിക്കുട്ടനും നാട്ടിലെത്തിയ ജാരനും ഉൾപ്പെടുന്ന പുരുഷവർഗ്ഗത്തെ മൊത്തം അവൾ വെറുക്കുന്നു. തന്റെ ഭ്രൂണം പൗരുഷമുള്ള ഒരു പുരുഷനാകണമേ എന്നവൾ കൊതിക്കുന്നു. തോറ്റുകൊടുക്കാൻ മടിക്കുന്ന ഒരു മനസുമായാണ് ദേവി തന്റെ ജീവിതം മുന്നോട്ടു കൊണ്ടുപോകുന്നത്. അതുകൊണ്ട് അവൾ കളരിപ്പാട്ടെ ആങ്കുട്ടികളോട് ചീറുന്നു. മനം പുരട്ടുന്നു. കാർക്കിച്ചു തുപ്പുന്നു.

കല്യാണത്തിനു മുൻപ് തന്നെ അവൾ അറിയാത്ത ഒരു പാപഭാര

ത്തിന്റെ ഉടമയായിത്തീരുന്നു. "വാഴപ്പഴത്തിൽ കൈവിഷം ചേർത്ത പെണ്ണ്!" അവളുടെ വ്യക്തിത്വത്തിനേറ്റ ആദ്യത്തെ പ്രഹരമായിരുന്നു ഈ വിശേഷണം. കുഞ്ഞിക്കുട്ടൻ പഴിചാരുന്നതു മുഴുവൻ അവളിൽ കുടിയിരിക്കുന്ന മാന്ത്രികതയെയാണ്. ഈ മാന്ത്രികത അവളുടെമേൽ ചുമത്തപ്പെട്ടതാണെങ്കിൽ, പിന്നീട് അവൾ തന്റെ അസ്തിത്വം അന്വേഷിക്കുന്നത് ഈ മാന്ത്രികതയിലാണ്. "ഞാൻ അവനെ ആവാഹിച്ചു വരുത്തും". ആവാഹനവും ഉച്ചാടനവും പിന്നീട് അവളെ ഭരിക്കുന്നു. താൻ ഒരു മന്ത്രവാദിനിയാണെന്ന് അവൾക്ക് തോന്നിത്തുടങ്ങുന്നു. പിന്നീട് കാത്തിരിപ്പായി. ആവാഹനം തനിക്ക് ദൈവം തന്ന ഒരു വിദ്യയാണെന്ന് അവൾ സ്വയം വിശ്വസിപ്പിക്കാൻ ശ്രമിച്ചു. വിശ്വാസത്തെ സത്യമായി അവൾ അംഗീകരിച്ചു. താൻ താനല്ലാതായി.

വിശ്വാസം അർപ്പിക്കാൻ പുരാണങ്ങൾ. പുരാണങ്ങളിൽ പാഞ്ചാലി. ശത്രുവിന്റെ തല നിലത്തുവീണാലേ താൻ അഴിച്ചിട്ട മുടി മടക്കിയൊതുക്കൂവെന്ന ശപഥം. പ്രതികാരത്തിന്റെ ശപഥം! പ്രതികാരങ്ങൾ ഓരോന്നായി നിറവേറ്റുമ്പോഴും താനെവിടെയും എത്തിയില്ല എന്ന തോന്നൽ. ആദ്യജാരൻ തോറ്റു എന്നറിഞ്ഞപ്പോൾ അവളിൽ അവശേഷിച്ചത് ദൈന്യതയായിരുന്നു. "അവൻ തടുത്തിരുന്നുവെങ്കിൽ ഞാൻ വിജയിച്ചേനെ.... പക്ഷേ..." പരാജയപ്പെട്ടവന്റെ നേരെ വീണ്ടും വാളുയർത്തുക പാപമാണെന്ന ബോധം അവളെ പിന്നിലേക്കു വലിച്ചു. അടുത്ത നിമിഷം തന്റേടിയായ അടുത്ത ജാരനു വേണ്ടിയുള്ള കാത്തിരിപ്പ് തുടങ്ങുകയായി.

മഹാഭാരതയുദ്ധവും അതിന്റെ കെടുതികളും നായർ തറവാട്ടിൽ ജനിച്ച ദേവിക്ക് അന്യമായിരുന്നില്ല. അതുകൊണ്ടുതന്നെ ഒരിക്കലും ചെന്നെത്തിയിട്ടില്ലാത്ത ഒരു നഗരത്തെ അവൾ മിത്തുകളിലൂടെ ജീവൻ നല്കി. കൗരവ പാണ്ഡവ യുദ്ധത്തിൽ പാണ്ഡവന്മാരുടെ വിജയം പാഞ്ചാലിയുടെ ശപഥത്തിന്റെ വിജയമായിരുന്നു എന്നവൾ വ്യാഖ്യാനിച്ചു. അതുകൊണ്ടുതന്നെ തന്റെ സങ്കല്പ ലോകത്തിന് പാണ്ഡവപുരം എന്ന പേരു നല്കി. പാഞ്ചാലിയുടെ ലൈംഗികാവയവങ്ങൾ ഒരാൾക്കു മാത്രം അവകാശപ്പെട്ടതല്ല. സഹോദരന്മാരായ അഞ്ചുപേർ അതു പങ്കിട്ടു. അവൾക്കു വേണ്ടി അവർ യുദ്ധം ചെയ്തു. ആ യുദ്ധത്തിൽ ആരു തോല്ക്കും ആരു വിജയിക്കും എന്നവൾ ഉറ്റുനോക്കി. തന്റെ ലൈംഗിക അവയവങ്ങൾക്കു വേണ്ടി മത്സരിക്കുന്ന പാണ്ഡവ സഹോദരന്മാരെ – അവരുടെ യുദ്ധങ്ങളെ–കണ്ട് അവൾ ക്രൂരമായി ആനന്ദിച്ചു. അങ്ങനെ തന്റെ പൂർത്തിയാകപ്പെടാത്ത വികാരങ്ങളുടെ നഗരത്തിന് അവൾ 'പാണ്ഡവപുരം' എന്നു പേരു നല്കി.

നോവലിൽ യുക്തിക്ക് നിരക്കുന്നത് ഒരു റെയിൽവേ സ്റ്റേഷൻ മാത്രം. ആയിരം നാഴിക അകലെ ഒരു ദേശമുണ്ടെന്ന് അവൾ വിശ്വസിക്കുന്നത് ആ റെയിൽവേസ്റ്റേഷനും അവിടത്തെ കാത്തിരിപ്പുമാണ്. അത്

നശിച്ചാൽ ദേവിയില്ല. വടക്ക് അങ്ങ് ദൂരെ കളരിപ്പാട്ടിൽനിന്നും വ്യത്യസ്തമായ ഒരു ലോകമുണ്ടെന്ന് അവൾ തിരിച്ചറിയുന്നത് പുക തുപ്പി വരുന്ന തീവണ്ടിയും അതിലെ യാത്രക്കാരായ തമിഴത്തികളുമാണ്. അതുകൊണ്ടുതന്നെ തന്റെ കാത്തിരിപ്പ് വ്യർത്ഥമാവില്ലെന്ന് അവൾക്ക് ഉറപ്പായിരുന്നു. അച്ഛന്റെ വീട്ടിൽനിന്നും ഭർത്താവിന്റെ വീട്ടിലേക്കുള്ള ദൂരമാണ് കളരിപ്പാടിനും പാണ്ഡവപുരത്തിനുമിടയിലുള്ളത്. കേരളത്തിലെ സ്ത്രീവർഗ്ഗത്തെ സംബന്ധിച്ച് അച്ഛന്റെ വീടിനേക്കാൾ ഭർത്താവിന്റെ വീടാണ് സ്വന്തം വീട്. രണ്ടും രണ്ട് ലോകമാണ്. അച്ഛനെ കണ്ടിട്ടില്ലാത്ത രഘുവിന്(ദേവിയുടെ മകന്) ചൂണ്ടിക്കാണിക്കാൻ ഒരു ലോകം വേണം. അതാണ് പാണ്ഡവപുരം. തന്റെ അച്ഛൻ തിരിച്ചു വരില്ലെന്ന് അവനെ ബോദ്ധ്യപ്പെടുത്താൻ ഈ പാണ്ഡവപുരം കൂടിയേ തീരൂ. അച്ഛൻ നശിച്ചവനാണെന്ന് പറയുന്നതിനേക്കാൾ ഭദ്രം ആയിരം നാഴിക അകലെ അയാൾ ജീവിച്ചിരിപ്പുണ്ടെന്ന് പറയുന്നതല്ലേ നല്ലത് എന്ന് അവൾ ചിന്തിച്ചിരിക്കണം.

പാണ്ഡവപുരം എന്ന നോവൽ ദേവി ഒരു രാത്രികൊണ്ട് കണ്ട സ്വപ്നമാണ്. അതുകൊണ്ട് അതിലെ കഥാപാത്രങ്ങളും അവൾ നെയ്തതാണ്. പൂർത്തീകരിക്കപ്പെടാത്ത ആഗ്രഹങ്ങൾക്ക് സ്വപ്നം സാക്ഷാൽക്കാരം നല്കുകയാണെന്ന് ഫ്രോയിഡ് പറഞ്ഞിട്ടുണ്ട്. അതുകൊണ്ടുതന്നെ വികാരങ്ങളുടെ വിമലീകരണമാണ് അത് നിർവ്വഹിക്കുന്നത്. ഇവിടെ രഘു, ശ്യാമള, മുത്തശ്ശി, ഉണ്ണിക്കുറുപ്പ്, കുഞ്ഞിക്കുട്ടൻ എന്നിവർ അവളുടെ ജീവിതവുമായി അടുത്ത ബന്ധമുള്ള യഥാർത്ഥ മനുഷ്യരാണ്. സങ്കല്പത്തിൽ സൃഷ്ടിക്കപ്പെട്ടത് പാണ്ഡവപുരം എന്ന ദേശവും അവിടത്തെ ജാരന്മാരും മാത്രം. സംസ്കാരം രൂപപ്പെടുന്നതിനുമുമ്പ് 'ജാരൻ' എന്ന പദം ഉണ്ടായിരുന്നില്ല. ഒരു പുരുഷന് ഒരു സ്ത്രീ എന്ന് നിർവ്വചിക്കപ്പെട്ടപ്പോൾ സദാചാരങ്ങൾക്കപ്പുറം 'ജാരൻ' എന്ന പദം ഇടം നേടി. കൂട്ടുകുടുംബത്തിൽനിന്ന് അണുകുടുംബത്തിലേക്കുള്ള മാറ്റമായി ഇതിനെ കണക്കാക്കാം. നായികയായ ദേവി നായർ തറവാട്ടിൽ ജനിച്ച കുട്ടിയാണ്. പഴയ കൂട്ടുകുടുംബത്തിലെ നായർ തറവാട് ലൈംഗികതയുടെ കാര്യത്തിൽ ഉദാരമായി ചിന്തിച്ചിരുന്നു. (ഇത് യഥാർത്ഥത്തിൽ ഉദാരമായിരുന്നോ? വഴിയേ ചിന്തിക്കാം). പക്ഷേ, അണുകുടുംബം ആ ലൈംഗിക സ്വാതന്ത്ര്യത്തെ ഹനിച്ചുകൊണ്ട് ഒരു പുരുഷന് ഒരു സ്ത്രീ എന്ന നിർവ്വചനത്തിൽ എത്തിച്ചേർന്നു. ആവാഹനവും ഉച്ചാടനവും മനസ്സിൽ സൂക്ഷിക്കുന്ന ദേവി ഈ വിരുദ്ധദ്വന്ദ്വങ്ങളെ മനസ്സിൽ സൂക്ഷിച്ച അവസാന കണ്ണിയായിരുന്നു. കാട്, കാവ് മുതലായവ കൂട്ടുകുടുംബത്തെയും ഫാക്ടറി, കോളനി മുതലായവ അണുകുടുംബത്തെയും പ്രതിനിധീകരിക്കുന്ന ചിഹ്നങ്ങളാണ്.

അണുകുടുംബത്തിലാണ് ദേവി എത്തപ്പെട്ടതെങ്കിലും അവളുടെ മന

സ്സിൽ കൂട്ടുകുടുംബം/അണുകുടുംബം എന്ന വിരുദ്ധദ്വന്ദ്വങ്ങളെ ഒരേസമയം കൊണ്ടുനടക്കേണ്ടി വന്നു. നായർ തറവാട്ടിൽ ബ്രാഹ്മണൻ കടന്നുവരികയും അവിടെയുള്ള സ്ത്രീയിൽ സന്താന ഉല്പാദനം നടത്തുകയും അതിനുശേഷം കുറച്ചു സ്ഥലമോ പണമോ പ്രതിഫലമായി നല്കി എന്നെന്നേക്കുമായി അപ്രത്യക്ഷമാകുന്നു. ഇയാളെ ആരും ജാരൻ എന്നു വിളിക്കാറില്ല. കുഞ്ഞിക്കുട്ടന്റെ കാര്യത്തിൽ ദേവിക്ക് ഉണ്ടായ വികാരം ഇതാണ്. തന്നിൽ ഒരു സന്താനത്തെ നിർമ്മിച്ചു നല്കി അയാൾ എന്നെന്നേക്കുമായി തനിക്ക് അപ്രാപ്യമായ 'പാണ്ഡവപുരം' എന്ന സങ്കല്പ ലോകത്തേക്ക് മറയുന്നു. പക്ഷേ, തന്റെ ഇന്നത്തെ ലോകത്തിന് അണുകുടുംബത്തിന്റെ ഘടനയാണെന്ന് അവൾ മനസ്സിലാക്കുന്നു. അവിടെ ഒരു സ്ത്രീക്ക് ഒരു പുരുഷൻ എന്നാണ് നിയമം. നിയമത്തിന് ബാഹ്യ മനുഷ്യനെ മാത്രമേ ബന്ധിപ്പിക്കാൻ കഴിയൂ. അവന്റെ/അവളുടെ വികാരങ്ങൾക്ക് അത് തടയല്ല. അതുകൊണ്ടുതന്നെ വിത്തുപാകി അപ്രത്യക്ഷമാകുന്ന ബ്രാഹ്മണനോട്-അച്ഛന്റെ കടമകൾ നിർവ്വഹിക്കാത്ത കുഞ്ഞിക്കുട്ടനോട്-തോന്നുന്ന വെറുപ്പ് അവളുടെ അസ്തിത്വത്തിനേറ്റ മുറിവായി കാണുന്നു. പക്ഷേ, ആ വ്രണം ചുമക്കേണ്ട വൃത്തികെട്ട ചുമതല തനിക്കില്ലെന്ന ബോധം അവളിൽ വെളിവാകുന്നു.

ഇവിടെ 'ജാരൻ' എന്ന അണുകുടംബത്തിലെ സദാചാരവിരുദ്ധൻ രംഗപ്രവേശം ചെയ്യുന്നു. ബ്രാഹ്മണൻ അഥവാ കുഞ്ഞിക്കുട്ടൻ ദേവിയെ സംബന്ധിച്ച് ജാരനല്ല. ഭർത്താവാണ്. അവളുടെ ജാരൻ അവളുടെ മനസ്സിലെ ലൈംഗിക തൃഷ്ണയും മുറിവേല്ക്കപ്പെട്ട സ്ത്രീത്വത്തിന്റെ പ്രതീകവുമാണ്. അതുകൊണ്ടുതന്നെ ഇല്ലാത്ത ജാരനെ അവൾക്കു സൃഷ്ടിക്കേണ്ടി വരുന്നു. ആവാഹിച്ച് വരുത്തുന്നു. അവനുവേണ്ടി (ജാരസമൂഹത്തിന്) കാത്തിരിക്കുന്നു. ജാരൻ ദേവിയെ സംബന്ധിച്ച് ബ്രാഹ്മണന് (കുഞ്ഞിക്കുട്ടൻ എന്ന ഭർത്താവിന്) നേരെ വില്ലെടുക്കേണ്ടവനാണ്. തന്റെ സ്ത്രീത്വത്തെ മുറിവേല്പിച്ചവനുനേരെ പ്രതികാരം ചെയ്യേണ്ടവൻ. തന്റെ മകനിലൂടെ പ്രതികാരം ചെയ്യാൻ അവൾക്കു കഴിയും. അവൾ പൗരുഷം തികഞ്ഞ മകനുവേണ്ടി പ്രാർത്ഥിക്കുന്നുവെന്നത് ഇതിന് തെളിവാണ്. പക്ഷേ, അത്രയും ദീർഘമായ കാത്തിരിപ്പിൽ ശത്രു വൃദ്ധനും അശക്തനുമായി മാറും. വൃദ്ധനോട് എന്തു യുദ്ധം? അപ്പോൾ യുവാവായിരിക്കെത്തന്നെ അവനെ തോല്പിക്കണം. അതിന് തനിക്കൊരു രക്ഷകൻ വേണം. അല്ലെങ്കിൽ അത്താണി വേണം. അത് ജാരനാണെന്ന് അവൾ തിരിച്ചറിയുന്നു. അണുകുടുംബത്തിൽ ജാരൻ ഭർത്താവിന്റെ ഷണ്ഡതയെ പ്രതിനിധീകരിക്കുന്നു. ജാരനെ നിർമ്മിക്കുക വഴി ഭർത്താവിനെ അവൾ സമൂഹത്തിനു മുൻപിൽ ഷണ്ഡനാക്കുകയും മധുരമായി പകരം വീട്ടുകയും ചെയ്യുന്നു.

പക്ഷേ, ജാരൻ ബലഹീനനാണെന്ന് ദേവി തന്നെ പറയുന്നു.

ശരിയാണ്, അത് അവളുടെ നിർമ്മിതിയാണ്. തന്റെ കഥാപാത്രം തന്നെ ഭരിക്കുവാൻ ഒരു സ്രഷ്ടാവും ആഗ്രഹിക്കുകയില്ല. തന്റെ സങ്കല്പ നിർമ്മിതി മാത്രമാണ് തന്റെ കഥാപാത്രം. അതിനാൽ അവന് തന്റെ കാൽച്ചുവട്ടിലാണ് സ്ഥാനം. ജാരൻ ബലഹീനനാകേണ്ടത് ദേവിയുടെ ആവശ്യമാണ്. ബ്രാഹ്മണനെ-ഭർത്താവിനെ-പ്പോലെ അയാളും തന്റെ പെൺമയെ വ്രണപ്പെടുത്താൻ അവൾ ആഗ്രഹിക്കുന്നില്ല. അതുകൊണ്ട് അവൻ ബലഹീനനാകുന്നു, അല്ലെങ്കിൽ അവൾ അവനെ ബലഹീനനാക്കുന്നു. അതുവഴി രണ്ടു നേട്ടങ്ങളാണ് ദേവി നേടിയെടുക്കുന്നത്. ഒന്ന്, തന്റെ പെൺമയെ പരിഹസിച്ച തന്റെ ഭർത്താവിനെ സമൂഹത്തിന് മുൻപിൽ ഷണ്ഡനാക്കുന്നു. രണ്ട്, ജാരൻ എന്ന പുരുഷവർഗ്ഗ പ്രതിനിധിയെ അവൾ ദുർഗ്ഗയായി മാറി അവന്റെ 'പുരുഷഹുങ്കി'നെ ചവുട്ടിയരയ്ക്കുന്നു. അതുകൊണ്ടുതന്നെ ജാരനില്ലെങ്കിൽ ദേവിയില്ല എന്നു പറയേണ്ടിയിരിക്കുന്നു. സേതു എന്ന നോവലിസ്റ്റിന് ജാരനിലേക്കുള്ള ദൂരത്തിന് കുറച്ച് ദൈർഘ്യമുണ്ട്. സേതുവിന് നേരിട്ട് ജാരനിൽ എത്തിച്ചേരാൻ കഴിയില്ല. കാരണം സേതുവിന് ജാരനിൽനിന്നും ഒന്നും നേടാനില്ല. പക്ഷേ, ദേവിക്ക് നേരെമറിച്ചാണ്. ജാരനുണ്ടെങ്കിലേ അവൾക്ക് അസ്തിത്വമുള്ളൂ. അങ്ങനെ, സേതു ➔ദേവി ➔ജാരൻ എന്ന ശൃംഖല രൂപപ്പെടുന്നു. ഈ ശൃംഖല പൊട്ടിയാൽ സേതുവിന് ദേവിയിലെത്താനോ അതുപോലെ ജാരനിൽ എത്താനോ കഴിയില്ല.

ദേവിയുടെ യഥാർത്ഥ ജീവിതത്തിൽ ജാരൻ ഇല്ല. നാട്ടിൽനിന്ന് പുറത്തുപോകാത്ത അവൾ ഒരു ജാരനെയും നേരിട്ട് കണ്ടിട്ടില്ല. പക്ഷേ, ജാരൻ എന്ന ഒരു വർഗ്ഗം ഉണ്ടാകേണ്ടത് ഒരു ആവശ്യകതയാണ്. ദേവിയെ സംബന്ധിച്ച് ജാരൻ എന്ന വർഗ്ഗം സാങ്കല്പികമാണ്. അതുപോലെ തന്നെ ജാരന്മാർ മാത്രം പാർക്കുന്ന പാണ്ഡവപുരവും. ഇത് ഏറ്റവും നന്നായി അറിയാവുന്നത് ദേവിക്ക് തന്നെയാണ്. പക്ഷേ, പാണ്ഡവപുരം എന്ന സങ്കല്പലോകവും അവിടത്തെ ജാരന്മാരും അവൾക്കു സ്വന്തം മനസ്സിൽ ഉറപ്പിക്കുകയും വേണം. അങ്ങനെയാണ് 'ആദിജാര'ന്റെ കഥ ഉടലെടുക്കുന്നത്. കഥ ഇങ്ങനെയാണ്: കൊല്ലൻ തന്റെ ഭാര്യയെ മറ്റുള്ള ചെറുപ്പക്കാരുടെ മുന്നിൽ പ്രദർശിപ്പിക്കുന്നതിൽ ആനന്ദം കണ്ടെത്തുന്നവനാണ്. അവന്റെ കൈക്കരുത്തും പിഴയ്ക്കാത്ത ഉന്നവും അന്നാട്ടിലെ ചെറുപ്പക്കാർ ഭയന്നിരുന്നു. പരദേശിയായ അയാളെ എല്ലാവരും ഭയപ്പെട്ടിരുന്നു. മൂപ്പൻ പോലും! സമൂഹത്തിന്റെ മുന്നിൽ ശക്തനായ കൊല്ലൻ പക്ഷേ. കിടപ്പുമുറിയിൽ പരാജയമായിരുന്നു. തനിക്ക് ഒരു മകനെ പിൻഗാമിയായി ലഭിക്കാൻ ഏറെ ആഗ്രിച്ചിരുന്നുവെങ്കിലും അയാൾക്ക് അതിനുള്ള ശക്തിയില്ലെന്ന തിരിച്ചറിവിലെത്തുന്നു. ഭാര്യയുടെ സൗന്ദര്യത്തിന് ഏഴകലത്തുപോലും എത്താത്ത പിച്ചക്കാരികളിലേക്കും മദ്യത്തിലേക്കും അയാൾ ആകൃഷ്ടനാകുന്നു. തന്റെ ഭർത്താവിനെ തിരിച്ചുകിട്ടുവാൻ ഭാര്യ പല

തന്ത്രങ്ങളും പയറ്റിനോക്കി. മൂപ്പനോട് പരാതി പറഞ്ഞു. പക്ഷേ, പരദേശിയുടെ കാര്യത്തിൽ തലയിടാൻ അന്നാട്ടിലെ ആരും തയ്യാറായില്ല. അവസാനം അവൾ ജാരന്മാരുടെ കാല്പാടുകൾ സൃഷ്ടിക്കുന്നു. കൊല്ലന്റെ ശ്രദ്ധ തന്നിലേക്ക് തിരിയാൻ വേണ്ടിയാണ് അവൾ അതു ചെയ്തത്. അവളെ കൊല്ലൻ അടിക്കുകയും ജാരനാരെന്ന് തെരക്കുകയും ചെയ്യുമെന്ന് അവൾ ആശിച്ചു. പക്ഷേ, അതുണ്ടായില്ല. കൊല്ലന് കൂട്ടുകാർ ആരുമില്ലാത്തതിനാൽ തന്റെ ദുഃഖം അയാൾ ആരോടും പറഞ്ഞില്ല. പക്ഷേ, തന്റെ ഭാര്യയ്ക്ക് ഒരു ജാരനുണ്ടെന്ന് അയാൾക്ക് ഉറപ്പായിരുന്നു. നാളുകൾ പലതുകഴിഞ്ഞു. ഭാര്യ ഗർഭിണിയാണെന്ന് അയാൾ അവളുടെ വായിൽനിന്നു തന്നെ കേട്ടു. പക്ഷേ, തനിക്കു കുഞ്ഞിനെ കൊടുക്കുവാൻ പ്രാപ്തിയില്ലെന്ന് അയാൾക്ക് നല്ല ബോദ്ധ്യമായിരുന്നു. അതിനാൽ ഭാര്യയുടെ ജാരനെ തെരയുക അയാളുടെ ആവശ്യമായി വന്നു. അങ്ങനെ ഇല്ലാത്ത നിഴലിനോട് യുദ്ധം ചെയ്ത് അവൻ ഒരുത്തനെ കണ്ടുപിടിച്ചു. അവന്റെമേൽ കുറ്റംചുമത്തി. അവന്റെ കണ്ണുകൾ കുത്തിപ്പൊട്ടിച്ചു. പക്ഷേ, ഭാര്യ പ്രസവിച്ചില്ല. കാരണം അവൾക്ക് കൊല്ലനോടല്ലാതെ മറ്റൊരു പുരുഷനുമായി യാതൊരു ബന്ധവുമില്ലായിരുന്നു. ആ ചൂഴ്ന്നെടുക്കപ്പെട്ട കണ്ണുകളുള്ള യുവാവാണ് പാണ്ഡവപുരത്തെ ആദ്യത്തെ ജാരൻ.

ഈ കഥ നല്കുന്ന സന്ദേശം എന്താണ്? ആദ്യമായി കൊല്ലൻ പരദേശിയാണെന്ന സൂചനതന്നെ. മൂപ്പൻ നാടുവാണിരുന്ന ലോകത്തിലേക്കാണ് ഈ പരദേശിയുടെ കടന്നുവരവ്. മൂപ്പൻ ഭരിക്കുന്ന ദേശത്തിൽ സ്ത്രീ ഒരു ഉപഭോഗവസ്തുവായിരുന്നില്ല. പക്ഷേ, ഇതിനു നേർ വിപരീതമായി പരദേശി തന്റെ ഭാര്യയെ മറ്റുള്ളവരുടെ മുൻപിൽ പ്രദർശിപ്പിക്കുന്നതിൽ അവളെ ആഡംബരവസ്തുവാക്കുന്നതിൽ അഭിമാനംകൊള്ളുന്നു. അതേസമയം അവളുടെമേൽ തീവ്രമായ സ്വകാര്യതയും ആധിപത്യവും അടിച്ചേല്പിക്കുന്നു. സമൂഹത്തിന്റെ പ്രതിനിധിയായ സ്ത്രീ വ്യക്തിയുടെ സ്വത്താവുന്ന അവസ്ഥയിലേക്കുള്ള മാറ്റമാണ് ഇത് സൂചിപ്പിക്കുന്നത്. അതുവരെ ആ നാട്ടിൽ (പാണ്ഡവപുരത്ത്) ഒരു ജാരൻ ഉണ്ടായിരുന്നില്ല എന്ന് കഥയുടെ അവസാനം യുവാവിന്റെ രക്തസാക്ഷിത്വത്തിലൂടെ വെളിവാകുന്നു. അപ്പോൾ ജാരവർഗ്ഗം ഉണ്ടായതെങ്ങനെ? സ്വകാര്യമായതിനെ ചൂഴ്ന്നെടുക്കുന്നതിലൂടെ ജാരവർഗ്ഗം ഉടലെടുക്കുന്നു. സ്ത്രീയെ സ്വകാര്യമാക്കിയത്, അവളുടെ ലൈംഗിക സ്വാതന്ത്ര്യത്തെ സ്വകാര്യമാക്കിയത് പരദേശിയാണ്. അതുകൊണ്ടുതന്നെ ജാരൻ എന്ന പദത്തിന് ഗോപ്യമായതിനെ ചൂഴ്ന്നെടുക്കുന്നവൻ എന്നർത്ഥം കൈവന്നു. കാടൻ സംസ്കാരത്തിൽ–മൂപ്പൻ ഭരണത്തിൽ –ജാരൻ എന്നൊരു വർഗ്ഗമേ ഇല്ല. അതു കൊണ്ടുവന്നത് പരദേശിയുടെ പച്ചപ്പരിഷ്കാരമാണ്. ഈ പരിഷ്കാരം സ്ത്രീക്ക് നഷ്ടമാക്കിയത് അവളുടെ ലൈംഗിക

സ്വാതന്ത്ര്യമാണ്. ഇതൊരു കെട്ടുകഥയാണ്. പക്ഷേ, ഈ കഥയിലൂടെ ദേവി പറയാൻ ശ്രമിക്കുന്നത് സ്ത്രീയുടെ ലൈംഗിക സ്വാതന്ത്ര്യവും അതിനെ അമർച്ച ചെയ്തുകൊണ്ട് പുരുഷൻ അവളെ കെട്ടിലമ്മയാക്കിയതിന്റെയും ചരിത്രമാണ്. കെട്ടിലമ്മ മറ്റു പുരുഷനെ നോക്കാൻ പാടില്ലെന്നാണല്ലോ പ്രമാണം! അതിലൂടെ അവൾക്ക് തന്റെ പ്രാഥമിക സ്വാതന്ത്ര്യം പോലും നഷ്ടമാകുന്നു. കെട്ടുകഥകളിൽ ഭൂരിഭാഗവും വ്യംഗ്യത്തിനാണ് പ്രാധാന്യം നല്കുന്നത്. ഈ കഥയുടെ വ്യംഗ്യം ഒരു വർഗ്ഗം മറ്റൊരു വർഗ്ഗത്തിനുമേൽ നേടുന്ന വിജയവും അതിന്റെ പ്രതിഷേധമായി ഉണ്ടാകുന്ന മറ്റൊരു വർഗ്ഗത്തിന്റെ കഥയുമാണ്. (പുരുഷവർഗ്ഗം സ്ത്രീവർഗ്ഗത്തിനുനേരെ ബലം പ്രയോഗിക്കുന്നു. അവൾ തനിക്ക് കഴിയാവുന്ന വിധത്തിൽ അതിനെ ചെറുക്കുന്നു. ഈ സംഘർഷങ്ങൾക്ക് ഒരു നാന്ദിയുണ്ടാകുന്നു. അതാണ് ജാരവർഗ്ഗം). ജാരൻ സ്ത്രീയുടെ നിർമ്മിതിയല്ല. അത് പുരുഷന്റെ തന്നെ നിർമ്മിതിയാണെന്ന നിഗമനത്തിൽ ഇവിടെ നാം എത്തിച്ചേരുന്നു. ചുരുക്കത്തിൽ, സ്ത്രീയെ കുടുക്കാൻ പുരുഷൻ മെനഞ്ഞ 'ജാരൻ' എന്ന കുഴിയിൽ പുരുഷൻ ആണ്ടുപോകുന്നു. ഇവിടെ കുറ്റക്കാരൻ സ്ത്രീയല്ല, മറിച്ച് പുരുഷൻ തന്നെയാണ്.

കൂട്ടുകുടുംബം ലൈംഗികതയുടെ കാര്യത്തിൽ ഉദാരത കാണിച്ചുവെന്ന് പറയുകയുണ്ടായി. അത് എത്രത്തോളം ശരിയാണ്? നായർ കൂട്ടുകുടുംബത്തിൽ കാരണവരുടെ 'ഇഷ്ടൻ'മാരാണ് സന്താന ഉല്പാദനത്തിലേക്കു വേണ്ടി ക്ഷണിക്കപ്പെടുന്നവർ. അതുകൊണ്ടുതന്നെ പുരുഷന്റെ തട അവിടെയുമുണ്ട്. സ്ത്രീക്ക് ലൈംഗികതയിൽ പൂർണ്ണ സ്വാതന്ത്ര്യം ഇല്ലായിരുന്നു. അണുകുടുംബത്തിൽ ആ തട വീണ്ടും ശക്തി പ്രാപിക്കുന്നു. ഇവിടെ ഭർത്താവ് ചോദ്യം ചെയ്യപ്പെടാത്ത വ്യക്തിത്വത്തിനുടമയാണ്. അതുകൊണ്ടുതന്നെ നാലുകെട്ടിലും അവൾ നിഗൂഢയായിരുന്നു. അതിന്റെ തുടർച്ചയായി അണുകുടുംബത്തിലും അവൾ നിഗൂഢയായിത്തുടരുന്നു.

പുരുഷന്റെ ഭരണഘടനയുടെ ഭാഗമായ കൂട്ടുകുടുംബവും അണുകുടുംബവും സ്ത്രീയെ അംഗീകരിക്കാൻ വിസമ്മതം പ്രകടിപ്പിക്കുന്നു. പക്ഷേ, സ്ത്രീയെ സംബന്ധിച്ച് അവളുടെ ബോധമനസ്സിൽ കുടുംബബന്ധങ്ങൾ ഏതുതരത്തിലായിരിക്കണമെന്ന് ഒരു സങ്കല്പമുണ്ട്. അടിമയ്ക്കേ അടിമത്തത്തിന്റെ വേദന അറിയൂ എന്നു പറയുന്നതുപോലെ സ്വതന്ത്രയാക്കപ്പെട്ട സ്ത്രീ അടിമത്തത്തിനെതിരെ തിരിയുന്നു. *കൗടിലീയമോ മനുസ്മൃതിയോ* മറിച്ചു നോക്കാതെ അവൾ തനിക്കു ചുറ്റുമുള്ളവരെ സ്വതന്ത്രരാക്കുന്നു. നൂറ്റാണ്ടുകൾക്കു മുൻപ് രചിക്കപ്പെട്ട ഈ രാഷ്ട്രമീമാംസയും ഭരണഘടനയും തള്ളിക്കളയേണ്ടതിന്റെ ആവശ്യകത ആരേക്കാളും ഭംഗിയായി അറിയുന്നത് സ്ത്രീവർഗ്ഗമാണ്. കാരണം അതിൽ ക്രൂശിക്കപ്പെട്ടിരിക്കുന്നത് സ്ത്രീവർഗ്ഗമാണ്. ആധുനിക ഭരണ

ഘടനയും വലിയ വ്യത്യാസംകൂടാതെ ഇത് തുടരുന്നു. അതുകൊണ്ടാണ് ദേവിയെ ബോധമനസ്സിന്റെ പ്രത്യയശാസ്ത്രത്തിൽ തുറന്നുവിടാൻ സേതു മടികാണിക്കുന്നത്. കാരണം അവളുടെ ചെയ്തികൾക്ക് ഒരു അഭിസാരികയുടെ നിറം ബാധിച്ചേക്കാം. അബോധ മനസ്സിലായാലോ? അതും അപകടകരമാണ്. ഭ്രാന്തിയുടെ ജല്പനമായേ അത് വിലയിരുത്തപ്പെടുകയുള്ളൂ. ഈ രണ്ട് മാനങ്ങളിൽനിന്നും അവളെ കാക്കേണ്ടതും അവളുടെ വ്യക്തിത്വത്തിന് കളങ്കമേല്ക്കാതിരിക്കേണ്ടതും നോവലിസ്റ്റിന്റെ മുന്നിലെ ഒരു സമസ്യയായിരുന്നു. അതുകൊണ്ടാണ് അദ്ദേഹം യുക്തിയെയും അയുക്തികതയെയും കൂട്ടിക്കുഴയ്ക്കുകയും വ്യംഗ്യമായി ദേവിയുടെ മനസ്സിനെ ആഴത്തിൽ പഠിക്കുകയും ചെയ്യുന്നത്. മലയാള നോവൽ ചരിത്രത്തിൽ ദേവിയെപ്പോലെ ശക്തമായ ഒരു സ്ത്രീ കഥാപാത്രം അപൂർവ്വമായി തുടരുന്നു.

6

ആയുസ്സിന്റെ പുസ്തകം ഒരു മനഃശാസ്ത്രവായന

"***ബൈ****ബിൾ* ഒരു മഹാപ്രവാഹമാണ്. പരിശുദ്ധമായ ഒരു സത്യാത്മകതയുടെ അകംപൊരുൾ അത് വായിക്കുമ്പോൾ നാം ആഴത്തിൽ അനുഭവിക്കുന്നു. പരിണാമോത്ഭിന്നമായ പ്രാപഞ്ചികക്രിയകളുടെ സർഗ്ഗക്രിയാസാരം മനുഷ്യബോധത്തിലേക്ക് കുത്തിയൊലിക്കുന്ന നദിയായി *ബൈബിൾ* അനുഭവപ്പെടുത്തുന്നു. സത്യാസത്യങ്ങളുടെയും പുണ്യപാപങ്ങളുടെയും ശരിതെറ്റുകളുടെയും നന്മതിന്മകളുടെയും ഒരു സമന്വയത്തിലേക്ക് അത് കലാകാരനെ ബന്ധനസ്ഥനാക്കും. പിന്നീട് അവന് തെരഞ്ഞെടുപ്പിന്റെ ദാർശനിക സന്ദിഗ്ദ്ധതയാണ് അനുഭവലോകം. അനാദിയായ ഈ സങ്കീർണ്ണപ്രശ്നത്തെ യാതൊരു പരിഹാരവും നിർദ്ദേശിക്കാതെ മനുഷ്യഭാവനയിലേക്ക് തുറന്നു വയ്ക്കുന്നു എന്നതാണ് *ബൈബിളി*ന്റെ സാഹിത്യമൂല്യവും സ്വാതന്ത്ര്യവും. അതിനാൽ അത് എങ്ങനെയും വായിക്കാം. ദൈവത്തിലേക്കുള്ള ഒരു പാലമായി ചെറു സാധാരണമട്ടിൽ അതിനെ ഉപയോഗപ്പെടുത്താം. അല്ലെങ്കിൽ ദൈവിക ബിംബങ്ങളോടുള്ള കഠിന വിയോജിപ്പായി അതിന്റെ വരികൾക്കിടയിലെ മഹാമൗനത്തിന്റെ സമുദ്രഗരിമയിലേക്ക് ആണ്ടിറങ്ങാം." –കെ പി അപ്പൻ; *ബൈബിൾ വെളിച്ചത്തിന്റെ കവചം*. ഇവിടെ ലേഖകന് അനുയോജ്യമായി തോന്നുന്നത് രണ്ടാമത്തെ ആ മഹാമൗനത്തിന്റെ പ്രസക്തിയാണ്, സി വി ബാലകൃഷ്ണന്റെ *ആയുസ്സിന്റെ പുസ്തകം* ആദ്യമായി വായിച്ച് കഴിയുമ്പോൾ *ബൈബിളി*ലെ പലേ വാക്യങ്ങളും നമ്മുടെ മനസ്സിൽ തങ്ങി നില്ക്കുന്നതായി തോന്നും. രണ്ടാമതായി വായിച്ച് കഴിയുമ്പോഴോ *ബൈബിളി*നു ചമച്ച പുതിയൊരു വ്യാഖ്യാനമായി ചിലർക്കെങ്കിലും അതു തോന്നിയേക്കാം. ആ പുതിയ വ്യാഖ്യാനം സദാചാരത്തിന്റെ നൂതന കാഴ്ചപ്പാടത്രേ!

സെക്സ് ഇന്ത്യാക്കാരന് എന്നും ഒരു വിലക്കാണ്. തരംതാഴ്ന്ന, മ്ലേച്ഛമായ, നിഗൂഢമായ രഹസ്യമായി അത് കൈകാര്യം ചെയ്യപ്പെടുന്നു. സെക്സിനെ ഒരു നന്മയായിക്കണ്ട് കുറ്റബോധമില്ലാതെ ആസ്വദിക്കാൻ അവനു കഴിയുന്നില്ല. തന്മൂലം ചെറുപ്പംമുതൽ അവൻ വളഞ്ഞവഴികൾ തേടുന്നു. ആന്തരികമായ അഭിലാഷങ്ങളും ബാഹ്യമായ നിയന്ത്രണങ്ങളും തമ്മിൽ അവന്റെയുള്ളിൽ നടക്കുന്ന അതിശക്തമായ പോരാട്ടത്തിൽനിന്നുയരുന്ന കുറ്റബോധം അക്രമണാസക്തിയായി പുറത്തുവരുന്നു. പുരുഷന് ബലാത്സംഗം ചെയ്യാം. സ്ത്രീക്കതിന് സാദ്ധ്യമല്ല, എന്നതുകൊണ്ടുതന്നെ പുരുഷൻ കൂടുതൽ ക്രൂരനായി ചിത്രീകരിക്കപ്പെടുന്നു.

ഈ നിലയ്ക്ക് ലൈംഗികതയ്ക്ക് മൂല്യച്യുതി സംഭവിക്കാൻ കാരണമെന്തെന്ന് നാം അന്വേഷിക്കുമ്പോൾ അതിന്റെ പിറകിലുള്ള ഉണ്മ നമ്മെ ദുഃഖിപ്പിക്കുന്നു. ഹൈന്ദവ മതമായാലും ക്രൈസ്തവ മതമായാലും ഇസ്ലാമിക മതമായാലും യഹൂദമതമായാലും സംസ്കാരത്തെ പൊളിച്ച് പുനർ നിർമ്മിച്ചുകൊണ്ടാണ് ഓരോ മതങ്ങളും രംഗപ്രവേശനം ചെയ്യുന്നത്. കാടത്ത അവസ്ഥയിൽനിന്ന് ഈ മതങ്ങളെല്ലാം തന്നെ നമ്മെ സംസ്കരിച്ചെടുക്കുവാൻ തീവ്രമായി യത്നിക്കുന്നതായി കാണാം. അതിനുവേണ്ടി അവർ അവരുടേതായ നിയമഗ്രന്ഥങ്ങൾ എഴുതിയുണ്ടാക്കി. യഹൂദന് പഴയനിയമവും, ക്രിസ്ത്യാനിക്ക് പുതിയനിയമവും ഹൈന്ദവന് *ഭഗവത്ഗീത*യും, ഇസ്ലാമിന് *ഖുർ-ആനും*. പക്ഷേ, ഇവർ അറിഞ്ഞോ അറിയാതെയോ ലൈംഗികതയ്ക്ക് സദാചാരത്തിന്റെ ഒരു മൂടുപടമണിയുകയും അതിനെ സ്നേഹത്തിൽനിന്ന് അകറ്റി നിർത്തുകയും ചെയ്തു.

സ്നേഹത്തിന് പവിത്രത നല്കിയ ഇവർ അതിന്റെ തന്നൊരു ഭാഗമായ ലൈംഗികതയ്ക്ക് ഭൂമിയോളം ആഴത്തിൽ ദുഷ്കീർത്തി നല്കി. അതുകൊണ്ടാണ് മറിയത്തിന് കന്യകയായിത്തന്നെ യേശുവിന് ജന്മം നല്കേണ്ടി വന്നതും, വിഷ്ണുവിനും ശിവനുമൊക്കെ സ്വയം ഭൂവാകേണ്ടിവന്നതും. ഈ വ്യവസ്ഥാപിത സ്ഥാപനങ്ങളുടെ അധർമ്മത്തിനെതിരെ കലഹിക്കാൻ ഒരളവോളം സി വി ബാലകൃഷ്ണന്റെ *ആയുസ്സിന്റെ പുസ്തകം* എന്ന കൃതിക്കു കഴിഞ്ഞിട്ടുണ്ട്. ക്രൈസ്തവ സഭയിലെ അനാചാരങ്ങളാണ് അദ്ദേഹത്തെ ഏറെ ആകർഷിച്ചതിനാൽ ഈ നോവലിലെ ഇതിവൃത്തത്തിന്റെ അടിത്തറ 'ക്രിസ്ത്യൻ പ്യൂരിറ്റനിസ'ത്തിനെതിരെയുള്ള ഒരു പ്രതിഷേധമാകുന്നു.

ക്രൈസ്തവ മതാചാര്യന്മാരായ സെയ്ന്റ് അഗസ്റ്റീൻ, സെയ്ന്റ് ജെറോം തുടങ്ങിയവർ ലൈംഗിക സദാചാരത്തിന് പുതിയ ഭാഷ്യം രചിച്ചു. ഇവരുടെ കാലഘട്ടത്തെ 'ക്രിസ്ത്യൻ പ്യൂരിറ്റനിസ്റ്റ്' കാലഘട്ടമെന്നു വിളിക്കാം. ലൈംഗികബന്ധങ്ങളും പ്രാഥമികമായി സന്താനപൂരണത്തിനുവേണ്ടിയുള്ളതാണ്. കാമപൂരണമാർഗ്ഗമെന്നുള്ള നിലയിൽ ലൈംഗികത രണ്ടാം നിരയിൽ നില്ക്കുന്നു. സെയ്ന്റ് ജെറോം എഴുതി- "ഭാര്യയെ കൂടുതൽ ആവേശത്തോടെ സ്നേഹിക്കുന്നവൻ വ്യഭിചാരിയാണ്, വികാരത്താലല്ല- വിവേകത്താലാണ് ബുദ്ധിമാൻ ഭാര്യയെ സ്നേഹിക്കേണ്ടത്."

ഈ രീതിയിലാണ് മദ്ധ്യശതകങ്ങളിലെ ക്രൈസ്തവാചാര്യന്മാർ ലൈംഗിക ധർമ്മശാസ്ത്രങ്ങൾ വിരചിച്ചത്. വിവാഹജീവിതത്തിനുള്ളിൽപ്പോലും സ്നേഹത്തെ കാമത്തിൽനിന്നും വ്യക്തമായി അവർ വേർതിരിച്ചു. സ്നേഹം പരിശുദ്ധമായ വികാരമാണെങ്കിൽ കാമം അപകടകരമായ ആസക്തിയാണ്. അതേസമയം പ്രത്യുല്പാദന ലക്ഷ്യത്തോടെ ലൈംഗികബന്ധം നടത്തി വർഗ്ഗം നിലനിർത്തുന്നവർ ദൈവികമായ സൃഷ്ടികർമ്മത്തിൽ സഹകരിക്കുന്നെന്ന് അവർ പഠിപ്പിച്ചു. കാരണം അതു വ്യക്തിക്കു മാത്രമുള്ളതല്ല, വർഗ്ഗത്തിനും വേണ്ടിയുള്ളതാണ്. സി വി ബാലകൃഷ്ണന്റെ നോവലിൽ പള്ളിയിലെ കൊച്ചച്ചനായ മാത്യു ആനിയോട് തന്റെ സ്നേഹാഭ്യർത്ഥന നടത്തിയപ്പോൾ ദൈവം നമ്മെ ശപിക്കില്ലേയെന്ന് ആനി ചോദിച്ചു. അപ്പോൾ മാത്യു പറഞ്ഞ മറുപടി ശ്രദ്ധിക്കുക –"അതിനു നമ്മൾ എന്തു പാപം ചെയ്തു? സ്നേഹത്തെ കുറ്റമായി കാണാൻ ദൈവം മനുഷ്യനല്ലെന്ന് നിനക്കറിഞ്ഞുകൂടേ!" ഇത് ഒരു മതാചാര്യൻ തന്റെ തന്നെ മതാചാര്യന്മാരോട് ചോദിക്കുന്ന ചോദ്യമായി നോവലിസ്റ്റ് നമുക്ക് കാണിച്ചുതരികയാണ് ചെയ്യുന്നത്. അപ്പോൾ ദൈവമല്ല കുറ്റക്കാരൻ ദൈവവചനങ്ങൾക്ക് തെറ്റായ ഭാഷ്യം ചമയ്ക്കുന്ന മതാചാര്യന്മാരത്രേ!

കഴിഞ്ഞ ഏതാനും നൂറ്റാണ്ടുകളിൽ മനുഷ്യചിന്തയിലുണ്ടായ വിപ്ലവകരമായ പരിവർത്തനങ്ങൾ ജീവിതരീതിയെത്തന്നെ തകിടം മറിക്കാൻ പോന്നവയായിരുന്നു. കഴിഞ്ഞുപോയ നൂറ്റാണ്ടുകളുടെ സന്താനങ്ങളായ ക്രാഫ്റ്റ് എബിങ്, ഹാവ്ലക്ക് എല്ലീസ് തുടങ്ങിയ മനഃശാസ്ത്രജ്ഞന്മാർ ലിംഗവിജ്ഞാനീയത്തിൽ അതുല്യമായ സംഭാവനകൾ നല്കിയെങ്കിലും സിഗ്മണ്ട് ഫ്രോയിഡിന്റെ ആഗമനത്തോടെ (1856–1939) ഒരു ലൈംഗികവിപ്ലവം തന്നെ സംജാതമായി. 1905 ൽ *ലൈംഗികശാസ്ത്രത്തിലെ മൂന്ന് ഉപന്യാസങ്ങൾ* ഫ്രോയിഡ് പ്രസിദ്ധീകരിച്ചു. ഇതുവഴി നിലവിലിരുന്ന വ്യവസ്ഥകളെ മുഖം നോക്കാതെ ചോദ്യം ചെയ്തതോടൊപ്പം രതിയുടെ മാന്യതയും ലൈംഗികതയുടെ മാനുഷിക മൂല്യവും സ്ഥാപിച്ചെടുക്കാനും ഫ്രോയിഡിനു കഴിഞ്ഞു. Psycho analysis വഴിയാണ് അദ്ദേഹം തന്റെ സിദ്ധാന്തങ്ങൾ വികസിപ്പിച്ചത്. ഭക്ഷണവും വിശ്രമവും പോലെ മനുഷ്യന്റെ മൗലികാവകാശമാണ് സെക്സ്. ജീവിതത്തിനു തേജസ്സും ഓജസ്സും പ്രദാനം ചെയ്യുന്ന പ്രാഥമികോർജ്ജത്തെ 'ലിബിഡോ' എന്നദ്ദേഹം വിളിച്ചു. നേരിട്ടുള്ള സംതൃപ്തിയാണ് 'ലിബിഡോ'യുടെ ലക്ഷ്യം. സെക്സിന്റെ കാര്യത്തിൽ ഭോഗലാലസതയുടെ മദിരോത്സവങ്ങൾക്കും കർക്കശമായ വിലക്കുകൾക്കും ഇടയ്ക്ക് ഒരു സുവർണ്ണ മദ്ധ്യമാർഗ്ഗം കണ്ടെത്തേണ്ടതുണ്ട്. ഒരളവുവരെ ലൈംഗിക ചോദനകളെ നിയന്ത്രിക്കാൻ വ്യക്തികൾ കടപ്പെട്ടിരിക്കുന്നു. അതുവഴി സംസ്കാരങ്ങൾ രൂപംകൊള്ളുന്നു. എന്നാൽ അതിരുകടന്ന നിയന്ത്രണങ്ങൾക്ക് സംസ്കാരം മുതിരരുത്. അത് സ്വർണ്ണമുട്ടകൾ തേടി താറാവിന്റെ വയറുകീറുന്നതിനു തുല്യമായിരിക്കും. മാത്രമല്ല ലൈംഗിക ജീവിത

ത്തിലെ അമിതമായ നിയന്ത്രണം സിരാരോഗങ്ങളിലേക്കും കപടജീവിതത്തിലേക്കും നയിക്കുന്നുവെന്ന് നിരവധി ഉദാഹരണങ്ങളിലൂടെ ഫ്രോയിഡ് സമർത്ഥിക്കുന്നു.

പാരമ്പര്യമൂല്യങ്ങളുടെ അന്തഃസത്ത ഉരിഞ്ഞുകളയാതെ തന്നെ പുത്തൻ ധാരണകൾ സൃഷ്ടിക്കുവാനും പെരുമാറ്റ രീതിയിൽ പരിവർത്തനങ്ങൾ വരുത്തുവാനും ഫ്രോയിഡിനു കഴിഞ്ഞു. രതിസന്തോഷങ്ങളിൽ വസ്തുനിഷ്ഠമായ തിന്മയൊന്നുമില്ലെന്നും അദ്ദേഹം സമർത്ഥിച്ചു. എന്നാൽ ലൈംഗികബന്ധങ്ങളിൽ സ്ത്രീ പുരുഷന്മാരുടെ പരസ്പര പൂരകത്വം നിർണ്ണായകമാണ്. ലിംഗഭേദം (gender identity) അടിസ്ഥാന സങ്കല്പമായി അദ്ദേഹം കണ്ടു. പുരുഷൻ പുരുഷനായും, സ്ത്രീ സ്ത്രീയായും കഴിയുന്നിടത്തോളം കാലമേ യഥാർത്ഥ ലൈംഗിക സംതൃപ്തി കൈവരിക്കുകയുള്ളൂ.

സെക്സ് സംബന്ധമായ വിഷയങ്ങളിൽ ഇത്ര ശക്തമായ വിലക്കുകളും തജ്ജന്യമായ സദാചാര ബോധവും എങ്ങനെയുണ്ടായി? ഇന്നത്തെ സദാചാര ചട്ടങ്ങളുടെയെല്ലാം ബീജം 'ടാബൂ' (Taboo) ചിന്തയിലാണെന്ന് മനഃശാസ്ത്രജ്ഞന്മാർ പൊതുവെ അഭിപ്രായപ്പെടുന്നു. ഭയം ആദിമ മനുഷ്യന്റെ കൂടപ്പിറപ്പായിരുന്നു. പ്രകൃതി, സൂര്യൻ, മഴ, ഇടിമിന്നൽ, മൃഗങ്ങൾ, അരൂപികൾ, ഭൂതങ്ങൾ എന്നുവേണ്ട ചുറ്റുമുള്ളതും അദൃശ്യമായതും അവനിൽ ഭീതിയുണർത്തി. ആക്രമണം ഒഴിവാക്കാൻ ഭയപ്പെട്ടതിനെ അവൻ വണങ്ങുകയും ചെയ്തു. ഭയവും ബഹുമാനവും കൂടി 'ടാബൂ'വിന് രൂപം നല്കി. ഭയപ്പെടുന്നതിനെ പ്രീതിപ്പെടുത്തി കാര്യം നേടാൻ ബലികളും കാഴ്ചകളുമുണ്ടായി. ഏറ്റവും അഭികാമ്യമായതിനെ ബലിയർപ്പിച്ചാൽ ഏറ്റവും വലിയ ഫലസിദ്ധിയുണ്ടാകുമെന്ന് അന്നുള്ളവർ കരുതി. വലിയ നാശങ്ങളെ ഒഴിവാക്കാൻ വ്യഥതിപരമായ സന്തോഷങ്ങളെ ത്യജിച്ചാൽ മതിയെന്നായി. നേരെമറിച്ച്, സന്തോഷങ്ങളെ ത്യജിക്കാതെ ആനന്ദലഹരിയിൽ മുഴുകിയാൽ നാശങ്ങൾ വിട്ടുമാറാതെ നില്ക്കുമെന്നും വന്നു.

ലൈംഗികവിഷയമെന്ന നിലയിൽ സ്ത്രീയെ ആദി മുതൽ തന്നെ പുരുഷൻ 'ടാബൂ'വായിക്കണ്ടു. അവൾക്കുവേണ്ടിയുള്ള പരസ്പര മത്സരം ഒഴിവാക്കാനും കുറെയൊക്കെ അതുസഹായിച്ചു. ലൈംഗികോപകരണമെന്ന നിലയിലും, ഉല്പാദനമാർഗ്ഗമെന്ന നിലയിലും അവൾ വിലക്കപ്പെട്ടവളാണ്. എന്നാൽ സ്ത്രീയുടെ ശരീരപ്രകൃതിയും പ്രത്യക്ഷപ്രതിഭാസങ്ങളും പ്രത്യേകിച്ച് ആർത്തവകാലവും പ്രസവവും പുരുഷനിൽ ഭീതിയുണർത്താൻ പര്യാപ്തങ്ങളായിരുന്നു. ഇവ രണ്ടും രക്തക്കുളിയായി അവൻ കണ്ടു. രക്തവും മരണവും ആദി മനുഷ്യന് പര്യായങ്ങളായിരിക്കെ സ്ത്രീകളോട് പുരുഷൻ ദ്വിമുഖ സമീപനം സ്വീകരിച്ചു. അവളോടടുപ്പവും അകല്ച്ചയും ഒപ്പമുണ്ടായി. സ്നേഹവും വിദ്വേഷവും തോളുരുമ്മിനിന്നു. അശുദ്ധിയും വിശുദ്ധിയും 'ടാബൂ'വിൽ ഏകീകരിക്കപ്പെട്ടു.

ആർത്തവം പ്രകൃതിയിൽത്തന്നെ സ്ത്രീയെ ശുദ്ധീകരിക്കുന്ന പ്രക്രി

യയാണെന്ന് പ്രാചീനമനുഷ്യർ കരുതി. അരൂപികളുടെ പ്രവർത്തനം വഴി ആർത്തവത്തിലും പ്രസവത്തിലും സ്ത്രീകൾ അന്യാദൃശ്യവും അഭൗമികവുമായ ശക്തികൊണ്ട് നിറഞ്ഞിരിക്കുന്നു. അപ്പോൾ അവരെ സാധാരണക്കാരിൽ നിന്ന് മാറ്റിനിർത്തേണ്ടത് അഥവാ സാധാരണക്കാർ മാറിനില്ക്കേണ്ടത് ആവശ്യമാണ്. അവരുമായുള്ള സമ്പർക്കം വഴി സംഭവിച്ചേക്കാവുന്ന അപകടം ഒഴിവാക്കുന്നതിന് അവരെ അകറ്റി നിർത്തുക തന്നെവേണം. അങ്ങനെ സ്ത്രീ വേർതിരിക്കപ്പെട്ടു. ഒപ്പം പൂജിക്കപ്പെട്ടു.

രക്തം സ്രവിക്കുന്ന സ്ത്രീ അശുദ്ധയാണ്. അക്കാരണത്താൽ അവൾ വിശുദ്ധയുമാണ്. അഭൗമികമായ ശക്തികൾ അവളിൽ വസിക്കുന്നു. ആദിമനുഷ്യൻ അവളെ വേർതിരിച്ചു നിർത്തിയെന്നു മാത്രമല്ല കാലക്രമത്തിൽ വിശുദ്ധിയുടെ ഉറവിടമായ അവളുടെ ലൈംഗികാവയവങ്ങൾ ബാഹ്യലോകത്തിന്റെ സമ്പർക്കത്തിനെതിരായി കൊട്ടിയടയ്ക്കുകയും ചെയ്തു. സാവധാനം സ്ത്രീ മുഴുവൻ അതായത് സെക്സ് മുഴുവൻ 'ടാബൂ' (വിലക്ക്) ആയി മാറി.

സി വി ബാലകൃഷ്ണന്റെ *ആയുസ്സിന്റെ പുസ്തകം* അങ്ങനെ സഭ്യതകളെ അപ്പാടെ വിഴുങ്ങുന്നതായി ആദ്യത്തെ വായനയിൽ തോന്നാം. എന്നാൽ രണ്ടാം വായനയിൽ അത് 'ക്രിസ്റ്റ്യൻ പ്യൂരിറ്റനിസ'ത്തിനെതിരെയുള്ള ആഖ്യാനതന്ത്രമായി ചിലർക്കെങ്കിലും തോന്നിയേക്കാം.

നോവൽ ഒരാമുഖത്തോടുകൂടിയാണ് തുടങ്ങിയിരിക്കുന്നത്. അതിങ്ങനെയാണ് –"സെയ്ന്റ് പോൾസ് കത്തീഡ്രലിനും പല തലമുറകൾ സ്പർശിച്ചിരിക്കാനിടയുള്ള പഴക്കമാർന്ന ആ *ബൈബിളി*നും നന്ദി. എന്റെ ഏകാന്തമായ ബാല്യവും കൗമാരവും ഓർമ്മിച്ചുകൊണ്ട് ഈ കൃതി ഞാൻ ഏകാകികളായവർക്കു സമർപ്പിക്കുന്നു." ഇതിൽനിന്നും ഈ നോവൽ നോവലിസ്റ്റിന്റെ ആത്മാംശം ഉൾക്കൊള്ളുന്ന കഥയാണെന്നും, *ബൈബിളി*നോടുള്ള ഇടപെടലാണെന്നും മനസ്സിലാക്കാൻ സാധിക്കും. *ബൈബിളി*നോടുള്ള ഇടപെടൽ 'ക്രിസ്റ്റ്യൻ പ്യൂരിറ്റനിസ'ത്തോടുള്ള വിയോജിപ്പുകൂടിയാണെന്ന് നോവൽ തുടർന്നു വായിക്കുമ്പോൾ മനസ്സിലാകും.

തന്റെ വല്യപ്പൻ എങ്ങനെ മരിച്ചുവെന്നറിയാൻ യോഹന്നാന് അതിയായ താല്പര്യമുണ്ടായിരുന്നു. അതു തേടിയുള്ള യാത്രയാണ് നോവലിന്റെ ആദി മുതൽ അവസാനം വരെയും. അതിലൂടെ അവൻ അന്വേഷിച്ചത് 'പാപ'മെന്താണെന്നും 'ധർമ്മ'മെന്താണെന്നുമായിരുന്നു. തന്റെ ചേച്ചിയായ ആനി ഇടവകയിലെ കൊച്ചച്ചനായ മാത്യുവിനോടൊപ്പം ഇറങ്ങിപ്പോകുന്നതുവരെ യോഹന്നാൻ ആരുമായും ലൈംഗികബന്ധത്തിൽ ഏർപ്പെട്ടിട്ടില്ലെന്നത് പ്രധാനപ്പെട്ടൊരു വസ്തുതയാണ്. ഒരുതവണ മേരി അവനുവേണ്ടി തന്റെ വസ്ത്രം ഉരിഞ്ഞുകൊടുത്തിട്ടും അവൻ അതിനു തയ്യാറായില്ല. എന്നാൽ ആനിയുടെ ഇറങ്ങിപ്പോക്കിലൂടെ അവന്റെ ലൈംഗിക ജീവിതത്തിന് മാറ്റമുണ്ടാകുന്നു. അതിനുകാരണം മനുഷ്യന് എപ്പോഴും സുരക്ഷിതത്വം ആവശ്യമാണ് എന്നുള്ളതാണ്. യോഹന്നാന്റെ

അമ്മച്ചി നേരത്തേ മരിച്ചുപോയി. അച്ഛനായ തോമായാകട്ടെ രണ്ടോ മൂന്നോ ദിവസത്തിലൊരിക്കലേ വീട്ടിലെത്താറുള്ളൂ. വരുന്നതാവട്ടെ ചാരായവും മോന്തി തന്റെ ദുഃഖവും വിളമ്പിക്കൊണ്ടത്രേ! അപ്പോഴെല്ലാം അവന് ആശ്രയമായത് ആനിയാണ്. ആനിയിലാണ് അവൻ തന്റെ സുരക്ഷിതത്വം കണ്ടെത്തിയത്. ആ സുരക്ഷിതത്വം നഷ്ടപ്പെട്ടതോടെ അവൻ പല കുറുക്കുവഴികൾ തേടി. ഇവിടെ യോഹന്നാൻ കണ്ടെത്തിയ കുറുക്കുവഴി ലൈംഗികബന്ധമത്രേ! വല്യപ്പൻ ആദ്യകാലങ്ങളിൽ അവനു കൂട്ടായി ഉണ്ടായിരുന്നു. “റാഹേലിനെ വല്യപ്പൻ എന്താ ചെയ്തത് ചേച്ചീ”-എന്നവൻ ചോദിച്ചപ്പോൾ അതിന് ആനിക്ക് ഉത്തരമില്ലായിരുന്നു. എന്നാൽ നൈനാച്ചന്റെയും മേരിയുടെയും ലൈംഗികകേളി അവനിൽ ചില സംശയങ്ങൾ ഉണർത്തി. നൈനാച്ചന്റെ സ്ഥാനത്ത് വല്യപ്പനേയും, മേരിയുടെ സ്ഥാനത്ത് റാഹേലിനെയും അവന്റെ അബോധമനസ്സ് പ്രതിഷ്ഠിച്ചു. മേരി കല്യാണം കഴിച്ച് പോകുന്നതിനു മുമ്പ് 50 വയസ്സുള്ള ഭർത്താവിന്റെ മകനുമായി ലൈംഗികകേളി നടത്താമല്ലോയെന്ന് ആനിയോട് മേരി പറയുന്നത് യോഹന്നാൻ കേൾക്കുമ്പോൾ മേരിയുടെ സ്ഥാനത്ത് അവന്റെ അബോധമനസ്സ് റാഹേലിനെ പ്രതിഷ്ഠിച്ചു. അപ്പോൾ വല്യപ്പൻ തെറ്റുകാരനല്ല എന്ന ധാരണ അവനിൽ ഉടലെടുത്തു. തെറ്റു ചെയ്തവൾ മേരി അല്ലെങ്കിൽ റാഹേലാണെന്ന് അവൻ വിചാരിച്ചു.

ആനിയുടെ ഇറങ്ങിപ്പോക്കിനുശേഷം യോഹന്നാൻ സുരക്ഷിതത്വത്തിനുവേണ്ടി ദാഹിച്ചിരുന്നു എന്നതിന് നോവലിൽ വ്യക്തമായ തെളിവുകളുണ്ട്. ജോഷിയുടെ വീട്ടിൽനിന്നും തിരിച്ചിറങ്ങുമ്പോഴുണ്ടാകുന്ന യോഹന്നാന്റെ അവസ്ഥയെപ്പറ്റി നോവലിസ്റ്റ് ഇങ്ങനെ പറഞ്ഞിരിക്കുന്നു- “യോഹന്നാന് അവിടെനിന്ന് തിരിച്ചു പോകണമെന്നുണ്ടായിരുന്നില്ല. എങ്ങോട്ടാണ് പോകേണ്ടത്? ഒരു ഒഴിഞ്ഞ ഭവനത്തിലേക്കോ? പക്ഷേ, അവിടെ നില്ക്കാനും വയ്യല്ലോ. യോഹന്നാൻ അല്പം ധൃതി ഭാവിച്ചിറങ്ങി. ദൂരെയെത്തി തിരിഞ്ഞുനോക്കുമ്പോൾ കാപ്പിച്ചെടികൾക്കപ്പുറത്ത് നിന്ന് അവരെല്ലാം (ജോഷിയുടെ കുടുംബക്കാരെല്ലാം) നോക്കുന്നു. യോഹന്നാന് നെഞ്ചിൽ ഒരു തേങ്ങൽ ഉയരുന്നതുപോലെ തോന്നി.”

യാക്കോബെന്ന കഥാപാത്രത്തെ സൃഷ്ടിച്ചുകൊണ്ടാണ് നോവലിസ്റ്റ് ‘ക്രിസ്റ്റ്യൻ പ്യൂരിറ്റനിസ’ത്തെ മറികടക്കുന്നത്. യാക്കോബിനെ ഒരു പുത്തൻ പ്രവാചകന്റെ വേഷമണിയിക്കാനാണ് നോവലിസ്റ്റിന് ഇഷ്ടം. ക്രിസ്തുമതത്തിലെ അനാചാരത്തിനെതിരെ പ്രവർത്തിക്കുന്ന അല്ലെങ്കിൽ പ്രതിഷേധിക്കുന്ന ഒരു പുത്തൻ പ്രവാചകൻ. ഒരുദാഹരണം നോക്കുക-ആനിയുടെ പിതാവായ തോമയുടെ ഭാവിയെക്കുറിച്ച് യാക്കോബ് ഇങ്ങനെ പ്രവചിക്കുന്നു:-“ഇത്രയും കാലത്തിനകം ഇയാൾക്ക് സഹിക്കാവുന്നതിലേറെ നോവു തട്ടിയിട്ടുണ്ട്. ഇയാളെ നോവിക്കുന്ന കാര്യങ്ങൾ ഇനിയും ഉണ്ടാവും. ഇയാൾ തന്നെ മനുഷ്യനെന്ന നിലയിൽ ഉയർത്താൻ ശ്രമിക്കും. പക്ഷേ, ഓരോ തവണയും ഇയാളുടെ വീഴ്ച അതികഠിനമായിരിക്കും. നോക്കിക്കൊള്ളുക.” ഇത് ശരിയാണെന്ന്

നോവലിന്റെ അവസാനം നമുക്ക് കാണാൻ സാധിക്കും.

പള്ളിയിലെ അനാവശ്യ നിയന്ത്രണങ്ങൾക്കെതിരെ യാക്കോബ് പ്രതികരിക്കുന്നുണ്ട്. പള്ളിയിലെ കൊച്ചച്ചനായ മാത്യുവിനോട് സാറയും താനുമായുള്ള ബന്ധത്തെപ്പറ്റി പറയുമ്പോൾ യാക്കോബ് ഇങ്ങനെ പറയുന്നു–"ക്ഷയരോഗിയായ സ്കറിയാ എന്ന ഭർത്താവിനെ അവൾ സഹിക്കുകയാണ്. സഹിക്കുക എന്നുതന്നെയാണെന്ന് ഞാൻ വീണ്ടും പറയുന്നു. എന്തിനുവേണ്ടിയെന്നോ? നിങ്ങളും വികാരിയച്ചനും ഇട്ടു നടക്കുന്ന ഈ ഉടുപ്പുണ്ടല്ലോ അവയെ പേടിച്ച് നിങ്ങളുടെ ളോഹയെ പേടിച്ച് അവളാ വൃത്തികേട് പൊറുക്കുന്നു. നിങ്ങളിവിടെ മെഴുകുതിരികളും കത്തിച്ച് കുന്തിരിക്കവും പുകച്ച് വിശുദ്ധഗ്രന്ഥവും അപ്പവും വീഞ്ഞുമെടുത്ത് ഒരുങ്ങിവന്ന് ഇടവകക്കാരുടെ നേർക്കുനീട്ടുന്ന ചൂണ്ടുവിരലുണ്ടല്ലോ അതിനെ പേടിച്ച്, പാപവും പുണ്യവും പോലെ നിങ്ങൾ പറയുന്ന വലിയ വലിയ വാക്കുകളെ പേടിച്ച്, ഒരു പെണ്ണ് അതിന്റെ ജീവിതം ഒന്നിനും കൊള്ളാത്ത ഒരുത്തന്റെയൊപ്പം ചെലവിട്ട് കർത്താവിൽ നിദ്ര പ്രാപിച്ചു കഴിഞ്ഞ് എന്ത് നേടാനാ?" ക്രിസ്ത്യൻ പ്യൂരിറ്റനിസത്തിനെതിരെയുള്ള യാക്കോബിന്റെ ഈ പ്രസ്താവത്തിനു നേരെ നമുക്ക് കണ്ണടയ്ക്കാൻ സാധിക്കുമോ?

ഈ കഥാപാത്രത്തിന്റെ ദാർശനിക വീക്ഷണമാണ് കൊച്ചച്ചനായ മാത്യുവിനെ തന്റെ തിരുവസ്ത്രം ഊരിക്കളഞ്ഞ് ആനിയോടൊപ്പം ലൈംഗിക ജീവിതം നയിക്കാൻ പ്രേരിപ്പിച്ചതെന്നതും യോഹന്നാനെ സാറയോടടുപ്പിച്ചെതെന്നും ഓർക്കുമ്പോൾ ഈ കഥാപാത്രത്തോട് പ്രത്യേക ബഹുമാനം തോന്നുന്നു.

നോവലിലെ മറ്റൊരു പുരോഗമനവാദിയായ വ്യക്തി കൊച്ചച്ചനായ മാത്യുവാണ്. ഇംഗ്ലീഷ് ദിനപ്പത്രത്തിൽ ക്രൈസ്തവ പുരോഹിതന്മാരെ സംബന്ധിക്കുന്ന വലിയൊരളവോളം വിവാദപരമായ ഒരു ലേഖനവുമായി അദ്ദേഹം ഫാദറിന്റെ അടുത്തേക്കു ചെന്നു. തുടർന്ന് മാത്യു ഇങ്ങനെ അഭിപ്രായപ്പെടുന്നു – "ഭൂമിയിലെ നിയമങ്ങൾ വേറെ ചിലതാണ്. അതുകൊണ്ടല്ലേ ക്രിസ്തു തന്റെ അപ്പോസ്തലന്മാരിൽ വിവാഹത്തെ നിരോധിച്ചുകൊണ്ടുള്ള നിബന്ധന അടിച്ചേല്പിക്കാതിരുന്നത്. ജോണും പോളുമൊഴികെ മറ്റെല്ലാ അപ്പോസ്തലന്മാരും വിവാഹിതരായിരുന്നുവല്ലോ....." (പേജ് 72, 73). ഇത് കത്തോലിക്കാ സഭയിൽ നിലവിലിരുന്ന നിർബ്ബന്ധിത ഷണ്ഡീകരണത്തിനെതിരായ പ്രസ്താവ്യമാണെന്ന് തീർത്തും വ്യക്തമാണല്ലോ!

നോവലിന്റെ അവസാനമാകുമ്പോഴേക്കും ഫാദറിന് യഥാർത്ഥ സ്നേഹമെന്തെന്ന് തിരിച്ചറിയുന്നുണ്ട്. യോഹന്നാനും സാറയും തമ്മിലുള്ള സ്നേഹമാണ് ഇതിലേക്ക് ഫാദറിനെ നയിക്കുന്നത്. താൻ പഠിച്ച നിയമഗ്രന്ഥങ്ങൾ തെറ്റാണെന്ന് ഫാദർ തിരിച്ചറിയുന്നു. അതിൽ ഫാദർ പശ്ചാത്തപിക്കുന്നു. അതിങ്ങനെയാണ് – "താഴ്‌വരയാകെ മഴയായിരുന്നു. തന്റെ ഉപദേശം അച്ചൻ കേൾക്കാതിരുന്നതിന്റെ പരിഭവത്തോടെ എഫ്രേം

മുറിയിൽ ചെന്നിരുന്നു. കുറേനേരം കഴിഞ്ഞ് അച്ചനെന്തു ചെയ്യുന്നുവെന്ന റിയാൻ വെളിയിൽ വന്നപ്പോൾ -ഉറക്കെയുള്ളൊരു നിലവിളിയോടെ എഫ്രേം മഴയിലേക്കോടി. മഴയിൽ നില്ക്കുകയായിരുന്ന അച്ചനെ അയാൾ ഓടിച്ചെന്നു പിടിച്ചു: അച്ചോ, എന്താണിതെന്നു ചോദിച്ചപ്പോൾ അച്ചൻ മറുപടിയൊന്നും പറയുകയുണ്ടായില്ല. അദ്ദേഹം പ്രാർത്ഥിക്കു കയായിരുന്നു. ശരീരം അപ്പാടെ നനഞ്ഞു കുതിർന്നിരുന്നു" - (പേജ് 135). ഇവിടെ അച്ചന്റെ മഴയത്തു നനഞ്ഞുള്ള പ്രാർത്ഥന തന്റെ സ്നേഹ ത്തെക്കുറിച്ചുള്ള സങ്കല്പങ്ങൾ തെറ്റായിരുന്നുവെന്നതിന്റെ തെളിവാണ്. ഈ പ്രാർത്ഥന യഥാർത്ഥത്തിൽ പ്രായശ്ചിത്തത്തിന്റെ പ്രാർത്ഥനയാ ണ്. സ്ത്രീ-പുരുഷ ലൈംഗിക സ്നേഹത്തിന്റെ പുതിയ അർത്ഥതല മാണ് ഈ പ്രായശ്ചിത്തത്തിലൂടെ അച്ചൻ മനസ്സിലാക്കുന്നത്.

അടുത്തതായി നോവലിലെ കഥാപാത്രങ്ങളിൽ കാണുന്ന നാർസി സ്റ്റിക് സ്വഭാവത്തെ വിലയിരുത്തേണ്ടത് ഒരു ആവശ്യമായി തീർന്നിരി ക്കുന്നു. 'നാർസിസിസം' എന്നാൽ 'സ്വാനുരാഗം' എന്നാണർത്ഥം. അങ്ങനെ നോക്കുകയാണെങ്കിൽ എല്ലാവരിലും ഒരു നാർസിസ്റ്റ് ഒളിഞ്ഞി രിപ്പുണ്ടെന്ന് പറയാം. നോവലിലെ ചില കഥാപാത്രങ്ങളുടെ മാനസിക നില പരിശോധിച്ചാൽ അവരുടെ എടുത്തുചാട്ടങ്ങൾക്കു പിന്നിൽ ഈ നാർസിസ്റ്റിക് മനോഭാവമാണെന്നു തിരിച്ചറിയാൻ കഴിയും. ആദ്യമായി നോവലിലെ നായകനായ യോഹന്നാനെ തന്നെയെടുക്കാം. അവൻ തന്റെ സുഖത്തിനുവേണ്ടി അലഞ്ഞുതിരിഞ്ഞു നടക്കുന്നു. അവൻ തന്റെ കാമം തീർക്കാൻ റാഹേലിനുമേൽ കടന്നാക്രമിക്കുമ്പോൾ അവൻ തന്റെ സുഖം മാത്രമേ അന്വേഷിക്കുന്നുള്ളൂ. (പുഴവക്കിൽ നടന്ന രതിക്രീഡ യാണ് ഇവിടെ ഉദ്ദേശിക്കുന്നത്). അതിനുശേഷം സാറ തോമയുടെ കല്യാണ അഭ്യർത്ഥന നിരസിച്ചെന്നറിയുമ്പോൾ അവൻ ഉള്ളാലെ സന്തോഷിക്കുന്നു. അവിടെ അപ്പനു നേരെ ഒരു മകൻ നേടിയ വിജയമാ യി അവനു തോന്നി.

ഇനി ആനിയുടെ കാര്യമെടുത്താൽ അവൾ സ്വന്തം അനിയനും അച്ഛനും ഏക തണലാണെന്നറിഞ്ഞിട്ടും സ്വന്തം സുഖം തേടി മാത്യു വിനോടൊപ്പം ഇറങ്ങിപ്പോയി. ആദ്യമൊക്കെ യോഹന്നാന് ധാരാളം കത്തു കളയയ്ക്കാറുണ്ടായിരുന്നു. എന്നാൽ പിന്നീട് കത്തുകളയക്കുന്നത് കുറച്ചു. തന്റെ അനിയൻ പട്ടിണികിടക്കുമ്പോഴും അവൾ തന്റെ കത്തു കളിലൂടെ തനിക്കുണ്ടാവാൻ പോകുന്ന കുട്ടിയുടെ ജനനത്തെപ്പറ്റി ഡോക്ടർ പറഞ്ഞത് സന്തോഷത്തോടെ ഓർമ്മിക്കുന്നു.

തോമയുടെ കാര്യത്തിലാവട്ടെ തന്റെ മകനെയും മറികടന്ന് സാറയെ കൈക്കലാക്കാനുള്ള വെപ്രാളമായിരുന്നു. യോഹന്നാനും സാറയും ലൈംഗികബന്ധത്തിലേർപ്പെടുന്നത് പുറത്തുനിന്ന് കണ്ടവനാണ് തോമ. എന്നിട്ടും അവർക്കുവേണ്ടി പിൻവാങ്ങിക്കൊടുക്കാതെ തന്റെ വ്യക്തി സുഖത്തിനുവേണ്ടി അവളെ (സാറയെ) ബലാത്സംഗം ചെയ്തു കൊന്നു.

ഇവിടെയെല്ലാം സ്വാനുരാഗത്തിന്റെ മൂർത്തിമത്ഭാവമാണ് കാണാൻ

കഴിയുന്നത്. മറ്റൊരു രീതിയിൽ പറഞ്ഞാൽ ഈ നോവലിൽ മിക്കവാറും എല്ലാ കഥാപാത്രങ്ങളും തങ്ങളുടെ സ്വാർഥമോഹങ്ങൾക്കുവേണ്ടി നില യുറപ്പിച്ചവരാണ്. ലൈംഗികതയിൽ അധിഷ്ഠിതമായ ഈ നോവൽ ക്രിസ്ത്യൻ സദാചാരങ്ങൾക്കെതിരെ കലഹിച്ചുകൊണ്ടാണ് നില്ക്കു ന്നത്. ഇവിടെ പൗല ആത്മഹത്യ ചെയ്യാൻ കാരണം ക്രിസ്ത്യൻ സദാചാ രങ്ങളും അവയുടെ പാപബോധങ്ങളുമാണ്. എന്നാൽ പൗലയ്ക്കുശേഷം വരുന്ന കഥാപാത്രങ്ങൾ ഈ കപട സദാചാരങ്ങൾക്കെതിരെ പോരാടി ക്കൊണ്ട് തങ്ങളുടെ കർത്തൃത്വവ്യവഹാര മണ്ഡലങ്ങൾ തിരിച്ചറിയുന്നു. അതുകൊണ്ടാണ് *ആയുസ്സിന്റെ പുസ്തകം* 'പാപമോചനത്തിന്റെ പുസ്തക'മായി മാറുന്നത്.

7

അഞ്ചരവയസ്സുള്ള കുട്ടി, കന്യാകുമാരി–ഒരു സമകാലിക വായന

ആധുനികൻ എന്ന നിലയിൽ സാഹിത്യത്തിൽ തന്റേതായൊരിടം കണ്ടെത്തിക്കൊണ്ടായിരുന്നു സക്കറിയ സാഹിത്യരംഗത്തേക്ക് കടന്നുവന്നത്. അദ്ദേഹത്തിന്റെ 'ഒരിടത്ത്' എന്ന ചെറുകഥ ആധുനികരുടെ അഭിനന്ദനങ്ങൾക്ക് വളരെയധികം പാത്രീഭവിച്ചു. ജീവിതത്തിന്റെ നൈമിഷികതയെ പ്രതിപാദിക്കുന്ന ഈ കഥ വളരെയധികം ചർച്ചകൾക്ക് വഴിവെച്ചു. ആധുനികതാവാദം സർവ്വമേഖലയിലും വ്യാപിച്ചിരുന്ന കാലഘട്ടത്തിൽ എം മുകുന്ദൻ എഴുതിയ ചെറുകഥയാണ് 'അഞ്ചരവയസ്സുള്ള കുട്ടി.' അഞ്ചരവയസ്സുള്ള ഒരു ബാലന്റെ മനോനിലയെ പരാമർശിക്കുന്ന ഈ കഥയും ആധുനികർ രണ്ടും കൈയും നീട്ടി സ്വീകരിച്ചു. *എം മുകുന്ദന്റെ കഥകൾ* എന്ന സമാഹാരത്തിലും ഡി സി ബുക്സ് അടുത്തിറക്കിയ *ശൂന്യതാകാണ്ഡ*ത്തിലും ഈ ചെറുകഥ ഇടംപിടിച്ചത് ഇത് ആവർത്തിച്ച് വായിക്കപ്പെടുന്നു എന്നതിന്റെ തെളിവാണ്.

സക്കറിയ എൺപതുകൾക്കുശേഷം എഴുതിയ ശ്രദ്ധേയമായൊരു ചെറുകഥയാണ് 'കന്യാകുമാരി.' സക്കറിയയുടെ മറ്റ് ജനപ്രിയ ചെറുകഥകളിൽനിന്ന് ഈ കഥ വ്യത്യസ്തത പുലർത്തുന്നുണ്ട്. മുകുന്ദനും അറുപതുകൾക്കുശേഷം ചെറുകഥയെഴുതി. പക്ഷേ, അവ നമ്മുടെ അന്വേഷണവിഷയമല്ല. അതുപോലെ കാഥികന്മാരെ അടയാളപ്പെടുത്തുന്നതും ഈ പഠനത്തിന്റെ അന്വേഷണ പരിധിയിൽപ്പെടുന്നില്ല. മറിച്ച് ഉത്തരാധുനികതയുടെ ഒരു രീതിശാസ്ത്രമായ പാരഡിയെ അവതരിപ്പിക്കുകയാണ് ചെയ്യുന്നത്. 'അഞ്ചരവയസ്സുള്ള കുട്ടി' ആധുനികതയുടെ വ്യവസ്ഥകൾക്ക് ഉദാഹരണമായി സ്വീകരിച്ചുകൊണ്ട് അഥവാ മാതൃകയായി സ്വീകരിച്ചുകൊണ്ട് സക്കറിയയുടെ 'കന്യാകുമാരി'യിലൂടെ പാരഡിക്ക് ഉദാഹരണം സൃഷ്ടിക്കുകയാണ് ഈ പഠനത്തിന്റെ ലക്ഷ്യം. മുകുന്ദ

നാണോ സക്കറിയയാണോ ഉത്തരാധുനികൻ എന്ന ചോദ്യത്തിനിവിടെ പ്രസക്തിയില്ല. കാരണം അത് ഓരോരുത്തരുടെ വീക്ഷണവ്യതിയാനങ്ങളിൽപ്പെടുന്നതാണ്. മാത്രമല്ല, ഉത്തരാധുനികത ആധുനികതയോട് കലഹിക്കുന്ന പ്രസ്ഥാനമാണെന്നും അല്ലെന്നും അതുമല്ല ആധുനികത തന്നെ പൂർത്തിയാകാത്ത ഒരു പ്രസ്ഥാനമാണെന്നുമുള്ള വാദങ്ങൾ നിലനില്ക്കുന്നുമുണ്ട്. അതുകൊണ്ട് കാഥികന്മാരെ അടയാളപ്പെടുത്തുന്നതിന് മറ്റൊരു പഠനം തന്നെ ആവശ്യമാണെന്നു വരുന്നു. തൽക്കാലം കാഥികന്മാരെ മാറ്റിനിർത്തി കഥകൾ തമ്മിലുള്ള താരതമ്യ പഠനത്തിലേക്കു നീങ്ങാം. ഇവിടെ മുകുന്ദന്റെ 'അഞ്ചരവയസ്സുള്ള കുട്ടി' ആധുനികവും സക്കറിയയുടെ 'കന്യാകുമാരി' ഉത്തരാധുനികവുമാണെന്ന് സ്ഥാപിക്കാൻ ശ്രമിക്കുന്നു. ആദ്യമായി പഠനത്തിന് ഉപോത്ബലകമായി മാറുന്ന പാരഡിയെപ്പറ്റി ചർച്ച ചെയ്തുകൊണ്ട് ആരംഭിക്കാം.

പദോല്പത്തിപരമായി ചിന്തിക്കുമ്പോൾ Parodia എന്ന ഗ്രീക്ക് പദത്തിൽനിന്നാണ് പാരഡി ഉത്ഭവിച്ചതെന്ന് മനസ്സിലാക്കാൻ സാധിക്കും. ഈ പദത്തിന്റെ അർത്ഥം എതിർപാട്ട് (Counter song) എന്നാണ്. പാരഡിയുടെ ആദ്യഭാഗമായ paraയുടെ അർത്ഥം എതിര് അല്ലെങ്കിൽ വിപരീതം എന്നാണ്. അങ്ങനെ പാരഡിയെന്ന് പറയുന്നത് രണ്ട് പാഠങ്ങൾ തമ്മിലുള്ള ഒത്തുനോക്കൽ അഥവാ എതിർ പഠനം എന്നാകുന്നു. അപഹാസം എന്നത് അതിന്റെ അനുപൂരകമാണ്.

പാരഡിയെന്നത് ഉത്തരാധുനിക കലയുടെ ഒരു ഭാഗമായി മാറിയിരിക്കുന്നു. അത് ഒരു അന്തർകലയാണ്. ഇതാലോ കാൽവിനോയും ജോൺഫോൾസും ഇതിനെ വേണ്ടരീതിയിൽ നോവലിൽ പരീക്ഷിച്ച ഉത്തരാധുനികരാണ്. മദ്ധ്യഘട്ടത്തിലെ പാരഡി അലങ്കാരമേദുരമായ ചിഹ്നമായിരുന്നു. പക്ഷേ, അന്നത്തെ ചിത്രവും തലക്കെട്ടും പ്രമാണസൂക്തവും മൂലകൃതിയുടെ സമഗ്രാർത്ഥവുമായി യോജിപ്പിലല്ലായിരുന്നുവെന്ന് കാണാം. ഉത്തരാധുനിക പാരഡി അതിന്റെ സൈദ്ധാന്തിക തലത്തിൽ മനസ്സിലാക്കിയാൽ അവയുടെ പ്രവർത്തനത്തെയും സ്വഭാവത്തെയും നിർണ്ണയിക്കുന്നത് പൂർവ്വ മാതൃകകളാണെന്ന് കാണാൻ സാധിക്കും. റഷ്യൻ ഫോർമലിസ്റ്റുകളായ സ്ക്ലോവിസ്ക്കി, ട്രിസ്ട്രാം, ഷാൻഡി മുതലായവർ അംഗീകരിക്കപ്പെട്ടത് അവർ നിർമ്മിച്ച പാരഡികളിലൂടെയായിരുന്നു. ഇതിനകം സാഹിത്യരൂപമായി മാറിക്കഴിഞ്ഞ പാരഡിയുടെ ധർമ്മം നഗ്നമാക്കുക എന്നതായിത്തീർന്നിരിക്കുന്നു. ഈയൊരവസ്ഥ പാരഡിക്ക് സംഭവിക്കാൻ കാരണം സാഹിത്യം ആത്മജ്ഞാനത്തിന്റെയും ധർമ്മോപദേശത്തിന്റെയും മാതൃകയാണെന്ന ധാരണയെ തിരുത്തിക്കുറിക്കാൻ വേണ്ടിയായിരുന്നു.

പാരഡിയെ വിശദീകരിക്കുന്നത് അതൊരു പരാന്നഭുക്കും ഒന്നിനിടയിൽനിന്നും ഉണ്ടായതെന്നുമാണ്. ലെവീസിന്റെ അഭിപ്രായത്തിൽ അവ ക്രിയാത്മകകലയുടെ ശത്രുവാണ്. മാത്രമല്ല, അവ ക്രിയാത്മകകലയെ അനുകരിച്ച് സംസ്കാരമില്ലാതെയാക്കുകയാണ് ചെയ്യുന്നതെന്നുമാകുന്നു.

അങ്ങനെ നമ്മുടെ കാലഘട്ടത്തിൽ പാരഡിക്ക് 'കരിതേച്ചുകാണിക്കൽ' എന്ന സ്വഭാവം കാല്പനികതയുടെ സൗന്ദര്യശാസ്ത്രത്തിൽ പ്രബലമായി. മലയാളത്തിൽ ചങ്ങമ്പുഴയുടെ കവിതകൾക്ക് പാരഡി ചമച്ച സഞ്ജയനെക്കുറിച്ച് ചിന്തിക്കുന്നത് ഇവിടെ ഉചിതമായിരിക്കും. കാരണം അവ കാല്പനികതയുടെ ബലഹീനതകളെ പാരഡി ചെയ്യുന്നവയായിരുന്നു വല്ലോ. അങ്ങനെ ഒരു ന്യൂനപക്ഷത്തിന്റെ കലാമാതൃകയായി പാരഡി മാറിത്തീർന്നു. ഫോർമലിസവും സ്ട്രക്ചറലിസവും പാരഡിയുടെമേൽ പതിച്ച ഈ ദുഷ്കീർത്തിക്ക് ഒരു അയവു വരുത്താൻ സഹായിച്ചു. കൃതി പാഠങ്ങളായി രൂപപ്പെട്ടതോടെ പാഠങ്ങളോടുള്ള ഇടപെടലായി പാരഡി മാറി. ഗ്രന്ഥകാരന്റെ ഭാരം ചുമക്കലല്ല പാഠവിശകലനം എന്ന പുതിയ അർത്ഥം പാരഡിക്ക് കൈവന്നു.

മുതലാളിത്ത രീതിശാസ്ത്രം സാഹിത്യത്തെ വ്യക്തിയുടെ നിയന്ത്രണത്തിലുള്ള ചരക്കാക്കി മാറ്റിയ കാലഘട്ടമായിരുന്നു കാല്പനികത. അതുകൊണ്ട് തന്നെ ഈ പ്രവണതയെ നിരാകരിക്കുക എന്ന ലക്ഷ്യത്തോടെ പരാന്നഭുക്ക് എന്ന നിലയിൽ സാഹിത്യത്തിൽ പാരഡിയെന്ന കലാരൂപം അതിന്റെ കർത്തവ്യങ്ങൾ നിറവേറ്റി. കഴിഞ്ഞ നൂറ്റാണ്ടിൽ ഇതിനോടനുബന്ധിച്ച് നടന്ന പകർപ്പവകാശ നിയമങ്ങളും അപകീർത്തി അന്യായങ്ങളും പാരഡിക്കെതിരായ ഒരു ഉപകരണമെന്ന നിലയിൽ ഉപയോഗിക്കാൻ മുതലാളിത്തത്തിന് ഏറക്കുറെ കഴിഞ്ഞു. എന്നാൽ ഇന്ന് പാരഡിക്ക് പുനർമൂല്യം ലഭിക്കുകയും പാഠോല്പാദനത്തിൽ ശ്രേഷ്ഠമായ സംഭാവന നടത്തുവാനും കഴിയുന്നു.

വായനക്കാരൻ-കേൾവിക്കാരൻ എന്നിവർക്ക് എഴുത്തുകാരന് ലഭിച്ച പദവിക്കു തുല്യമായ പദവി നല്കി. ഭാഷയെന്നത് ഗ്രന്ഥകാരനും വായനക്കാരനും തുല്യമാണെന്ന വീക്ഷണത്തിലൂടെയാണ് ഈ അറിവ് രൂപീകൃതമായത്. പാരഡി ഭൂതകാലത്തെ ഐറണിയുടെ സഹായത്താൽ കൂടുതൽ പ്രായോഗികക്ഷമമാക്കുന്നു. മാത്രമല്ല വായനക്കാരൻ/വായനക്കാരിയുടെ ആവശ്യങ്ങളെ കണക്കിലെടുക്കുകയും അവന്റെ/അവളുടെ അറിവിനെ അനുസ്മരിക്കുകയും ചെയ്യുന്നു.

ചരിത്രപരമായ അല്ലെങ്കിൽ ഘട്ടംഘട്ടമായ ഒരു നിർവചനം പാരഡിക്ക് സാദ്ധ്യമാകുമെന്ന് കരുതുന്നില്ല. എന്നിരുന്നാലും എല്ലാ ഘട്ടങ്ങളിലെ പാരഡിക്കും ഒരേവർഗ്ഗത്തിലെ അംഗങ്ങൾ എന്ന നിലയിൽ ഒരു നിർവ്വചനം സാദ്ധ്യമാണ്. 'അനുകരണം' എന്നതാണ് ഇതിന്റെ പൊതു സ്വഭാവം. ഇന്നുവരെയുള്ള പാരഡിയെ അനുകരണം എന്നു പേരിട്ടാണ് വിളിക്കുന്നത്. എന്നാൽ ഇന്നത്തെ പാരഡി ഇതിൽനിന്നും വ്യത്യസ്തത പുലർത്തുന്നു.

പതിനെട്ടാം നൂറ്റാണ്ടിലെ വിറ്റും ഐറണിയും ഇതിഹാസങ്ങളെ പരിഹസിക്കുകയാണ് ചെയ്തത്. അന്നത്തെ പാരഡിയാകട്ടെ സറ്റയറിന്റെ സാദ്ധ്യതകൾ ആരാഞ്ഞ് കരിതേച്ചു കാണിക്കുക, വിദ്വേഷം പുലർത്തുക തുടങ്ങിയ രീതികൾ വച്ചുപുലർത്തി. കേരളത്തിൽ ഇതേ നൂറ്റാണ്ടിൽ

തന്നെ കുഞ്ചൻനമ്പ്യാർ തുള്ളൽകൃതികളിലൂടെ ഇതേ കർത്തവ്യം മലയാളത്തിൽ നിറവേറ്റി. ഇന്നത്തെ പാരഡിയും ഏതാണ്ട് ഈ സ്വഭാവത്തെ ഒരു പരിധിവരെ നിലനിർത്തുന്നതായി കാണാം. പത്തൊൻപതാം നൂറ്റാണ്ടിലെ പാരഡിയാകട്ടെ യാഥാസ്ഥിതികതയെ പരിഹസിക്കുന്നത് തങ്ങളുടെ കർത്തവ്യമാക്കി മാറ്റി. ഉദാഹരണം ജെയിൻ ഓസ്റ്റിന്റെ Moler. ഇരുപതാം നൂറ്റാണ്ടിലേക്കു പ്രവേശിക്കുമ്പോൾ പാരഡിയുടെ നില കുറച്ചുകൂടി വ്യാപ്തിയാർജ്ജിച്ചു. ഇവിടെ പാഠവിനിയോഗം അന്തരാർത്ഥവുമായി കൂടുതൽ അടുത്തുതുടങ്ങി. വി കെ എന്നിൽ എത്തിനില്ക്കുന്ന പാരഡി ഐറണിക്ക് പ്രാധാന്യം നല്കിക്കൊണ്ട് നിലനില്ക്കുന്നതായി കാണാം. ഉത്തരാധുനികത പാരഡിയാകട്ടെ ആധുനികതാവാദത്തെ ഒരു പ്രസ്ഥാനമെന്ന നിലയിൽ കണ്ടുകൊണ്ട് അതിന്റെ പരിമിതികളെ ഐറണിയുടെ സഹായത്താൽ വിമർശനവിധേയമാക്കുന്നു.

പാരഡിയെപ്പറ്റിയുള്ള ചർച്ച ഇവിടെ വച്ച് അവസാനിപ്പിച്ച് ഇനി പാഠത്തിലേക്ക് കടക്കാം. അതിന് മുൻപായി രണ്ടു ചെറുകഥകളുടെയും രത്നച്ചുരുക്കം വിശദീകരിക്കേണ്ടിയിരിക്കുന്നു. 'അഞ്ചരവയസ്സുള്ള കുട്ടി' : ശേഖരന്റെയും നളിനിയുടെയും ഏക പുത്രനാണ് ജയൻ. അവൻ ഒന്നാം ക്ലാസിലാണ് പഠിക്കുന്നത്. വയസ്സ് അഞ്ചര. അവൻ ഇന്നലെ സിൻഡ്രില്ലയുടെയും വാലുമുറിഞ്ഞ കുറുക്കന്റെയും കഥ കേട്ട് ഏറെ വൈകിയാണ് ഉറങ്ങിയത്. ഉറക്കമുണരാൻ താമസിച്ചു. അവൻ അന്ന് വളരെ വിഷാദനായിരുന്നു. ആര് എന്ത് പറഞ്ഞിട്ടും അവന് ഒരു കുലുക്കവുമില്ല. തലയും തൂക്കിയിട്ട് അവൻ നടന്നു. ക്ലാസിലും ഈ രീതി തുടർന്നു. ഹോം വർക്ക് മുഴുവൻ തെറ്റാതെ ചെയ്തിട്ടുണ്ട്. എന്നിട്ടും അവൻ വിഷാദനായി തുടരുന്നത് കണ്ട് അദ്ധ്യാപകൻ അവനെ നേരത്തേ വീട്ടിലേക്കയച്ചു. പ്യൂണിനെ പകുതി വഴിക്ക് വിട്ടിട്ട് അവൻ റെയിൽവേ പാളത്തിലൂടെ നടന്നു. അടുത്തുവന്ന മംഗലാപുരം മെയിലിന് അവൻ തലവെച്ച് ആത്മഹത്യ ചെയ്തു. 'കന്യാകുമാരി' : ചെറിയാൻ തോമസ് വത്സാ ജോണിനെ വിവാഹം കഴിച്ചു. അവർ ഹണിമൂണിന് കന്യാകുമാരിക്കു പോയി. കന്യാകുമാരി കേരളത്തിലാണെന്നായിരുന്നു ചെറിയാന്റെ വിചാരം. അവർ സൂര്യാസ്തമയ സമയത്ത് കന്യാകുമാരിയിലെത്തി ലോഡ്ജിൽ മുറിയെടുത്തു. കറണ്ടുപോയപ്പോൾ ചെറിയാന് നേരത്തേയുണ്ടായിരുന്ന പേടി ഇരട്ടിയായി. അയാൾക്ക് ആത്മഹത്യ ചെയ്യണമെന്നായി. ഭാര്യയുടെ സമ്മതം തിരക്കി. അവൾ സമ്മതിച്ചു. അവൾ ചെറിയാനെയും തോളിലേന്തി വിവേകാനന്ദപ്പാറയിലേക്കു നീന്തി. അവിടെ തന്റെ ശരീരവും ദൈവവും മൂന്നാണെന്ന് ചെറിയാന് വത്സ ബോദ്ധ്യപ്പെടുത്തിക്കൊടുത്തു. അവർ ആത്മഹത്യ ചെയ്യാതെ മടങ്ങി. അവർ വന്ന കാറിൽ തന്നെ തിരിച്ച് വീട്ടിലേക്ക് മടങ്ങി.

പാരഡിക്ക് ഒരു പൂർവ്വമാതൃക അത്യാവശ്യമാണ്. ആ മാതൃകയാണ് ഇവിടെ മുകുന്ദന്റെ 'അഞ്ചരവയസ്സുള്ള കുട്ടി.' പൂർവ്വ മാതൃകയ്ക്ക് മറുഭാഷ്യം ചമയ്ക്കാൻ ഒരു മാതൃകയും ആവശ്യമാണ്. അതാണ് സക്കറി

യയുടെ 'കന്യാകുമാരി.' അങ്ങനെ രണ്ടുപാഠങ്ങൾ തമ്മിലുള്ള ഒത്തുനോക്കലാണ് പാരഡി. ഈ രീതി തുടരുന്ന മറ്റൊരു പഠനശാഖയാണ് പാഠാന്തരത്ത വിശകലനം അഥവാ intertexuality. അതുകൊണ്ട് പാരഡിയും ഒരു പാഠാന്തരത്ത പഠനരീതിയാണെന്ന് നമുക്ക് അനുമാനിക്കാം.

രണ്ടുപാഠങ്ങൾ തമ്മിലുള്ള ഒത്തുനോക്കൽ എങ്ങനെ പാരഡിയാകും? ഉത്തരത്തിനായി വീണ്ടും പാരഡിയിലേക്ക് മടങ്ങാം. പാരഡിയെന്ന ആശയവും പുനഃപ്രവർത്തനവും റഷ്യൻ ഫോർമലിസ്റ്റുകളുടെ ഭാഷയിൽ ഇന്നിന്റെ സാഹിത്യരൂപം എന്നാണ്. ഇന്നത്തെ പാരഡിയുടെ ശ്രദ്ധാകേന്ദ്രവും ലക്ഷ്യവും പാഠത്തെ അനുബന്ധിച്ചാണ് നിലനില്ക്കുന്നത്. അവ സറ്റയറുമായി താരതമ്യം ചെയ്യുമ്പോൾ ചില ആശയക്കുഴപ്പങ്ങൾ നേരിടുന്നതായി കാണാം. ഇവയുടെ രണ്ടിന്റെയും ഉദ്ദേശ്യം സദാചാരവും സാമൂഹ്യവിമർശനവുമാണെന്നുള്ളതാണ് ഈ ആശയക്കുഴപ്പത്തിനു കാരണം. എന്താണ് പാരഡി? ഗൂഢഭാഷയിലോ സൈദ്ധാന്തികയടിത്തറയിലോ സൃഷ്ടിക്കപ്പെടുന്ന കലാരൂപത്തെ അതേ മാധ്യമത്തിൽ തന്നെയോ അല്ലെങ്കിലോ ഡീകോഡ് ചെയ്യപ്പെടുന്നതിനെയാണ് പാരഡിയെന്ന് പറയുന്നത്. കോഡ് ചെയ്യപ്പെടാത്ത വസ്തുവിനെ വ്യാഖ്യാനിക്കുന്നതോ പുനരുല്പ്പാദിപ്പിക്കുന്നതോ അനുകരണമാകാം. പക്ഷേ, പാരഡിയാകില്ല. മറ്റൊരു ഭാഷയിൽ പറഞ്ഞാൽ ഗൂഢഭാഷയിലാവിഷ്കരിക്കപ്പെട്ട കലാരൂപത്തിന് അതേ ഭാഷയുടേതോ മറ്റേതു ഭാഷയുടേതോ ആയ രീതിശാസ്ത്രത്തിൽ വ്യാഖ്യാനിക്കുന്നതിനെയോ പുനരുല്പാദിപ്പിക്കുന്നതിനെയോ പാരഡിയെന്നു പറയുന്നു. പക്ഷേ, കോഡിങ്ങും ഡീകോഡിങ്ങും ഇവിടെ നിർബ്ബന്ധമാണ്.

ഇവിടെ കോഡ് ചെയ്യപ്പെടുന്നത് (Encode) എന്താണ്? ഈ ചോദ്യം പ്രസക്തമാണ്. കാരണം കോഡിങ് ഇല്ലാതെ പാരഡിയില്ല. അതുകൊണ്ട് അസ്തിത്വവാദമാണ് ഇവിടെ കോഡ് ചെയ്യപ്പെടുന്നതെന്ന് നാം തിരിച്ചറിയുന്നു. അസ്തിത്വവാദത്തിന്റെ പൊള്ളത്തരത്തെയാണ് ഇവിടെ ഡീകോഡ് ചെയ്യുന്നത്.

ഇത് പരാമർശിക്കുമ്പോൾ ഇവിടെ അസ്തിത്വവാദത്തിന്റെ പ്രസക്തിയന്തെന്ന് നാം അറിയാതെയെങ്കിലും ചിന്തിച്ചുപോകും. എന്നാൽ ചിന്ത അസ്ഥാനത്താണ്. കാരണം അഞ്ചരവയസ്സുള്ള കുട്ടിയെ വ്യത്യസ്തനാക്കിയ വിഷാദം അസ്തിത്വവ്യഥയാണെന്നുള്ളതാണ്. ഇവിടെ കുട്ടി ട്രെയിനിന് തലവെച്ചതും അസ്തിത്വവ്യഥകൊണ്ടാണ്. കുട്ടിക്ക് പ്രായം അഞ്ചരവയസ്സേ ഉള്ളുവെങ്കിലും അവന്റെ പ്രവൃത്തി ഒരു മുതിർന്ന അസ്തിത്വവാദിയുടെ വ്യാകുലതകളാണെന്ന് കഥയിൽ സൂക്ഷ്മമായി വായിക്കുന്ന ഏതൊരാൾക്കും ബോദ്ധ്യമാകും. സക്കറിയ പാരഡികൊണ്ടാണ് ഈ അവസ്ഥയെ മറികടക്കുന്നത്. അതിപ്രകാരമാണ്. ചെറിയാൻ മുതിർന്ന ഒരു യുവാവാണെങ്കിലും അയാളുടെ ശീലങ്ങൾ കുട്ടികൾക്ക് തുല്യമാണ്. അതിന് ഉദാഹരണങ്ങൾ നോക്കാം. കന്യാകുമാരിയിലെത്തിക്കഴിഞ്ഞതിനുശേഷമുള്ള ചെറിയാന്റെ വിചാരവും സംഭാഷണ

വുമാണ് ഇവിടെ ഉദാഹരണങ്ങൾ. ഒന്ന് "വത്സയെ ഒളികണ്ണുകൊണ്ട് നോക്കിക്കൊണ്ട് വത്സയ്ക്കു കേൾക്കാവുന്നവിധം എന്നാൽ ശബ്ദം താഴ്ത്തി ഹോട്ടൽ മാനേജർ ചെറിയാനോട് ചോദിച്ചു. ഹണിമൂണായിരിക്കും അല്ലേ? എന്നിട്ടൊന്നു കണ്ണിറുക്കി. അതെ ചെറിയാൻ പറഞ്ഞു. മധുവിധുവിനു നല്ല സ്ഥലമല്ലേ കന്യാകുമാരി? മാനേജർ–പിന്നല്ലാതെ? ചെറിയാൻ–പക്ഷേ, എനിക്കു പേടിയാവുന്നു. അയാൾ ചെറിയാനെ സൂക്ഷിച്ചൊന്നു നോക്കി." രണ്ട് – "ചെറിയാൻ ജനലിനടുത്തുനിന്നു മടങ്ങി വത്സയുടെ അടുത്തുവന്നു കുനിഞ്ഞു അവളോട് ഒരു കൊച്ചു ശബ്ദത്തിൽ പറഞ്ഞു – ഇത് കന്യാകുമാരിയാണെന്നു തോന്നുന്നില്ല. നമ്മൾ വേറെ എവിടെയൊ ആണ്. വത്സേ എനിക്കു പേടിയാവുന്നു. –വത്സ കട്ടിലിൽ എണീറ്റിരുന്നു ചെറിയാനെ മനോവൈഷമ്യത്തോടെ നോക്കി. ചെറിയാൻ ചോദിച്ചു. – ആ ടാക്സി പോയിക്കാണുമോ? വത്സ ചോദിച്ചു. – എന്തിനാ പാപ്പച്ചാ? ചെറിയാൻ പറഞ്ഞു – നമുക്ക് തിരിച്ചു പോകാൻ. വത്സ കട്ടിലിൽനിന്നെണീറ്റു. അവൾ ചോദിച്ചു. – തിരിച്ചു പോകാനോ? ചെറിയാൻ – അതെ ചെറിയാൻ തുടർന്നു – എനിക്കു ഭയങ്കരമായി പേടിയാകുന്നു. ഇതു കന്യാകുമാരി അല്ല. ആരോ നമ്മെ പറ്റിച്ചതാണ്." – ഇവിടെ സക്കറിയ സൃഷ്ടിച്ച നായകനായ ചെറിയാന്റെ പ്രായം നിശ്ചയമില്ല. എങ്കിലും അയാൾ വിവാഹിതനായ ഒരു യുവാവാണെന്നത് നിശ്ചയം. പക്ഷേ, അയാളുടെ ചെയ്തികളാകട്ടെ അഞ്ചരവയസ്സുകാരന് തുല്യവും. ഇവിടെ 'അഞ്ചരവയസ്സുള്ള കുട്ടി'യിൽ അസ്തിത്വവ്യഥ കെട്ടിത്തൂക്കിയ മുകുന്ദൻ വിവേകം നഷ്ടപ്പെട്ട എഴുത്തുകാരനായി മാറുമ്പോൾ അഞ്ചരവയസ്സിന്റെ മനസ്സുള്ള ചെറിയാനെ പകരംവച്ചുകൊണ്ട് സക്കറിയ പാരഡി സൃഷ്ടിക്കുന്നു.

ആത്മഹത്യയാണ് രണ്ടു കൃതികളിലും നായകന്മാർ തെരഞ്ഞെടുക്കുന്ന രക്ഷാമാർഗ്ഗങ്ങൾ. എന്നാൽ അവയുടെ പരിണാമങ്ങൾ വ്യത്യസ്തമാണ്. ആത്മഹത്യയെ ശ്രേഷ്ഠവല്ക്കരിച്ചത് ആധുനികതാവാദത്തിന്റെ ഒരു രീതിയായിരുന്നു. രാജലക്ഷ്മി തന്റെ കൃതി പ്രസിദ്ധീകരിക്കാതിരുന്നത് പ്രതീകാത്മക ആത്മഹത്യയായിരുന്നെന്നും ഇടപ്പള്ളിയുടെ മരണം റൊമാന്റിക് ഔട്ട്സൈഡറിന്റെ രീതിയാണെന്നും ചിത്രീകരിച്ച കെ പി അപ്പനിൽ നിന്ന് മുകുന്ദനിലേക്കുള്ള ദൂരം വളരെ ചെറുതാണ്. ഇവിടെ നിന്നാരംഭിക്കുന്ന മുകുന്ദന്റെ അഞ്ചരവയസ്സുള്ള കുട്ടിയുടെ ദാർശനികവ്യഥയ്ക്ക് റെയിൽവേപ്പാളം ധാരാളം മതിയാവും എന്നാൽ സക്കറിയയ്ക്ക് അത് പോര.

കന്യാകുമാരി കേരളത്തിലാണെന്ന ധാരണയിൽ യാത്ര തുടങ്ങിയ ചെറിയാൻ ലോഡ്ജിൽ ലൈറ്റ് പോയപ്പോഴാണ് ആത്മഹത്യ ചെയ്യാൻ തീരുമാനമെടുക്കുന്നത്. അതിന് തന്റെ ഭാര്യയുടെ അഭിപ്രായവും അയാൾ ആരായുന്നുണ്ട്. ഉടൻ തന്നെ അവൾ തന്റെ ഭർത്താവിനെ ചുമലിലേറ്റി വിവേകാനന്ദപ്പാറയിലേക്ക് ആത്മഹത്യ ചെയ്യാനായി നീന്തി. പക്ഷേ, അവിടെ സംഭവിച്ചത് ഇങ്ങനെയാണ്. – വത്സ ചെറിയാനോടു

ചോദിക്കുന്നു. ദൈവത്തിലെത്രപേരുണ്ട്? ചെറിയാൻ –മൂന്ന്. ആരാണവർ? ബാവ, പുത്രൻ, റൂഹാദക്കുദിശ്ശാ. വത്സ ചെറിയാന്റെ ഇരുകൈകളും പിടിച്ച് തന്റെ മുലകളിൽ വച്ച് ചോദിച്ചു. ഇതെത്ര?– രണ്ട്. വത്സ ചെറിയാന്റെ വലംകൈ തന്റെ ശൂന്യതയിൽ വച്ച് ചോദിച്ചു. ഇതെത്ര? –ഒന്ന്. വത്സ– രണ്ടുമൊന്നും. ചെറിയാൻ– മൂന്ന്. അങ്ങനെ ദൈവവും സ്ത്രീയും മൂന്നാണെന്ന വിശ്വാസത്തിൽ അവർ ആത്മഹത്യ ചെയ്യാതെ തിരിച്ചു മടങ്ങുന്നു.

ഇവിടെ ഉരുത്തിരിഞ്ഞു വരുന്നത് സ്ത്രീയുടെ സാന്നിദ്ധ്യമാണ്. അഞ്ചരവയസ്സുള്ള കുട്ടിയിലും സ്ത്രീയുടെ സാന്നിദ്ധ്യമുണ്ട്. പക്ഷേ, അത് അമ്മയായ നളിനിയിലും, കൂട്ടുകാരി ചേച്ചിയായ വത്സയിലും ഒതുങ്ങി നില്ക്കുന്നു. പക്ഷേ, അവരുടെ ചെയ്തികൾക്ക് പരിമിതിയുണ്ട്. അവർക്ക് നായകനെ ബൗദ്ധികമായോ, പ്രായോഗികമായോ സ്വാധീനിക്കാൻ കഴിവില്ലാത്തവരാണ്. 'അഞ്ചരവയസ്സുള്ള കുട്ടി'യിലെ വത്സയ്ക്കും കന്യാകുമാരിയിലെ വത്സയ്ക്കും തമ്മിലുള്ള ദൂരം കൂട്ടിയാൽ കൂടാത്തതാണ്. നായകന്റെ ചെയ്തികളെ സ്വാധീനിക്കാൻ കഴിയാത്ത അല്ലെങ്കിൽ നിയന്ത്രിക്കാൻ കഴിയാത്ത സ്ത്രീ പാർശ്വവല്ക്കരിക്കപ്പെട്ടവളാണ്. എന്നാൽ 'കന്യാകുമാരി'യിലെ നായികയാവട്ടെ നായകനെ അബദ്ധങ്ങളിൽനിന്ന് കൈപിടിച്ച് ഉയർത്തിക്കൊണ്ടുവരുന്നു. നായകന്മാരുടെ പക്ഷത്തുനിന്ന് ചിന്തിച്ചാലും ഇതേവസ്തുത ആവർത്തിക്കുന്നതായി കാണാം. സ്ത്രീസ്വത്വത്തെ അംഗീകരിക്കാത്ത 'അഞ്ചരവയസ്സുള്ള കുട്ടി'യും സ്വത്വാന്വേഷണത്തിൽ സ്ത്രീയെക്കൂടി ഭാഗഭാക്കാക്കുന്ന 'കന്യാകുമാരി'യും ഇവിടെ വിരുദ്ധ ധ്രുവങ്ങളിൽ നിലനില്ക്കുന്നതാണ് കാണുന്നത്. ആത്മഹത്യ ചെയ്യാൻ തോന്നുമ്പോൾ ചെറിയാൻ തന്റെ ഭാര്യയായ വത്സയോട് അഭിപ്രായമാരായുന്നു എന്നതുതന്നെ ഇതിന് തെളിവാണ്. നിമിഷങ്ങൾകൊണ്ട് തീരുമാനം മാറ്റുന്ന ചെറിയാന്റെ മാനസികനില ആത്മഹത്യയോടുള്ള തീരാത്ത സ്നേഹമോ, ദാർശനികത്വരയോ അല്ലെന്ന് വത്സയ്ക്ക് ബോദ്ധ്യമായിരുന്നു. അതുകൊണ്ടുതന്നെയാണ് ഒരു തീരുമാനമെടുക്കാനായി തോളിൽ ചുമന്നുകൊണ്ട് കന്യാകുമാരിയിലേക്ക് നീന്തിയത്. അവിടെവെച്ച് ജീവിതം വൃഥാ നശിപ്പിക്കാനുള്ളതല്ലെന്ന് വത്സ ചെറിയാനെ ബോദ്ധ്യപ്പെടുത്തിക്കൊടുക്കുന്നു. ആത്മഹത്യ അസ്തിത്വാന്വേഷണത്തിന്റെ വഴിയായിരുന്നു ആധുനികർക്ക്. അതുകൊണ്ടുതന്നെ ആത്മഹത്യ അവർക്ക് സ്വീകാര്യമായിരുന്നു. എന്നാൽ സക്കറിയയാകട്ടെ ജീവിതം വൃഥാ നശിപ്പിക്കുന്നത് മണ്ടത്തരമാണെന്ന് വിശ്വസിക്കുന്നു. ആത്മഹത്യയെ ലൈംഗികതയുമായി ബന്ധിപ്പിച്ചുകൊണ്ട് അതിനെ പാരഡി ചെയ്യുകയാണ് അദ്ദേഹം ചെയ്തത്.

ഇവിടെ സക്കറിയ ആത്മഹത്യയെ തീർത്തും ഉപരിപ്ലവമായ ഒരു സംഗതിയാക്കി അവതരിപ്പിക്കുകയാണ് ചെയ്യുന്നത്. സക്കറിയയുടെ നായകൻ ഇരുട്ടത്ത് അപ്രതീക്ഷിതമായി എടുക്കുന്ന തീരുമാനമാണ് ആത്മഹത്യയെന്നുള്ളതുതന്നെ അതിന്റെ ഉപരിപ്ലവതയെയാണ് കാണി

ക്കുന്നത്. ആധുനികവാദത്തിനു മുമ്പ് ആത്മഹത്യ ഒരു പഠനപദ്ധതിയായി സ്വീകരിച്ചത് സാമൂഹ്യശാസ്ത്രവും മനഃശാസ്ത്രവുമായിരുന്നു. എന്നാൽ ആധുനികതാവാദത്തിന്റെ വരവോടെ അവ ദർശനത്തിന്റെ ഭാഗമായി. ''ഒന്നും ചെയ്യാനില്ലെങ്കിൽ ആത്മഹത്യ ചെയ്യുക'' –എന്ന ആൽബേർ കാമൂവിന്റെ ആഹ്വാനം ആത്മഹത്യയെ ആഘോഷിക്കുന്നതിന് തുല്യമായിരുന്നു. സാമൂഹ്യഘടനയോടുള്ള പൊരുത്തക്കേടിൽ നിന്നാണ് ആത്മഹത്യ സംഭവിക്കുന്നതെന്ന സാമൂഹ്യശാസ്ത്രത്തിന്റെയും മനഃശാസ്ത്രത്തിന്റെയും വീക്ഷണത്തിൽനിന്ന് വ്യത്യസ്തമായി അസ്തിത്വാന്വേഷണത്തിന്റെ ഭാഗമാക്കി ആത്മഹത്യയെ മാറ്റി. വ്യക്തി തന്റെ അസ്തിത്വത്തെ തിരിച്ചറിയുന്നത് മരണത്തിലൂടെയാണെന്ന ദാർശനിക ഭാരം നല്കി അവയെ പവിത്രീകരിക്കുകയാണ് ഇതുവഴി അസ്തിത്വവാദികൾ ചെയ്തത്. എന്നാൽ സക്കറിയയുടെ നായകൻ/നായികയാകട്ടെ ആത്മഹത്യയെ ദാർശനിക വ്യവഹാരത്തിൽനിന്നു മാറ്റി അവയ്ക്ക് പഴയ മരണഭയം തിരിച്ചു നല്കുകയാണ് ചെയ്തത്. ഇതിലൂടെ ആധുനികത ശ്രേഷ്ഠവല്ക്കരിച്ച ആത്മഹത്യയെ പാരഡിയുടെ സഹായത്താൽ പരിഹസിക്കാനാണ് സക്കറിയ ശ്രമിക്കുന്നത്.

ഇനി 'കന്യാകുമാരി'യിലെ നായിക സ്വീകരിക്കുന്ന നിലപാടുകൾ അശ്ലീലച്ചുവയുള്ളതാണെന്ന വാദമാണ് നിങ്ങൾക്കുള്ളതെങ്കിൽ അവ കാലഘട്ടത്തിന്റെ അനിവാര്യത തന്നെയാണ്. ഫ്രോയിഡിനുശേഷം വികസിച്ച മനഃശാസ്ത്രം ലൈംഗികതയുടെ സദാചാരങ്ങളെ ചോദ്യം ചെയ്യുന്നതായിരുന്നു. ക്രൈസ്തവ സഭ മുന്നോട്ടുവെച്ച സദാചാരവാദത്തെയാണ് അദ്ദേഹം ഗണ്യമായി ചോദ്യം ചെയ്തത്. മനുഷ്യന്റെ ചോദനകളിൽ ഒന്നായ ലൈംഗികത ശിശുവിൽനിന്നുതന്നെ ആരംഭിക്കുന്നതായി അദ്ദേഹം തെളിയിച്ചു. ഇതിനെതിരെ ക്രൈസ്തവസഭ രംഗത്തുവന്നു. പക്ഷേ, വർഷങ്ങൾ ഏറെ കഴിഞ്ഞപ്പോൾ ഫ്രോയിഡിന്റെ കണ്ടുപിടിത്തങ്ങൾ ശരിയാണെന്ന് അംഗീകരിക്കുന്ന ഒരു വിഭാഗം ക്രൈസ്തവ സഭയിൽ തന്നെയുണ്ടായി. ഇവരെ പ്രതിനിധീകരിക്കുന്ന എഴുത്തുകാരനാണ് സക്കറിയ. അതുകൊണ്ട് തന്നെ സക്കറിയ തന്റെ നായികയിലൂടെ സദാചാരങ്ങളെ ലംഘിക്കുന്നുവെന്ന് പറയാൻ സാധിക്കില്ല.

സക്കറിയയുടെ നായകനായ ചെറിയാനെ വത്സ എന്താണ് പഠിപ്പിക്കുന്നത്? ദൈവം മൂന്നെന്നും സ്ത്രീയുടെ ലൈംഗികാവയവങ്ങൾ മൂന്നെന്നുമാണ്. സ്ത്രീ സ്വന്തം ആകൃതി കൊണ്ടുതന്നെ പുരുഷനിൽനിന്ന് വ്യത്യസ്തയാണ്. ഈ അറിവ് ചെറിയാന് പുതിയ അനുഭവമായിരുന്നു. ആധുനികതയിൽ ലൈംഗികത ചിത്രീകരിക്കപ്പെട്ടത് വികൃതാനുകരണ രീതിയിലായിരുന്നു. ലൈംഗികതയെ അസ്തിത്വവ്യഥയുമായി കൂട്ടിയോജിപ്പിക്കാനാണ് അവർ ശ്രമിച്ചത്. അതുകൊണ്ടുതന്നെ ദാർശനികവ്യഥ എന്ന ഭാരം അവയ്ക്കു ചുമക്കേണ്ടിവന്നു. എന്നാൽ സക്കറിയയുടെ നായകൻ ലൈംഗികതയെ ലൈംഗികതയിൽ തന്നെ പൂർണ്ണമായി കരുതുന്നു. ഇതിലൂടെ ലൈംഗികതയിൽ നിന്ന് ദാർശനിക ഭാരത്തെ ഒഴിവാക്കുക

യാണ് സക്കറിയ തന്റെ നായികയിലൂടെ ശ്രമിച്ചത്.

ആധുനികതാവാദം പുരുഷകേന്ദ്രിതമായിരുന്നു. ഇതിവൃത്തത്തിന്റെ പിന്നാമ്പുറങ്ങളിൽ വാഴാൻ വിധിക്കപ്പെട്ടവരായിരുന്നു ആ ഘട്ടത്തിലെ സ്ത്രീകൾ. അതുകൊണ്ടുതന്നെ അവൻ സ്വയം ബുദ്ധിമാനാണെന്ന് അളവിൽ കവിഞ്ഞ് ആഘോഷിച്ചു. ആ ആഘോഷങ്ങൾക്ക് ഒരു മറുപുറമുണ്ടെന്ന് തെളിയിക്കുകയായിരുന്നു സക്കറിയ വത്സയിലൂടെ. കൂട്ടം തെറ്റി മേയുന്നവരെ ചെവിക്കു പിടിച്ചുനടത്താൻ അന്നേ ഒരു വത്സയുണ്ടായിരുന്നെങ്കിൽ വെറുതെ നടന്ന ഒരു കൊച്ചന്റെ മുകളിലൂടെ ട്രെയിനോടിക്കാൻ മുകുന്ദന് വെറുതെ സമയം കളയേണ്ടി വരില്ലായിരുന്നു. അതെ ആധുനികതാവാദത്തിന്റെ ഏറ്റവും വലിയ കൊറ പെണ്ണില്ലാ കൊറ തന്നെയാണ്.

8

മിഷേൽ ഫൂക്കോ

ഉത്തരാധുനിക ചിന്താധാരയിലെ ഇടതുപക്ഷ സൈദ്ധാന്തികനാണ് മിഷേൽ ഫൂക്കോ. ഉത്തരാധുനികത ഉരുത്തിരിച്ച നവചരിത്രവാദത്തിന്റെ വക്താവ് കൂടിയാണദ്ദേഹം. ഈ ലേഖനത്തിൽ അദ്ദേഹം നവ ചരിത്ര വാദത്തിനു നല്കിയ പുതിയ പാഠം പരിചയപ്പെടുത്തുകയാണ്.

നവചരിത്രവാദത്തിലേക്ക് പ്രവേശിക്കുന്നതിന് മുമ്പ് ഇതുവരെ നില നിന്നിരുന്ന ചരിത്രവാദങ്ങൾ എന്തൊക്കെയായിരുന്നുവെന്ന് പരിശോധിക്കാം.

1) പാരമ്പര്യ ചരിത്രവാദം : സംഭവങ്ങളെ പാളിപാളിയായി അടുക്കിവെച്ച് അതിലൂടെ ചരിത്രത്തെ വായിക്കുന്ന രീതി.

2) മാർക്സിയൻ ചരിത്രവാദം : ഉല്പാദനവ്യവസ്ഥ, ഉല്പാദനസമ്പ്രദായം, കമ്പോളവ്യവസ്ഥ എന്നിവയെ അധികരിച്ചുള്ള ചരിത്ര രചന.

3) രാഷ്ട്രീയ ചരിത്രവാദം : രാഷ്ട്രീയ സംഭവങ്ങൾക്ക് പ്രാധാന്യം നല്കുന്ന ഈ ചരിത്രവാദം ഗവൺമെന്റ്, യുദ്ധം, ക്ഷാമം എന്നിവയെപ്പറ്റി പഠിച്ചുകൊണ്ട് ചരിത്രം നിർമ്മിക്കുന്നു. ഇവയായിരുന്നു നവചരിത്രവാദത്തിന് മുൻപുണ്ടായിരുന്ന ചരിത്രവാദങ്ങൾ.

ഇനി ഫൂക്കോയുടെ നവചരിത്രസംഭാവന എന്താണെന്ന് നോക്കാം. തീർച്ചയായും അത്, മാർക്സിയൻ ചരിത്രവാദത്തിന്റെ പുതിയ മേഖലയാണ്. കാരണം അവ സാധാരണക്കാരനെ സംബോധന ചെയ്യുന്നു. മറ്റൊരർത്ഥത്തിൽ, ഫൂക്കോയുടെ നവചരിത്രം ഉത്തരാധുനിക പരിസരത്തിലെ പുതിയ മാർക്സിയൻ ചരിത്രവാദമാണ്.

ആശയങ്ങളുടെ ചരിത്രം, ശാസ്ത്രത്തിന്റെ ചരിത്രം, ദർശനത്തിന്റെ ചരിത്രം, ചിന്തയുടെ ചരിത്രം, സാഹിത്യ ചരിത്രം എന്നിങ്ങനെ പലതരം ചരിത്രങ്ങൾ നിലവിലുണ്ട്. പക്ഷേ, പല ചരിത്രകാരൻമാരും ചരിത്ര

ത്തിലെ പല പേരുകളും തമസ്കരിക്കുന്നുണ്ട്. അല്ലെങ്കിൽ പല അറിവുകളും തമസ്കരിക്കുന്നുണ്ട്. കാരണം ഈ ചരിത്രകാരന്മാർക്ക് പല അധികാരശ്രേണികളും ശ്രേഷ്ഠതാവാദങ്ങളും ഉണ്ടെന്നതുതന്നെ. ഈ അധികാരശ്രേണിയും ശ്രേഷ്ഠതാവാദവും അവരെ നയിക്കുന്നിടത്തോളംകാലം ഇത്തരം ചരിത്രങ്ങൾക്ക് പല പരിമിതികളും അനുഭവപ്പെടും. അതുകൊണ്ടുതന്നെ ഫൂക്കോ തന്റെ ചരിത്രവാദത്തെ ഇത്തരം തമസ്കരിക്കപ്പെട്ട അറിവുകളുടെയും വ്യക്തികളുടെയും സമൂഹത്തിന്റെയും വീണ്ടെടുക്കലായി കണ്ടു. ഇതുതന്നെയാണ് നവചരിത്രത്തിന്റെ കാതൽ. ഇവിടെ "പാർശ്വവല്കരിക്കപ്പെട്ട അറിവുകളുടെയും സമൂഹത്തിന്റെയും നായകൻ" എന്ന നിലയിൽ ഫൂക്കോ 'പാവങ്ങളുടെ നേതാവായി' മാറുന്നു.

നവചരിത്രത്തിന് നിയതമായ ഒരു രീതിശാസ്ത്രത്തിലൂടെ മുന്നേറാൻ കഴിയില്ല എന്ന് ഈ ഘട്ടത്തിൽ ഫൂക്കോ ഉറപ്പിച്ചു പറയുന്നു. നവചരിത്രം വികസിക്കുന്നതനുസരിച്ച് പല രീതിശാസ്ത്രങ്ങളും അവയെ പിൻപറ്റും. ഉദാഹരണമായി, സ്ത്രീവാദത്തിന്റെ കാര്യം നോക്കാം. സ്ത്രീവാദം പഠിച്ചുവരുമ്പോൾ അത് പരിസ്ഥിതി സ്ത്രീവാദത്തിലേക്കും ഗർഭ സ്ത്രീവാദത്തിലേക്കും സോഷ്യലിസ്റ്റ് സ്ത്രീവാദത്തിലേക്കും ലെസ്ബിയൻ സ്ത്രീവാദത്തിലേക്കും അവയുടെ വേരുകൾ ആഴ്ത്തുന്നു. അങ്ങനെ വരുമ്പോൾ പരിസ്ഥിതി, ശരീരശാസ്ത്രം, സോഷ്യലിസം എന്നിങ്ങനെ പല രീതിശാസ്ത്രങ്ങളും അവയെ പിൻപറ്റുന്നതായി കാണാൻ സാധിക്കും. അതുകൊണ്ട് നവചരിത്രത്തിന് ഇന്ന രീതിയിൽ മാത്രമേ പ്രവർത്തിക്കാൻ കഴിയൂ എന്ന് ആഹ്വാനം ചെയ്യാൻ കഴിയില്ല. അതുകൊണ്ട് നവചരിത്രം എഴുതുമ്പോൾ ഒരു തുടർച്ചയില്ലായ്മ അനുഭവപ്പെടുമെന്ന് ഫൂക്കോ പറയുന്നു.

ചരിത്രരചനകൾ തെളിവുകൾക്കും രേഖകൾക്കുമാണ് പ്രാധാന്യം നല്കുന്നത്. ഇന്നും ചരിത്രകാരന്മാർ ഈ രീതി തന്നെ പിന്തുടരുന്നതായി കാണാം. എന്നാൽ രേഖകളും തെളിവുകളും സത്യം മാത്രമേ പറയൂ എന്ന് വാദിക്കുന്നത് വിഡ്ഢിത്തമല്ലേ? ഉദാഹരണമായി, ഒരു നിരപരാധി കൊല ചെയ്തതായി സംശയിച്ച് കോടതി വിചാരണ ചെയ്തു എന്നു കരുതുക. രേഖകളും തെളിവുകളും അയാൾക്ക് എതിരായിരുന്നു. പക്ഷേ, അയാൾ നിരപരാധിയായിരുന്നു. കോടതി തെളിവുകളുടെയും രേഖകളുടെയും അടിസ്ഥാനത്തിൽ അയാളെ തൂക്കുമരത്തിലേക്ക് പറഞ്ഞയയ്ക്കുന്നു. ഇതാണ് ചരിത്രവാദങ്ങളുടെ ഒരു പരിമിതി എന്ന് ഫൂക്കോ വാദിക്കുന്നു.

മാത്രമല്ല, ഇനിയും പല ചതികൾ ചരിത്രവാദങ്ങളിൽ പതിയിരിക്കുന്നു. രേഖകൾ ചമയ്ക്കുന്നവർ വിദ്യാഭ്യാസമുള്ളവരാണ്. വിദ്യാഭ്യാസം പ്രാപ്തരായവരാകട്ടെ, സമൂഹത്തിൽ ഉയർന്ന നിലയിൽ നില്ക്കുന്നവരും സവർണ്ണരുമാണ്. അങ്ങനെ വരുമ്പോൾ അയാൾ നിർമ്മിക്കുന്ന രേഖകൾ അയാളുടെ സമുദായത്തെ സംരക്ഷിക്കത്തക്ക വിധത്തിലുള്ളതായിരിക്കും. അതിനാൽ ഇതുവരെ എഴുതിയ രേഖകൾ മൊത്തം സവർണ്ണ

വാദപരമാണെന്നു വരുന്നു. ഇവിടെ നിരക്ഷരനും ദരിദ്രനും നീതി ലഭിക്കുന്നില്ല.

അതുകൊണ്ടുതന്നെ നിലവിലുള്ള ചരിത്രവാദങ്ങൾ പാവപ്പെട്ടവനെ സംരക്ഷിക്കുന്നില്ല എന്ന് മിഷേൽ ഫൂക്കോ പറയുന്നു. ഇവിടെയാണ് നവചരിത്രത്തിന്റെ പ്രസക്തി. നവചരിത്രം ഇവിടെ മൗനത്തെ കൂട്ടുപിടിക്കുന്നു. തെളിവുകളും രേഖകളും അവതരിപ്പിക്കുമ്പോൾ ചരിത്രം രചിച്ച ഭാഷ ചിലയിടങ്ങളിൽ മൗനം അവലംബിക്കുന്നതായി കാണാം. ഈ മൗനത്തെ അവലോകനം ചെയ്യുകയാണ് നവചരിത്രവാദികൾ ചെയ്യുന്നത്. ഭാഷയിലെ മൗനത്തിന്റെ അബോധം അപഗ്രഥിക്കുമ്പോൾ നമുക്ക് ഒരു പരിധിവരെ വിജയിക്കാൻ കഴിയുമെന്ന് ഫൂക്കോ വാദിക്കുന്നു. ഉദാഹരണമായി, *മഹാഭാരത*ത്തിൽ പാഞ്ചാലിയെ വസ്ത്രാക്ഷേപം ചെയ്യുമ്പോൾ ഭീഷ്മർ എന്തുകൊണ്ട് മൗനംഭജിച്ചു എന്നത് വളരെ സങ്കീർണ്ണമായ ഒരു പ്രശ്നമാണ്. അത് ഒരു അബോധം സൃഷ്ടിക്കുന്നുണ്ട്. ആ അബോധത്തെ തുറന്നുകാട്ടിയത് കുട്ടികൃഷ്ണമാരാരുടെ *ഭാരതപര്യടനം* എന്ന കൃതിയാണ്. അതുകൊണ്ടുതന്നെ നവചരിത്രം ഒരു ജാഡയോ, സാങ്കല്പികവാദമോ അല്ലെന്ന് നമുക്ക് മനസ്സിലാക്കാൻ സാധിക്കും.

പക്ഷേ, ഇങ്ങനെ എഴുതുന്ന നവചരിത്രത്തിന് ഒരു ന്യൂനതയുണ്ടെന്ന് ഫൂക്കോ തുറന്നു സമ്മതിക്കുന്നു. അത് ചരിത്രരചനയിലെ തുടർച്ചയില്ലായ്മയാണ്. നവചരിത്രം എഴുതുന്ന ഒരാൾ തുടർച്ചയില്ലായ്മ അനുഭവപ്പെടുന്നുവെന്ന് ഫൂക്കോ പറയുന്നു – "കണ്ണിമുറിയാത്ത ചരിത്രരചന" രേഖകളുടെയും തെളിവുകളുടെയും അടിസ്ഥാനത്തിൽ പുരോഗമിക്കുന്ന ചരിത്രരചനയാണ്. എന്നാൽ, നവചരിത്രം നിശ്ശബ്ദതയിലും മൗനത്തിലും നിന്നാണ് ഉദയം ചെയ്യുന്നത്. അതിനാൽ, അതിന് കണ്ണിമുറിയാതെ എഴുതാൻ കഴിയില്ല.

തീർപ്പുകൾ, അപ്രതീക്ഷിത സംഭവങ്ങൾ, കണ്ടുപിടിത്തങ്ങൾ എന്നിവ നവചരിത്ര രചനയ്ക്ക് കൂടുതൽ സംഭാവനകൾ സൃഷ്ടിക്കുന്നു. ചിലപ്പോൾ, ഒരു അപ്രതീക്ഷിത സംഭവം ആയിരിക്കാം ഒരു ചരിത്രരചനയെ അവയിൽനിന്ന് തീർത്തും വ്യത്യസ്തമായ നവചരിത്രമാകുന്നത്. മറ്റുചിലപ്പോൾ, തീർപ്പുകളും കണ്ടുപിടിത്തങ്ങളും ഇതേഫലം സൃഷ്ടിച്ചേക്കാം. പക്ഷേ, അവ അപഗ്രഥിക്കുമ്പോഴാണ് അവ നവ ചരിത്രമോ, അല്ലയോ എന്നതായി മാറുന്നത്. ചുരുക്കത്തിൽ, ഒരു അപ്രതീക്ഷിത സംഭവത്തെ അതേപടി എഴുതിയാൽ അത് നവചരിത്രമാവില്ല. അത് പാർശ്വവല്ക്കരിക്കപ്പെട്ട ജനതയുടെ ചരിത്രമായി അവലോകനം ചെയ്താൽ മാത്രമേ അത് നവചരിത്രമാവുകയുള്ളൂ. അതിനാൽ, 'അപഗ്രഥന'ത്തിന് നവചരിത്രവാദത്തിൽ വലിയൊരു സ്ഥാനംതന്നെയുണ്ട്.

സാധാരണ ചരിത്രവാദങ്ങൾ നാഗരികതയിലേക്കുള്ള വളർച്ചയെയാണ് ചരിത്രമായി അടയാളപ്പെടുത്താറുള്ളത്. ഇങ്ങനെ വരുമ്പോൾ, വംശത്തെക്കുറിച്ച് അത് ശാസ്ത്രീയമായി പഠിക്കുന്നു. ഓരോ വംശത്തിന്റെ പ്രത്യേകതകൾ എന്തൊക്കെ? അവരുടെ സംസ്കാരം എന്ത്?

എന്നീ ചോദ്യങ്ങൾ അവർ ചോദിക്കുന്നു. ഈ വംശം എങ്ങനെ മറ്റു വംശത്തിൽനിന്ന് നാഗരികമായി? അവയിൽനിന്ന് എന്തെങ്കിലും പഠിക്കേണ്ടതുണ്ടോ? തുടങ്ങിയ ചോദ്യങ്ങൾ ഇവിടെ ഉയർന്നുവരുന്നു. എന്നാൽ നവചരിത്രം നാഗരികതയെ നാഗരികതയായി അളക്കുന്നില്ല. അവർ അപകൃഷ്ടരുടെയും പുറംതള്ളപ്പെട്ടവരുടെയും ചരിത്രം അന്വേഷിക്കുന്നു. 'നാഗരികത' എന്ന വാക്ക് 'ശ്രേഷ്ഠത' എന്ന അർത്ഥത്തിൽ നവചരിത്രവാദികൾ പരിഗണിക്കുന്നില്ല. ഇതുതന്നെയാണ് നവചരിത്രവാദത്തിന്റെ പ്രസക്തി.

സാധാരണ ചരിത്രവാദം ഭൂതകാലത്തിന്റെ ചരിത്രം അടയാളപ്പെടുത്തുന്ന രീതിയാണ് പിന്തുടരുന്നത്. എന്നാൽ നവചരിത്രവാദമാകട്ടെ, ഭൂതകാലത്തിന്റെ പാർശ്വവല്ക്കരിക്കപ്പെട്ട ചരിത്രത്തെ അടയാളപ്പെടുത്തുക മാത്രമല്ല വർത്തമാനത്തിന്റെ ചരിത്രവും അടയാളപ്പെടുത്തുന്നു. ഇത് നവചരിത്രത്തിന്റെ മറ്റൊരു സവിശേഷതയാണ്.

ഓരോ ചരിത്രവും ഓരോ ജ്ഞാനം അവശേഷിപ്പിക്കുന്നുണ്ട്. അതുപോലെ, ഓരോ പാഠ്യപദ്ധതിയും ഓരോതരം ജ്ഞാനങ്ങൾ ഉല്പാദിപ്പിക്കുന്നു. ഈ ജ്ഞാനത്തെ ഭാഷാശാസ്ത്രപരമായി വിലയിരുത്തേണ്ടതും അതിനെ തന്റെ പാഠ്യപദ്ധതിയിൽ ഉൾക്കൊള്ളിക്കുകയും ചെയ്യേണ്ടത് അത്യാവശ്യമാണെന്ന് മിഷേൽ ഫൂക്കോ തിരിച്ചറിയുന്നു. മറ്റൊരുരീതിയിൽ പറഞ്ഞാൽ, ഓരോ ജ്ഞാനവും ശരിയായി അടയാളപ്പെടുത്തേണ്ടത് നവചരിത്രവാദിയുടെ ലക്ഷ്യമാണ്.

ചിലയിടങ്ങളിൽ ചരിത്രം മൗനം അവലംബിക്കുന്നുവെന്ന് പറഞ്ഞുവല്ലോ. ഈ മൗനത്തെ വ്യാഖ്യാനിക്കേണ്ടതും ബോദ്ധ്യപ്പെടുത്തേണ്ടതും ഭാഷാശാസ്ത്രത്തിന്റെ ചുമതലയാണെന്ന് മിഷേൽ ഫൂക്കോ വിശ്വസിക്കുന്നു. പ്രത്യേകിച്ച്, ഭാഷാശാസ്ത്രത്തിലെ ഘടനാവാദശൈലി. സൂചകത്തെ സൂചിതം ആക്കേണ്ടതും സന്ദർഭത്തിന്റെ സഹായത്താൽ അവ അനാവരണം ചെയ്യേണ്ടതും ഭാഷാശാസ്ത്രത്തിന്റെ ജോലിയാണെന്ന് മിഷേൽ ഫൂക്കോ പറയുന്നു. ഭാഷ ഇന്ന് ദ്വേലിയേറ്റം നേരിടുന്നു. ഭാഷ അർത്ഥത്തിൽനിന്ന് അകന്ന് പൊയ്ക്കൊണ്ടിരിക്കുന്നു. ഉദാഹരണമായി, 'താടി' എന്നവാക്ക് എടുക്കുക. ഈ വാക്കിന്റെ അർത്ഥം 'ദീക്ഷയുള്ളത്' എന്നാണല്ലോ! എന്നാൽ ലേഖകൻ താടിയെ താ+എടി എന്ന അർത്ഥത്തിലാണ് മനസ്സിലാക്കുന്നത് എന്ന് വിചാരിക്കുക. അങ്ങനെ വരുമ്പോൾ, ഒരു വാക്കിനുതന്നെ പല അർത്ഥങ്ങളും ഉല്പാദിപ്പിക്കാൻ കഴിയും എന്ന നിലപാടിലെത്തുന്നു. ഇതിനെ അർത്ഥത്തിന്റെ പ്രതിസന്ധി എന്ന് പറയുന്നു. ഘടനാവാദപരമായി ചിന്തിക്കുമ്പോൾ ഇങ്ങനെ കോടിക്കണക്കിനു വാക്കുകൾ അർത്ഥപ്രതിസന്ധി നേരിടുന്നുണ്ട്. അങ്ങനെ വരുമ്പോൾ ഇവയുടെ അർത്ഥം എങ്ങനെ മനസ്സിലാക്കാം എന്ന ചോദ്യം സ്വാഭാവികമായി ഉയരുന്നു. അതിന് ഉത്തരമുണ്ട്.

1) നാം ആ വാക്കിനെ എങ്ങനെ വിലയിരുത്താൻ ഉദ്ദേശിക്കുന്നു?

2) നാം ആ വാക്കിനെ മുമ്പിലും പിമ്പിലും വരുന്ന സന്ദർഭവുമായി

ബന്ധിപ്പിച്ച് ആ വാക്ക് എന്ത് അർത്ഥം സൃഷ്ടിക്കുന്നു എന്നന്വേഷിച്ചാൽ അതിന് തീർച്ചയായും അർത്ഥം ലഭിക്കും. ഇതിനെയാണ് ഘടനാവാദ ഭാഷാശാസ്ത്രം എന്നുപറയുന്നത്. ഇതുതന്നെയാണ് നവചരിത്രത്തിന്റെ രീതിശാസ്ത്രവും.

19–ാം നൂറ്റാണ്ടുവരെയും അതിനുശേഷവും ചരിത്രവാദികൾ ചരിത്രത്തെ 'സമഗ്രത' (totality)യിൽ വിലയിരുത്താനാണ് ശ്രമിച്ചത്. എന്നാൽ, ഇതിന് ആദ്യം പ്രഹരം ഏല്പിച്ചത്. കാൾ മാർക്സ് ആണെന്ന് മിഷേൽ ഫൂക്കോ പറയുന്നു. അദ്ദേഹം ചരിത്രത്തെ 'അപ–കേന്ദ്രീ'കരിച്ചു. അതുകൊണ്ടുതന്നെ നവചരിത്രവാദത്തിന്റെ ഉദ്ഘാടകൻ കാൾ മാർക്സ് തന്നെ എന്ന് മിഷേൽ ഫൂക്കോ പറയുന്നു. ഇന്നത്തെ നവചരിത്രമാകട്ടെ മനഃശാസ്ത്രം ഭാഷാശാസ്ത്രം വംശീയശാസ്ത്രം ലൈംഗികത എന്നിങ്ങനെയുള്ള പുതിയരീതികൾ ഉപയോഗിച്ചാണ് 'അപകേന്ദ്രീകരണം' നടത്താറുള്ളത്. അങ്ങനെ വരുമ്പോൾ, നവചരിത്രവാദത്തിന്റെ പിതാവ് കാൾ മാർക്സ് തന്നെയാണെന്ന് ഫൂക്കോ പറയുന്നു. അതുപോലെ, ചരിത്രവാദങ്ങൾ 'മാനവികവാദ'ത്തെയാണ് സംബോധന ചെയ്യാറുള്ളത്. എന്നാൽ, അൽത്തൂസറിന്റെ വിലയിരുത്തലിനുശേഷം ഫൂക്കോ നവചരിത്രവാദം ഉദ്ഘാടനം ചെയ്യുകയും, അവ 'അമാനവികവാദ'ത്തെയാണ് സംബോധന ചെയ്യുന്നതെന്നും വിലയിരുത്തി. ഇങ്ങനെ നവചരിത്രവാദം മേല്പറഞ്ഞ രണ്ടുരീതിയിലും 'നവ–മാർക്സിസം' ആണെന്ന് നാം തിരിച്ചറിയുന്നു.

നവചരിത്രം നിർമ്മിക്കാൻ ചരിത്രത്തെ പാഠങ്ങൾ ആയി അവതരിപ്പിക്കുകയും അതിന്റെ ബലത്തിൽ നിന്നുകൊണ്ട് അവയെ പഠിക്കുകയും വേണം എന്ന് മിഷേൽ ഫൂക്കോ പറയുന്നു. പാഠത്തെ അപഗ്രഥിക്കേണ്ടത് വ്യവഹാരത്തിന്റെ അളവുകോൽ വച്ച് ആകണമെന്നും അദ്ദേഹം പറയുന്നു. പ്രത്യയശാസ്ത്രം = വ്യവഹാരം എന്നു മനസ്സിലാക്കിയാലേ മിഷേൽ ഫൂക്കോവിനെ നമുക്ക് മനസ്സിലാവൂ എന്ന് ഇവിടെ പറഞ്ഞുകൊള്ളട്ടെ. മിഷേൽ ഫൂക്കോവിനെ സംബന്ധിച്ച് പ്രത്യയശാസ്ത്രത്തിന്റെ പുതിയ പേരാണ് വ്യവഹാരം.

പാഠത്തിന് രണ്ട് മുഖങ്ങൾ ഉണ്ട് എന്ന് വ്യവഹാരം സങ്കല്പിക്കുന്നതായി ഫൂക്കോ പറയുന്നു. "എഴുതിയതിന്റെ അർത്ഥം" ആണ് ഒന്ന്. ഇനി ഒന്ന്, "എഴുതിയതിൽനിന്ന് നാം പുതുതായി അപഗ്രഥിക്കുന്നത്." ഇവരണ്ടും കൂടി ചേരുമ്പോൾ മാത്രമേ പാഠത്തിന്റെ യഥാർത്ഥ അർത്ഥം ലഭിക്കൂ എന്ന് ഫൂക്കോ പറയുന്നു. അങ്ങനെ വരുമ്പോൾ എല്ലാ പാഠങ്ങളെയും ഒരു "മൗനം" പുണരുന്നതായി കാണാം. ഈ മൗനത്തെ അപഗ്രഥിക്കുകയാണ് നവചരിത്രകാരന്മാർ ചെയ്യുന്നതെന്ന് മിഷേൽ ഫൂക്കോ പറയുന്നു.

ചുരുക്കത്തിൽ, നവചരിത്രം ഒരു പുതിയപാഠം ആണ്. അവയുടെ രീതിശാസ്ത്രം വ്യവഹാരവും. ഭാഷാശാസ്ത്രത്തിന്റെ സഹായത്തോടെ വിശദീകരിക്കേണ്ട ഒരു രീതിശാസ്ത്രമാണ് വ്യവഹാരം. അങ്ങനെ ഈ

പഠനം ഘടനാവാദ ചിന്താപദ്ധതികളെ പിൻപറ്റുന്നു.

പാഠത്തെ വ്യവഹാരമായി അപഗ്രഥിക്കുമ്പോൾ തീർത്തും അപ്രസക്തമായ കാര്യങ്ങൾ; അല്ലെങ്കിൽ മുൻപുള്ള ചരിത്രകാരന്മാർ അപ്രസക്തമെന്നു വിലയിരുത്തിയ കാര്യങ്ങൾ, പ്രധാനമായി കടന്നുവന്നേക്കാം. ഇവയെ ഗൗരവപൂർവ്വം പഠിക്കേണ്ടത് അത്യാവശ്യമാണ്. മറ്റൊരു ഘട്ടത്തിൽ ഭാഷയെ ഉപയോഗിച്ചിരിക്കുന്ന രീതിയെ അപഗ്രഥിക്കുകയാണ്. ഒരു സംഭവത്തെ എങ്ങനെ ആവിഷ്കരിച്ചിരിക്കുന്നു എന്നതും ചിന്തനീയമാണ്. ചരിത്രകാരന്റെ ചരിത്രരചനയ്ക്ക് പിൻപിലുള്ള ചോദനയും നവചരിത്രകാരൻ അന്വേഷിക്കണം. എന്നാൽ മാത്രമേ, നവചരിത്രം അതിന്റെ ലക്ഷ്യത്തിലെത്തിച്ചേരുകയുള്ളു എന്ന് മിഷേൽ ഫൂക്കോ വിലയിരുത്തുന്നു.

ഇന്ന് ഗ്രന്ഥകർത്താവ് മരിച്ചുകഴിഞ്ഞു. ഗ്രന്ഥകാരന്റെ അർത്ഥം ആയിരിക്കില്ല വായനക്കാരൻ മനസ്സിലാക്കുന്നത്. വായനക്കാരന് അവന്റേതായ പ്രത്യയശാസ്ത്രവും വിശ്വാസവും കാണും. അതിനാൽ അവൻ വാക്കുകളെ അടർത്തിമാറ്റി പുനഃപ്രതിഷ്ഠിക്കുന്നു. അതിനുശേഷം ഒരു കൂട്ടം പ്രസ്താവനകളുമായി അതിനെ ബന്ധിപ്പിക്കുന്നു. വായനക്കാരൻ ഈ പ്രസ്താവനകളുമായുള്ള ഗ്രന്ഥകാരന്റെ വാക്കിനെ തുലനം ചെയ്യുകയും അപഗ്രഥിക്കുകയും ചെയ്യുന്നു. അങ്ങനെ വരുമ്പോൾ, അപ്രസക്തമായവ പ്രസക്തമാവുന്നു. പ്രസക്തമായവ അപ്രസക്തമാവുന്നു. വാക്കുകളെ വെറുതെ അടർത്തിമാറ്റിയതുകൊണ്ട് ഗുണമൊന്നും അവശേഷിക്കുന്നില്ലെന്ന് ഫൂക്കോ പറയുന്നു. മറിച്ച്, അവയെ മറ്റ് സന്ദർഭങ്ങളുമായും പ്രസ്താവനകളുമായും ബന്ധിപ്പിക്കണം. എന്നാൽമാത്രമേ അവയ്ക്ക് പുതുതായി അർത്ഥനിർമ്മാണശക്തി കൈവരിക്കുകയുള്ളു. ഇതിലൂടെ മാത്രമേ ഒരു നവചരിത്രവായനയ്ക്ക് സാദ്ധ്യത കൈവരികയുള്ളു എന്ന് ഫൂക്കോ വിശ്വസിക്കുന്നു.

ഫൂക്കോയെ സംബന്ധിച്ച് ചരിത്രമെന്നാൽ നാം അർത്ഥമാക്കുന്ന തരത്തിലുള്ള മുഖ്യധാരാചരിത്രം അല്ല. വൈദ്യശാസ്ത്രചരിത്രം സാഹിത്യചരിത്രം ദളിതന്റെ ചരിത്രം കലകളുടെ ചരിത്രം ശാസ്ത്രത്തിന്റെ ചരിത്രം എന്നിങ്ങനെ അവയ്ക്ക് അന്ത്യമില്ല. അതുകൊണ്ട് ചരിത്രത്തിന് പഴയതുപോലെ നരവംശത്തിന്റെ സ്വഭാവം പിന്തുടരാൻ ഇനി കഴിയുകയില്ലെന്ന് ഫൂക്കോ പറയുന്നു. ചരിത്രത്തിൽ പലതും പാർശ്വവല്ക്കരിക്കപ്പെട്ടുപോയി. അവയെ വീണ്ടെടുക്കേണ്ടത് അത്യാവശ്യമാണ്.

ഇനി, ഫൂക്കോ നവചരിത്രത്തിന് ആശയങ്ങൾ മെനയുന്നു. സാങ്കല്പിക സിദ്ധാന്തം/തെളിയിക്കൽ, അവകാശവാദം/വിമർശനം, പൊതുവായ നിയമങ്ങൾ/സൂക്ഷ്മമായ പ്രയോഗം എന്നിവ സമ്മേളിച്ചുകൊണ്ടുള്ള ആശയമാണ് നവചരിത്രത്തിന് ആവശ്യമെന്ന് ഫൂക്കോ പറയുന്നു. വർഗ്ഗം വംശം ചിഹ്നം എന്നീ പുതിയ ആശയങ്ങളിലൂടെ വേണം നവചരിത്രത്തെ സമീപിക്കേണ്ടത്. യുക്തിയുടെ സാധുത, ആവർത്തനങ്ങൾ, ദ്വയാർത്ഥങ്ങൾ, ഒളിപ്പിച്ചുവച്ചിരിക്കുന്ന അർത്ഥങ്ങൾ, തെറ്റുകൾ

എന്നിവ അപഗ്രഥിച്ചു വേണം നവചരിത്ര ആശയങ്ങൾ മുന്നേറേണ്ടത്. വർഗ്ഗം, തുടർച്ച, രൂപാന്തരീകരണം ചരിത്രപരമായ തുടർച്ചയില്ലായ്മ എന്നിവയെ സൂക്ഷ്മമായി അപഗ്രഥിക്കാൻ ഒരു നവചരിത്രവാദി തയ്യാറാവണം. ഇതിന് ഘടനാപരമായ അപഗ്രഥനം അത്യാവശ്യമാണ്. ഘടനാപരമായ അപഗ്രഥനത്തിൽ രൂപം, സംഖ്യ, ക്രമീകരണം വലിപ്പം എന്നിവ കണക്കിലെടുക്കണം. ശൈലീവല്ക്കരിച്ച വിവരങ്ങളെ വസ്തുനിഷ്ഠമായി അപഗ്രഥിക്കാനും ഒരു നവചരിത്രവാദി മുൻകൈ എടുക്കണം.

ഈ ഘട്ടത്തിൽ ഫൂക്കോ നവചരിത്രവാദത്തിന് തന്ത്രങ്ങൾ മെനയുന്നുണ്ട്. രണ്ട് സിദ്ധാന്തങ്ങൾ അല്ലെങ്കിൽ രണ്ട് ആശയങ്ങൾ പൊരുത്തക്കേട് പ്രകടിപ്പിച്ചുകൊണ്ട് മുന്നോട്ടു വരുന്ന സന്ദർഭത്തിൽ ആ രണ്ട് സിദ്ധാന്തങ്ങളെയും (ആശയങ്ങളെയും) തുല്യതയിൽ പരിഗണിച്ച് വിശകലനത്തിന് വിധേയമാക്കണമെന്ന് ഫൂക്കോ പറയുന്നു. അതുമാത്രമല്ല, പൊരുത്തക്കേടിന്റെ ഉത്ഭവത്തെക്കുറിച്ചും നവചരിത്രകാരൻ അന്വേഷിക്കേണ്ടതുണ്ട്. പൊരുത്തക്കേട് കാണിക്കുന്ന രണ്ട് സിദ്ധാന്തങ്ങളെയും അത് അർഹിക്കുന്ന രീതിയിൽ പ്രാധാന്യം നല്കണം. അവയെ പൊരുത്തപ്പെടുത്തേണ്ട ആവശ്യം നവചരിത്രകാരന് ഇല്ല. നേരെമറിച്ച്, അവയെ അപഗ്രഥിക്കാൻ അവൻ നിർബ്ബന്ധിതനാണ്. മറ്റൊരർത്ഥത്തിൽ ഉപഗ്രൂപ്പുകളെ നവചരിത്രവാദി കണ്ടില്ലെന്ന് നടിക്കരുത്. അർത്ഥവിജ്ഞാനീയ (semantics)ത്തിന്റെ സഹായമാണ് ഇവിടെ നവചരിത്രവാദി തേടേണ്ടത്. വ്യക്തികളുടെയും സംഘടിതവ്യക്തികളുടെയും അഭിപ്രായം നവചരിത്രവാദി അന്വേഷിക്കണം. അപ്പോൾ യുക്തിയെ കൈമോശം വരാതെ സൂക്ഷിക്കാനും ഫൂക്കോ ആഹ്വാനം ചെയ്യുന്നു. ഈ വിഷമഘട്ടത്തിൽ കവിതയിലേക്കും കഥകളിലേക്കും സങ്കല്പങ്ങളിലേക്കും നവചരിത്രവാദി തന്റെ അപഗ്രഥനം നീട്ടേണ്ടതുണ്ട്. ഇത് തന്ത്രങ്ങളെ ലക്ഷ്യത്തിലെത്താൻ നവചരിത്രവാദിയെ സഹായിക്കുമെന്ന് ഫൂക്കോ പറയുന്നു. ഇത് തന്നെയാണ് ഫൂക്കോ മുന്നോട്ടു വയ്ക്കുന്ന തന്ത്രങ്ങൾ.

ഈ തന്ത്രങ്ങൾ ചില വിമർശനങ്ങളിലേക്ക് തന്റെ അപഗ്രഥനങ്ങളെ നയിക്കുമെന്ന് ഫൂക്കോ പറയുന്നു. ചരിത്രത്തെ ഘടകങ്ങൾ ആയി മാത്രം അന്വേഷിച്ചാൽ മതിയോ? എന്താ, അവയെ ചേർത്തുവച്ച് അപഗ്രഥിച്ചാൽ ശരിയാവില്ലേ? ഇതിന് ഫൂക്കോ നല്കുന്ന മറുപടി ഇതാണ്– "തീർച്ചയായും ചേർത്തുവച്ചുള്ള അപഗ്രഥനങ്ങൾ മുഴുവൻ തെറ്റാണെന്ന് ഞാൻ പറയുകയില്ല. കാരണം, അത്തരം അപഗ്രഥനങ്ങൾക്കും വാസ്തവത്തെ രംഗത്ത് കൊണ്ടുവരാൻ സാധിക്കും. പക്ഷേ, ഞാൻ നവചരിത്രത്തിന് രീതിശാസ്ത്രം ചമയ്ക്കുമ്പോൾ അവിടെ ഘടനകൾക്കാണ് പ്രാധാന്യം നല്കുന്നതെന്ന് മാത്രം."

ഇനി, 'പ്രസ്താവന' എന്താണെന്നു നോക്കാം? നവചരിത്രവാദത്തിന്റെ സിദ്ധാന്തമാണ് 'പ്രസ്താവന'. 'പ്രസ്താവന'യെന്നാൽ വാക്യം എന്നല്ല അർത്ഥം. അത് ഒരുതരം സംഭാഷണ ഘടകമാണ്. അതുകൊണ്ട്

പ്രസ്താവനയെയും വാക്യത്തെയും ഒന്നായി കാണാൻ കഴിയില്ല. അവ വാക്യത്തിന്റെ ഒരു ഘടകമോ, സ്വതന്ത്രമായ ഒരു വാക്യമോ അല്ല. ഫൂക്കോയെ സംബന്ധിച്ച് 'പ്രസ്താവന'യെന്നാൽ സമാനതകൾ ഒന്നുമില്ലാത്ത ഒരു ഘടകമാണ്. അതുകൊണ്ടുതന്നെ, പ്രസ്താവനകളിലൂടെ മാത്രമേ നമുക്ക് ഒരു വാക്യത്തിൽ എത്തിച്ചേരാൻ കഴിയൂ. പ്രസ്താവനകൾക്ക് സ്വതന്ത്രമായ യുക്തിയും, വ്യാകരണവും ഉണ്ടെന്ന് ഫൂക്കോ പറയുന്നു. പ്രസ്താവനകളെ മുഖ്യമായി കണക്കിലെടുക്കുമ്പോൾ മാത്രമേ നവചരിത്ര അപഗ്രഥനങ്ങൾക്ക് പ്രസക്തി കൈവരികയുള്ളുവെന്ന് ഫൂക്കോ പറയുന്നു. വ്യത്യസ്ത സന്ദർഭങ്ങളിൽ, വ്യത്യസ്തമാനങ്ങളിൽ, വ്യത്യസ്ത തരമായി വ്യാഖ്യാനിക്കാൻ കഴിയും എന്നുള്ളതാണ് പ്രസ്താവനകളുടെ നേട്ടം. അവയെ കൂട്ടിച്ചേർത്ത് വായിക്കാനും, ഒറ്റയ്ക്കൊറ്റയ്ക്ക് വായിക്കാനും കഴിയും എന്നുള്ളതാണ് അതിന്റെ മറ്റൊരു സവിശേഷത. 'പ്രസ്താവന' കൾ നല്കുന്ന ചിഹ്നങ്ങൾ അർത്ഥവിജ്ഞാനീയത്തിന്റെ സഹായത്തോടെ അപഗ്രഥിക്കാനും ആവും. ഘടനാപരമായുള്ള അപഗ്രഥനത്തിന് 'പ്രസ്താവന'കൾ സഹായിക്കുന്നതുപോലെ മറ്റൊരു ഘടകവും സഹായിക്കില്ലെന്ന് ഫൂക്കോ പറയുന്നു. ഇതുതന്നെയാണ് 'പ്രസ്താവന'കളെ നവചരിത്രവാദത്തിന്റെ സിദ്ധാന്തമാക്കി മാറ്റുന്നത്.

ഇനി സിദ്ധാന്തം ചെയ്യേണ്ട കർത്തവ്യത്തെക്കുറിച്ചാണ് ഫൂക്കോ ചിന്തിക്കുന്നത്. 'പ്രസ്താവന'കൾ ആണ് ഇവിടെ സിദ്ധാന്തം. ഫൂക്കോയുടെ അഭിപ്രായത്തിൽ പ്രസ്താവനകളെ ചിഹ്നങ്ങളായി കണക്കിലെടുക്കുകയും അതിനനുസരിച്ച് അവയെ അപഗ്രഥിക്കുകയും വേണം. അതിന് പ്രസ്താവനകളെ സന്ദർഭങ്ങളുമായി ബന്ധിപ്പിക്കണം. സന്ദർഭങ്ങൾക്കനുസരിച്ചാണ് പ്രസ്താവനകൾക്ക് അർത്ഥം കൈവരുന്നത്. വ്യത്യസ്ത സന്ദർഭങ്ങളിൽ പ്രസ്താവനകൾ വ്യത്യസ്ത അഭിപ്രായം പ്രകടിപ്പിക്കും. അതുകൊണ്ടുതന്നെ പ്രസ്താവനകളെ സന്ദർഭങ്ങളുമായി ബന്ധപ്പെടുത്തിക്കൊണ്ട് മാത്രമേ ഒരു നവചരിത്രവാദിക്ക് മുന്നോട്ടു നീങ്ങാൻ കഴിയൂവെന്ന് ഫൂക്കോ പറയുന്നു. (രണ്ട്), നവചരിത്രവാദി തേഡ് പേഴ്സൺ വായനക്കാരനാണ്. ഫസ്റ്റ് പേഴ്സൺ തീർച്ചയായും ഗ്രന്ഥകർത്താവ് തന്നെയായിരിക്കും. സെക്കന്റ് പേഴ്സൺ ഏതെങ്കിലും ഒരു വ്യവസ്ഥാപിത ആധികാരികതയായിരിക്കും. ഉദാഹരണത്തിന് ക്ലാസിക്കൽ ചരിത്രവാദം. എന്നാൽ ഗ്രന്ഥകർത്താവിനും, വ്യവസ്ഥാപിത ആധികാരികതയെയും അവഗണിച്ചുകൊണ്ട് നവചരിത്രം തേഡ്പേഴ്സണിനെ സ്വീകരിക്കുന്നു. തേഡ് പേഴ്സൺ നവചരിത്രവാദി തന്നെയാണ്. അവന്റെ വായന അവന് ഇഷ്ടമുള്ള തരത്തിൽ നടത്താം. അവൻ ഗ്രന്ഥകർത്താവിനെയോ, വ്യവസ്ഥാപിത ആധികാരികതയെയോ സംബോധന ചെയ്യുന്നില്ല. അവൻ അവന്റെ യുക്തിയിൽ ചരിത്രം പുനർനിർമ്മിക്കുന്നു. ഈ പുനർ നിർമ്മിതിയിൽ അവന് ആരോടെങ്കിലും കടപ്പാടുണ്ടെങ്കിൽ അത് സത്യത്തോടും നീതിയോടും മാത്രമായിരിക്കണമെന്ന് ഫൂക്കോ പറയുന്നു.

ചുരുക്കത്തിൽ, പ്രസ്താവനകളെ തേഡ്പേഴ്സന്റെ യുക്തിയുമായി ബന്ധിപ്പിച്ച് അർത്ഥോല്പാദനം നടത്തുകയാണ് വേണ്ടത്. ഇവിടെ തേഡ് പേഴ്സന്റെ യുക്തിക്കാണ് പ്രാധാന്യം. (മൂന്ന്), ഒരു പ്രസ്താവന തൊട്ട ടുത്ത പ്രസ്താവനയുമായി ബന്ധപ്പെട്ടിരിക്കുന്നു. പ്രത്യേകിച്ച്, ക്രിയകൾ തമ്മിലുള്ള ബന്ധം ഗാഢമായി നിരീക്ഷിക്കണം. (നാല്), പ്രസ്താവന കൾ ചില അടയാളങ്ങൾ അവശേഷിപ്പിക്കുന്നു. ഈ അടയാളങ്ങളെ ചിഹ്ന വിജ്ഞാനീയവുമായി ബന്ധിപ്പിച്ച് പഠിക്കുമ്പോൾ അതിന് അർത്ഥം ലഭി ക്കുന്നു. ഈ നാല് രീതികളിലൂടെയാണ് പ്രസ്താവനകൾക്ക് അർഥം കൈവരുന്നതെന്ന് ഫൂക്കോ പറയുന്നു. മറ്റൊരർത്ഥത്തിൽ, പ്രസ്താവന കൾ കൈകാര്യം ചെയ്യുമ്പോൾ മുകളിൽക്കൊടുത്ത നാലുകാര്യങ്ങൾ കണക്കിലെടുത്തുകൊണ്ടുവേണം നവചരിത്രവാദി മുന്നേറേണ്ടത്.

ഇനി പ്രസ്താവനകൾ എന്താണെന്ന് വിവരിക്കുകയാണ് ഫൂക്കോ ചെയ്യുന്നത്. 'പ്രസ്താവന'കൾ നവചരിത്രത്തിന്റെ സിദ്ധാന്തമാണ്. പ്രസ്താവനകൾ വികസിക്കേണ്ടത് ക്രിയകളിലൂടെയാണ്. ക്രിയകളെ കണക്കിലെടുക്കുമ്പോൾ വ്യക്തിഗതമായ അഭിപ്രായങ്ങൾ ഉരുത്തിരിക്കും. വ്യക്തിഗതമായ അഭിപ്രായങ്ങൾക്ക് നവചരിത്രത്തിൽ പ്രധാന സ്ഥാന മാണ് ഉള്ളത്. പ്രസ്താവനകൾ തന്നെ ഒരുവിധത്തിൽ വ്യക്തിഗതമായ അഭിപ്രായമാണ്. അല്ലെങ്കിൽ, അതിന്റെ ഒരു ഘടകമാണ്. അതിനാൽ പ്രസ്താവനകളെ കണക്കിലെടുക്കുമ്പോൾ പ്രസ്താവനകളിൽ ഒളിച്ചി രിക്കുന്ന ക്രിയകളെ നാം വീണ്ടെടുക്കണം എന്ന് ഫൂക്കോ പറയുന്നു. പ്രസ്താവനകളെ സൂചകങ്ങളുടെ ശേഖരണം ആയി കാണാം. പ്രസ്താ വനകളിൽ ധാരാളം സൂചകങ്ങൾ (signifiers) ഒളിച്ചിരിപ്പുണ്ട്. അവയെ ഘടനാപരമായി അപഗ്രഥിക്കേണ്ട ജോലി നവചരിത്രകാരന് ഉണ്ട്. സൂച കങ്ങൾ ആണ് പ്രസ്താവനകളിൽ 'അടയാളങ്ങൾ' (trace) അവശേഷി പ്പിക്കുന്നത്. അതുകൊണ്ടുതന്നെ അവയെ അപഗ്രഥനത്തിന് വിധേയ മാക്കുമ്പോൾ പ്രസ്താവനകൾക്ക് അർത്ഥപ്രാപ്തി കൈവരുന്നു. പ്രസ്താ വനകൾ ആണ് ചരിത്രത്തെ ശാഖാചംക്രമണത്തിന് വിധേയമാക്കുന്ന ത്. അതുകൊണ്ടാണ് പ്രസ്താവനകൾ നവചരിത്രത്തിന്റെ സിദ്ധാന്ത മായി മാറുന്നതെന്ന് ഫൂക്കോ പറയുന്നു.

ഇത്രയും സമയം നവചരിത്രവാദത്തിന്റെ സിദ്ധാന്തമാണ് ചർച്ച ചെയ്തുകൊണ്ടിരുന്നത്. ഇനി അതിന്റെ പ്രയോഗമാണ്. അതാണ് പുരാ വിജ്ഞാനീയം. പുരാവിജ്ഞാനീയത്തെ "അറിവുകളുടെ ചരിത്രം" എന്നാണ് ഫൂക്കോ വിളിക്കുന്നത്. അതുകൊണ്ടുതന്നെ ഇത് നവചരിത്ര സിദ്ധാന്തത്തിന്റെ പ്രയോഗമാണ്. ലോകത്തുള്ള എല്ലാ ചരിത്രങ്ങളും നവ ചരിത്രത്തിന്റെ പരിധിയിൽ വരും. ഫിസിക്സ്, കെമിസ്ട്രി, ബയോളജി എന്നിവയുടെ ചരിത്രംവരെ ഈ പട്ടികയിൽ ഇടംനേടും എന്ന് ഫൂക്കോ പറയുന്നു. നേരത്തെ ദർശനം ആണ് ഇത് പഠിച്ചുകൊണ്ടിരുന്നത്. ഇനി ആ സ്ഥാനം 'പുരാവിജ്ഞാനീയം' നിർവ്വഹിക്കുമെന്ന് ഫൂക്കോ പറയുന്നു. കാരണം അത് ഫൂക്കോയെ സംബന്ധിച്ച് "അറിവുകളുടെ ചരിത്ര"മാണ്

എന്നതുതന്നെ.

പുരാവിജ്ഞാനീയം ചിന്തകളെയും പ്രതിനിധാനങ്ങളെയും ആശയങ്ങളെയും വിവരിക്കുന്നു. അതുമാത്രമല്ല, അവ നമുക്ക് സാദ്ധ്യമായ രീതിയിൽ പ്രാപ്യമാക്കിത്തരുന്നു. അവ അവയുടെ വ്യവഹാര (പ്രത്യയശാസ്ത്ര)ത്തെ അനാഛാദനം ചെയ്യുന്നു. വ്യവഹാരത്തെ പ്രായോഗികതയുമായി ബന്ധിപ്പിക്കുന്നത് പുരാവിജ്ഞാനീയമാണെന്ന് ഫൂക്കോ വിശ്വസിക്കുന്നു. കൂടാതെ ആശയങ്ങളെയും അറിവുകളെയും ആഴത്തിൽ പഠിക്കാൻ അവ നമുക്ക് അവസരമുണ്ടാക്കിത്തരുന്നു. പുരാവിജ്ഞാനീയം "ഇന്ന വഴിയിലൂടെ മാത്രമേ സഞ്ചരിക്കാവൂ" എന്ന് നമ്മോട് പറയുന്നില്ല. അതുകൊണ്ടുതന്നെ "പുരാവിജ്ഞാനീയം" വ്യത്യസ്ത അപഗ്രഥനങ്ങളെ സ്വീകരിക്കുന്നു. ഇത് നവചരിത്രവാദിയെ സംബന്ധിച്ച് ഒരു സ്വാതന്ത്ര്യമാണെന്ന് ഫൂക്കോ പറയുന്നു. പുരാവിജ്ഞാനീയത്തിന്റെ ചക്രവാളത്തിന് അതിരുകൾ ഇല്ല എന്ന് ചുരുക്കം. ചിന്ത, ആഗ്രഹം അനുഭവം എന്നിവയ്ക്ക് ഏതെങ്കിലും ഗൂഢമായ ലക്ഷ്യമുണ്ടെന്ന് 'പുരാവിജ്ഞാനീയം' വിശ്വസിക്കുന്നില്ല. അതുകൊണ്ടുതന്നെ മുൻവിധികൾക്ക് ഈ പഠനത്തിൽ സ്ഥാനമില്ല. അതിനാലാണ് 'പുരാവിജ്ഞാനീയം' നവചരിത്രത്തിന്റെ പ്രായോഗികതയായി മാറുന്നതെന്ന് മിഷേൽ ഫൂക്കോ വാദിക്കുന്നു.

എന്തിനാണ് നവചരിത്രവാദം? എന്ന് ഫൂക്കോ ചോദിക്കുന്നു. നിലവിലുള്ള ചരിത്രവാദങ്ങൾക്ക് അപര്യാപ്തതയുള്ളതിനാൽ നവചരിത്രവാദം എന്ന് ഫൂക്കോ മറുപടി നല്കുന്നു. നിലവിലുള്ള ചരിത്രവാദങ്ങൾക്ക് സാമ്രാജ്യത്വ സ്വഭാവമാണ് ഉള്ളത്. അത് ഏതെങ്കിലും ആധികാരികതയെ പ്രമാണമാക്കുകയും അതിന്റെ പുരോഗതിക്കുവേണ്ടി വിടുവേലയിൽ ഏർപ്പെടുകയും ചെയ്യുന്നു. നിലവിലുള്ള ചരിത്രവാദങ്ങൾ തനിയാവർത്തനം നടത്തുകയാണ് ചെയ്യുന്നത്. പറഞ്ഞത് വീണ്ടും വീണ്ടും പറഞ്ഞ് അതിനെ അവർ വാസ്തവികതയാക്കി മാറ്റി. ഇവയ്ക്ക് ഇവയുടേതായ അധികാരശ്രേണിയുണ്ടെന്ന് ഫൂക്കോ പറയുന്നു. ഉന്നതൻ/അധമൻ, പുരുഷൻ/സ്ത്രീ എന്നിങ്ങനെ ദ്വന്ദ്വങ്ങളെ സൃഷ്ടിക്കാൻ അവർ പ്രത്യേകം ശ്രദ്ധ ചെലുത്തി. ഉന്നതനെയും പുരുഷനെയും വാസ്തവികതയുടെ പ്രതീകമായും, അധമനെയും സ്ത്രീയെയും കപടതയുടെ പ്രതീകമായും അവർ വിലയിരുത്തി. അതുകൊണ്ടാണ്, അവർക്ക് അവരുടേതായ അധികാരശ്രേണി ഉണ്ടായിരുന്നുവെന്ന് പറഞ്ഞത്. അധികാരശ്രേണികളായ ദേവാലയങ്ങൾ, കുലീനർ എന്നിവരെ പിണക്കാൻ അവർ തയ്യാറായിരുന്നില്ല. അതുകൊണ്ടുതന്നെ ഇവയ്ക്കെല്ലാം എതിരായി നിലകൊള്ളാൻ നവചരിത്രത്തിനാവും എന്ന് ഫൂക്കോ പറയുന്നു. ഇതുതന്നെയാണ് നവചരിത്രവാദത്തിന്റെ സമകാലികപ്രസക്തി.

പുരാവിജ്ഞാനീയത്തിലൂടെ ചരിത്രത്തെ മനസ്സിലാക്കുമ്പോൾ പരമ്പരാഗത ചരിത്രവാദങ്ങളുടെ പുറംപൂച്ചിൽ നിന്ന് നമുക്ക് ഒഴിഞ്ഞു നില്ക്കാം എന്ന് ഫൂക്കോ പറയുന്നു. പുരാവിജ്ഞാനീയം 'അറിവുക

ളുടെ ലോകം' ആവുമ്പോൾ അവിടെ വിവിധതരത്തിലുള്ള അറിവുകൾ നമുക്ക് ആശയങ്ങളിൽ കൂട്ടിമുട്ടിക്കാം. എന്നാൽ അവയ്ക്ക് അധികാര ശ്രേണികൾ ഇല്ല എന്ന് ഫൂക്കോ പറയുന്നു. അതുപോലെ തന്നെ അധികാരസ്ഥാപനങ്ങളെ വെല്ലുവിളിക്കാനുള്ള ശക്തി അവ നമുക്ക് പകർന്നു തരുന്നു. ഉന്നതൻ/അധമൻ, പുരുഷൻ/സ്ത്രീ എന്നിങ്ങനെ നാനാവിധമായ ദ്വന്ദ്വങ്ങൾ അവ സൃഷ്ടിക്കുന്നില്ല. കുലീനരെ അവ നടുത്തളത്തിൽ ഇറക്കി വിചാരണ ചെയ്യുന്നു. ദേവാലയങ്ങളുടെ അധികാരങ്ങളെ അവ വെല്ലുവിളിക്കുന്നു. അങ്ങനെ അവ ആർക്കും വിടുവേല ചെയ്യാതെ നില കൊള്ളുന്നു. പുരാവിജ്ഞാനീയത്തിന് തുടർച്ചയുടെ ഒരു പാത ഇല്ലാത്തതിനാൽ അവ 'പ്രസ്താവന'കളെ ശരിവെക്കുന്നു. പുരാവിജ്ഞാനീയം ഇടർച്ചയുടെ ചരിത്രമാണ് രേഖപ്പെടുത്തിയിരിക്കുന്നത്. അതുകൊണ്ടു തന്നെ അവ ചരിത്രവാദത്തിന്റെ പ്രായോഗികതയായി മാറുന്നു. പുരാവിജ്ഞാനീയം 'നാമ'ത്തെക്കാൾ 'ക്രിയ'കളെയാണ് പ്രാധാന്യത്തോടെ കണക്കിലെടുക്കാറുള്ളത്. അതും പുരാവിജ്ഞാനീയത്തെ നവചരിത്രവാദവുമായി ബന്ധിപ്പിക്കുന്നുവെന്ന് ഫൂക്കോ പറയുന്നു. ചുരുക്കത്തിൽ, നവചരിത്രത്തിന്റെ പ്രായോഗികതയാണ് പുരാവിജ്ഞാനീയം. അതിന്റെ സിദ്ധാന്തമാകട്ടെ 'പ്രസ്താവന'യും.

9

റൊളാങ് ബാർത്ത്

12 നവംബർ 1915 ൽ ചെർബർഗിൽ ബാർത്ത് ജനിച്ചു. പിതാവായ ലൂയി ബാർത്ത് ഒരു നേവൽ ഓഫീസർ ആയിരുന്നു. ഒന്നാം ലോകമഹായുദ്ധത്തിൽ പങ്കെടുത്ത് അദ്ദേഹം മരിച്ചു. അന്ന് ബാർത്തിന് ഒരു വയസ്സായിരുന്നു പ്രായം. പിന്നീട്, അമ്മ, അമ്മൂമ്മ, അമ്മായി എന്നിവരോടൊപ്പം ബേയൊണിൽ കഴിച്ചുകൂട്ടി. അമ്മാവിയായ ആലീസ് ഒരു പിയാനോ ടീച്ചർ ആയിരുന്നു. സംഗീതത്തിൽ ബാർത്തിന് താല്പര്യം ജനിച്ചത് ഈ അമ്മാവിയിൽ നിന്നായിരുന്നു. അവരുടെ സംഗീത സ്വാധീനം ജീവിതകാലം മുഴുവൻ ബാർത്തിനോടൊപ്പം ഉണ്ടായിരുന്നു. 1924 ൽ അമ്മയും മകനും പാരീസിലേക്ക് മാറി താമസിച്ചു. അതിന് രണ്ട് കാരണങ്ങളുണ്ട്. 1) ഭാവിയിലെ ഒരു നല്ല വിദ്യാർത്ഥിയായി അമ്മ ബാർത്തിനെ കാണാൻ തുടങ്ങി. 2) ബാർത്തിന്റെ ആരോഗ്യം വളരെ മോശമായിക്കൊണ്ടിരുന്നു.

ക്ഷയരോഗത്തിന് അവൻ ചികിത്സതേടി. അതുകൊണ്ട് വിദ്യാഭ്യാസത്തിന് ചില സമയങ്ങളിൽ തടസ്സം നേരിട്ടു. ഫ്രാൻസിലെ വലിയ വലിയ യൂണിവേഴ്സിറ്റികളിലൊന്നും അവന് പോകാൻ കഴിഞ്ഞില്ല. 1940 മുതൽ 60 വരെ റുമാനിയായിലും ഈജിപ്റ്റിലും പാരീസിലെ ചില വിദ്യാഭ്യാസ കേന്ദ്രങ്ങളിലും താൽക്കാലിക അദ്ധ്യാപകനായി അദ്ദേഹം സേവനമനുഷ്ഠിച്ചു. 1962 ൽ കാര്യങ്ങൾ കുറച്ചുകൂടി നേരെയായി. Ecole Pratique des Hautes Etudes (EPHE)യിൽ സ്ഥിര ജോലിക്കാരനായി നിയമിതനായി. 1976 ൽ ഫ്രഞ്ച് അക്കാദമിയിലും. ഫോളേജ് ഡി ഫ്രാൻസിൽ chair of Literary Semiologyയിലും അദ്ദേഹത്തിന് ജോലികിട്ടി. അടിക്കടി വന്ന അസുഖങ്ങളാണ് അക്കാദമിക് കരിയർ ഇതുപോലെ വളഞ്ഞൊടിഞ്ഞതാക്കിയത്.

ഈ കാലഘട്ടത്തിൽ അദ്ദേഹത്തെ പ്രശസ്തി തേടിയെത്തി. സ്ഥാപനവൽകൃത മാതൃകകളെയും അധികാരത്തെയും അദ്ദേഹം എതിർത്തു. ഭാഷയെക്കുറിച്ചുള്ള ഓർത്തഡോക്സ് ചിന്താഗതികളെ അദ്ദേഹം നഖശിഖാന്തം എതിർത്തു. മെല്ലെ മെല്ലെ ബാർത്തിന്റെ സിദ്ധാന്തങ്ങൾ ജനപ്രിയമാവാൻ തുടങ്ങി. ബാർത്തിന്റെ ഒരു പുസ്തകം പോലും വായിച്ചിട്ടില്ലാത്തവർപോലും ബാർത്തിനെ വാഴ്ത്തി സംസാരിക്കാൻ തുടങ്ങി. അധികാരത്തിനെതിരെ സന്ധിയില്ലാ സമരം നയിച്ചതിനേക്കാൾ "റിബൽ" എന്ന വിളിപ്പേര് അദ്ദേഹത്തെ തേടിയെത്തി. അദ്ദേഹത്തിന്റെ പാഠങ്ങളായ *Mythologies, A Lover's Discourse, Camera Lucida* എന്നിവ വളരെയധികം വായിക്കപ്പെടുകയും അതിനെപ്പറ്റി അക്കാദമികതലങ്ങളിൽ പ്രബന്ധങ്ങൾ ഉണ്ടാവുകയും ചെയ്തു. ഒരു ജനപ്രിയ ബുദ്ധിജീവിയായി അദ്ദേഹം മാറുകയായിരുന്നു.

1) റൈറ്റിങ് ഡിഗ്രി സീറോ

Writing Degree Zero ബാർത്ത് 1953 ലാണ് പ്രസിദ്ധീകരിച്ചത്. ഈ കൃതി മാർക്സിയൻ സിദ്ധാന്തത്തെയും അസ്തിത്വവാദ ദർശനത്തെയും പരാമർശിക്കുന്നതായിരുന്നു. സാർത്രിന്റെ സ്വാധീനം ബാർത്തിന്റെ ആദ്യകാല കൃതികളിൽ ദർശിക്കാൻ സാധിക്കും. അതുകൊണ്ട് സാർത്രിന്റെ സംഭാവനകൾ എന്തായിരുന്നുവെന്ന് ചുരുക്കിപ്പറഞ്ഞുകൊണ്ട് അതിൽനിന്ന് ബാർത്ത് എന്തൊക്കെ സ്വാംശീകരിച്ചുവെന്ന് മനസ്സിലാക്കാം.

1950–രണ്ടാം ലോകമഹായുദ്ധത്തിന്റെ ഉൽക്കണ്ഠകളും വൈരുദ്ധ്യങ്ങളും ഫ്രഞ്ച് സമൂഹത്തെയും സംസ്കാരത്തെയും ഭരിച്ചുകൊണ്ടിരിക്കുകയായിരുന്ന കാലഘട്ടമായിരുന്നു. ഈ കാലഘട്ടത്തിലാണ് റഷ്യയും അമേരിക്കയും ശീതയുദ്ധം ആരംഭിച്ചതും, ഫ്രാൻസിലെ ബുദ്ധിജീവികൾ സാമൂഹ്യ-സാംസ്കാരിക രംഗങ്ങളിൽ വിമോചനത്തിനുവേണ്ടി പ്രവർത്തിച്ചതും. ഈ സമയത്ത്, പുതിയ കോളനികൾ രംഗപ്രവേശം ചെയ്തു. സോവിയറ്റ് മാർക്സിസം പുനർ പാഠങ്ങൾക്ക് വിധേയമായി.

ഇതെല്ലാം ഴാങ് പോൾ സാർത്ര് എന്ന ദാർശനികന്റെ കൃതികളെ സ്വാധീനിച്ചു. ദാർശനികൻ, നോവലിസ്റ്റ്, നാടകതിരക്കഥാകൃത്ത്, സാഹിത്യവിമർശകൻ എന്നീ നിലകളിൽ അന്ന് സാർത്ര് അംഗീകാരം നേടിക്കഴിഞ്ഞു. 1930 മുതൽ 70 വരെയുള്ള ഫ്രഞ്ച് ബൗദ്ധികജീവിതത്തെ പഠിച്ച അദ്ദേഹം അസ്തിത്വവാദത്തിലേക്ക് തിരിഞ്ഞു.

സാർത്രിന്റെ *What is Literature?* എന്ന കൃതി അസ്തിത്വവാദ ദർശനത്തെ സാഹിത്യവുമായി ബന്ധിപ്പിക്കുന്ന ഒന്നായിരുന്നു. ബാർത്ത് ഒരു ഇന്റർവ്യൂയിൽ പറഞ്ഞത്: "സാർത്ര് ആണ് എന്നെ ആധുനിക സാഹിത്യത്തിലേക്ക് എത്തിച്ചത്" എന്നാണ്. ബാർത്ത് തന്റെ കരിയർ ആരംഭിക്കുന്നത് ഈ പുസ്തകത്തിന്റെ പാരായണത്തിലൂടെയാകയാൽ ഇത് പഠനവിധേയമാക്കേണ്ടതാണ്.

എഴുത്തുകാരനും വായനക്കാരനും തമ്മിലുള്ള കൊടുക്കൽ വാങ്ങലിൽനിന്നാണ് സാഹിത്യം ഉദയം ചെയ്യുന്നതെന്ന് സാർത്ര് *What is Literature?* ൽ വാദിക്കുന്നത്. "എഴുത്തുകാരൻ വായനക്കാരനോട് വ്യക്തിഗതമായ വായന ഉപേക്ഷിക്കാൻ ആവശ്യപ്പെടുമ്പോൾ; അല്ലെങ്കിൽ സമൂഹത്തിനിണങ്ങുന്ന രീതിയിൽ വായിക്കാനാവശ്യപ്പെടുമ്പോൾ, വായനക്കാരൻ എഴുത്തുകാരനോട് തന്നെക്കുറിച്ചെഴുതാൻ ആവശ്യപ്പെടുന്നു" –(പേജ് : 44). ഇത് ഒരുതരം പ്രതിബദ്ധതയാണെന്ന് സാർത്ര് വാദിക്കുന്നു. എഴുത്തുകാരന്റെയും വായനക്കാരന്റെയും ഈ കൊടുക്കൽ വാങ്ങലിനെയാണ് സാർത്ര് പ്രതിബദ്ധത എന്നുവിളിച്ചത്. സ്വന്തം ആവശ്യം ഉപേക്ഷിക്കുകയും സമൂഹത്തിനു വേണ്ടി പ്രവർത്തിക്കുകയും ചെയ്യുക എന്നതാണ് പ്രതിബദ്ധതകൊണ്ട് അർത്ഥമാക്കുന്നത്.

സാർത്രിന് ഭാഷ പ്രതിബദ്ധതയിലേക്കുള്ള യാത്രയായിരുന്നു. പക്ഷേ, അത് കുറച്ച് ആശയവാദപരമായിപ്പോയി. എന്നാലും എഴുത്തുകാരനെയും വായനക്കാരനെയും കൂട്ടിമുട്ടിച്ച് പ്രതിബദ്ധതയെക്കുറിച്ച് സംസാരിച്ചതിനാൽ പുതുമയുള്ളതായിരുന്നു. യുദ്ധത്തിനുശേഷമുള്ള ഫ്രാൻസിലെ ഒരു എഴുത്തുകാരന്റെ നിലപാട് തന്നെയായിരുന്നു ഇത്. ബൂർഷ്വാചിന്താഗതിക്കെതിരെ സാർത്ര് നടത്തിയ സാർത്ഥകമായ ഒരു ഇടപെടലായിരുന്നു അത്.

സാർത്രിന്റെ അഭിപ്രായത്തിൽ, ബൂർഷ്വാ എഴുത്തുകാർ ഫ്രഞ്ച് വിപ്ലവത്തിന് മുമ്പ് അവരവരുടെ വർഗ്ഗത്തിന് വേണ്ടിയായിരുന്നു എഴുതിയിരുന്നത്. എന്നാൽ, അതിനുശേഷം എഴുത്തുകാർ സമത്വത്തെപ്പറ്റി ബോധവാന്മാരാകുകയും, സമത്വമെന്ന പ്രതിബദ്ധതയ്ക്കുവേണ്ടി എഴുതാൻ ആരംഭിക്കുകയും ചെയ്തു. അതുപോലെ, ഫ്രഞ്ച് വിപ്ലവത്തിനുശേഷമാണ് എഴുത്തുകാർ വായനക്കാരെ അഭിമുഖീകരിക്കാൻ ആരംഭിച്ചതും വായനക്കാരൻ ഭരണവർഗ്ഗമായി മാറിയതും. അത് രാഷ്ട്രീയവും സാംസ്കാരികപരവും ആയിരുന്നു. പക്ഷേ, ആധുനികതാവാദ കാലഘട്ടമായതോടെ എഴുത്തുകാരൻ അവന്റെ വർഗ്ഗത്തിനുവേണ്ടിയോ, വായനക്കാരന്റെ വർഗ്ഗത്തിനുവേണ്ടിയോ എഴുതാൻ മടിച്ചു. അവൻ അവനവന് വേണ്ടി മാത്രം രചന നടത്തി. വർഗ്ഗബോധവും സമത്വബോധവും നഷ്ടപ്പെട്ട് ആധുനികതാവാദ എഴുത്തുകാരൻ അന്യവല്ക്കരിക്കപ്പെട്ടു. ഈ ഘട്ടത്തിൽ, ആധുനികസാഹിത്യത്തിന്റെ ചരിത്രം രചിക്കുകയായിരുന്നു *What is Literature?* എന്ന കൃതിയിലൂടെ സാർത്ര് ചെയ്തത്. സാമൂഹ്യപ്രതിബദ്ധതയെ മുറുകെപ്പിടിച്ച അദ്ദേഹം എഴുത്തിലെ ബൂർഷ്വാപ്രവണതയെ നിഷേധിച്ചു. ഇത് ഫ്രഞ്ച് അസ്തിത്വവാദത്തിന് തുടക്കം കുറിച്ചു. തന്റെ പ്രസ്ഥാനത്തോട് സ്വയവിമർശന സമീപനം പ്രകടിപ്പിച്ച് അദ്ദേഹം അസ്തിത്വവാദം ആശയവിനിമയത്തെ പ്രോത്സാഹിപ്പിച്ച ഒരു പ്രസ്ഥാനമായിരുന്നില്ലെന്നും, ഉച്ചആധുനികത (avant Garde)യും ഈ പ്രവണത തന്നെ തുടരുന്നതായും വിലയിരുത്തി.

സാർത്രിന്റെ *What is Literature?* എന്ന കൃതിയാണ് ബാർത്തിനെ

Writing Degree Zero എന്ന പുസ്തകം എഴുതാൻ പ്രേരിപ്പിച്ചത്. കാരണം പ്രതിബദ്ധതയെക്കുറിച്ചാണ് ബാർത്തിനും സംസാരിക്കാനുണ്ടായിരുന്നത്. പക്ഷേ, സാർത്രിനെ പുനർപാരായണം നടത്തുമ്പോഴും അദ്ദേഹത്തെ വിമർശിക്കാൻ ബാർത്ത് മടിച്ചില്ലായെന്നത് ശ്രദ്ധേയമാണ്. ഇതാണ് ബാർത്തും സാർത്രും തമ്മിലുള്ള ബന്ധം.

ബാർത്തിന്റെ *Writing Degree Zero* വിനെ പരസ്പരം ബന്ധമുള്ള രണ്ട് ഘടകങ്ങളായി വേർതിരിക്കാം. 1) സൈദ്ധാന്തികം 2) ചരിത്രപരം. രണ്ടാമത്തേത്, ഫ്രഞ്ച് സാഹിത്യചരിത്രത്തിൽ സാർത്രിന്റെ സംഭാവനയാണ്. സൈദ്ധാന്തികം ആകട്ടെ ഭാഷയും ശൈലിയും തമ്മിലുള്ള ബന്ധമാണ്. ഈ ബന്ധത്തെ ബാർത്ത് 'എഴുത്ത്' (writing) എന്നുവിളിച്ചു.

ഭാഷ, ശൈലി, എഴുത്ത് എന്നിവയെക്കുറിച്ചുള്ള ബാർത്തിന്റെ നിരീക്ഷണമാണ് *Writing Degree Zero* എന്ന പുസ്തകം. ഇവയ്ക്ക് മൂന്നിനും പ്രതിബദ്ധതയോടാണ് കൂടുതൽ അടുപ്പം എന്നദ്ദേഹം പ്രഖ്യാപിച്ചു. ബാർത്തിന്റെ അഭിപ്രായത്തിൽ എഴുത്തുകാരന് തെരഞ്ഞെടുപ്പിൽ പൂർണ്ണസ്വാതന്ത്ര്യം നല്കണം. ഇത് സാർത്രിന്റെ പ്രതിബദ്ധതയിൽനിന്ന് കടകവിരുദ്ധമാണ്. ഭാഷയ്ക്കുള്ളിൽനിന്നുകൊണ്ടാണ് എഴുത്തുകാരൻ പൂർണ്ണസ്വാതന്ത്ര്യം നേടേണ്ടത് എന്നാണ് ബാർത്തിന്റെ വാദം. ഭാഷയിൽ നേരത്തേ നിലവിലിരുന്ന രൂപം, സമ്പ്രദായം, കോഡ് എന്നിവയിലൂടെ എഴുത്തുകാരൻ തന്റെ ആവിഷ്കാരം നടത്തുന്നു. ഒരു എഴുത്തുകാരനും തന്റെ സ്വന്തം ഭാഷ സാഹിത്യത്തിൽ സൃഷ്ടിക്കുന്നില്ല. നേരത്തെ വിശദമാക്കിയിരുന്ന സാഹിത്യഭാഷയിൽ തന്നെയാണ് അയാൾ സൃഷ്ടി നടത്തുന്നത്.

ബാർത്ത് ഭാഷയെയും, ശൈലിയെയും എഴുത്തിൽനിന്ന് വേർതിരിച്ച് നിർത്തി പഠിക്കാനാണ് ആഗ്രഹിക്കുന്നത്. ഭാഷയും ശൈലിയും സ്വാതന്ത്ര്യത്തിന്റെ മേഖലയല്ല. ഇതിൽ എഴുത്തുകാരന് സ്വാതന്ത്ര്യം ആഘോഷിക്കാൻ കഴിയില്ല. കാരണം അത് വ്യവസ്ഥാപനവല്ക്കരിക്കപ്പെട്ട ഒന്നാണ്. ഭാഷ എഴുത്തുകാരന് നീന്താനുള്ള കടലാണ്. കടലിനെ മാറ്റിമറിക്കാൻ എഴുത്തുകാരന് കഴിയില്ല. മറിച്ച്, അതിൽ നീന്താൻ മാത്രമേ അയാൾക്ക് കഴിയൂ. അതുപോലെ, ശൈലി എഴുത്തുകാരന്റെ വ്യക്തിത്വമാണെങ്കിലും ഭാഷയെപ്പോലെ അതും സ്വതന്ത്രമല്ല.

ഇനി മൂന്നാമത്തെ ആശയമായ എഴുത്തിനെക്കുറിച്ച് ബാർത്ത് പറയുന്നു. എഴുത്ത് തെരഞ്ഞെടുപ്പിന്റെയും പ്രതിബദ്ധതയുടെയും മേഖലയാണ്.

സാർത്ര് പ്രതിബദ്ധതയെ ആശയവിനിമയത്തിന്റെ ഘടനയിലാണ് കണ്ടത്. പ്രതിബദ്ധത നിറഞ്ഞ എഴുത്ത് എന്നാൽ സാർത്രിന് ഏതെങ്കിലും സന്ദേശം പകർന്നുതരുന്ന എഴുത്തായിരുന്നു. വായനക്കാരനും സംവദിക്കാൻ കഴിയുന്ന ഒന്നായിരിക്കണം എഴുത്ത് എന്ന അർത്ഥത്തിൽ കൂടിയായിരുന്നു അതിന്റെ പ്രസക്തി. ഇവിടെ ബാർത്ത് ഭാഷയുടെ സംവേദനക്ഷമതയെ അല്ലെങ്കിൽ ആശയവിനിമയ കഴിവിനെ തള്ളിക്ക

ളഞ്ഞുകൊണ്ടാണ് സാർത്രിനോട് വിയോജിപ്പ് രേഖപ്പെടുത്തുന്നത്.

ഒരു സന്ദേശത്തിനോ ഉള്ളടക്കത്തിനോ അപ്പുറമുള്ള സംവേദനത്തെയാണ് എഴുത്തുകൊണ്ട് ബാർത്ത് അർത്ഥമാക്കുന്നത്. എഴുത്തിന്റെ രാഷ്ട്രീയമാണ് ഇവിടെ സംവേദനമായി ബാർത്ത് ഉയർത്തിപ്പിടിക്കുന്നത്. അല്ലെങ്കിൽ, എഴുത്തിന്റെ സന്ദേശത്തിനും ഉള്ളടക്കത്തിനുമപ്പുറം അതിന്റെ രാഷ്ട്രീയമാണ് സംവേദനം ചെയ്യപ്പെടേണ്ടത്. അതുതന്നെയാണ് ഏറ്റവും വലിയ പ്രതിബദ്ധത. എഴുത്തിന്റെ രൂപത്തിലൂടെ (എഴുത്തിലൂടെ)യാണ് അത് സംവേദനം ചെയ്യപ്പെടേണ്ടത്.

പ്രതിബദ്ധത സാർത്രിൽനിന്ന് ബാർത്തിലേക്കെത്തുമ്പോൾ കൂടുതൽ പ്രത്യയശാസ്ത്രപരമായി എന്ന് ചിന്തിക്കുന്നതായിരിക്കും ഉചിതം. പ്രത്യയശാസ്ത്രപ്രതിബദ്ധതയാണ് ബാർത്ത് ഊന്നൽ നല്കുന്നത്. എഴുത്തുകാരൻ പ്രത്യയശാസ്ത്രപരമായി പ്രതിബദ്ധനായിരിക്കണമെന്നാണ്, അല്ലെങ്കിൽ അവന്റെ എഴുത്തിന് രാഷ്ട്രീയം ഉണ്ടായിരിക്കണമെന്നാണ് ബാർത്ത് വാദിക്കുന്നത്. ഈ വായനയെ അദ്ദേഹം 'signs of literature' എന്നു വിളിക്കുന്നു.

ഈ ഘട്ടത്തിൽ എഴുത്തുകാരന്, അവനിഷ്ടപ്പെട്ട രാഷ്ട്രീയം തെരഞ്ഞെടുത്ത് പൂർണ്ണസ്വാതന്ത്ര്യത്തോടെ എഴുതാൻ അവസരമുണ്ട്. അവനിഷ്ടപ്പെട്ട സന്ദർഭത്തിനനുസരിച്ച് ഇഷ്ടപ്പെട്ട ഭാഷയും തെരഞ്ഞെടുക്കാം. ഇവിടെ എഴുത്തുകാരൻ ബാഹ്യപ്രേരണയ്ക്കതീതനായി നിന്നുകൊണ്ട് സ്വന്തം രാഷ്ട്രീയം സാഹിത്യകൃതിയിൽ നിക്ഷേപിക്കുന്നു. ഈ രാഷ്ട്രീയത്തോടുള്ള മമതയാണ് എഴുത്തുകാരന്റെ ഏറ്റവും വലിയ പ്രതിബദ്ധത.

ഇനി ബാർത്ത് സീറോ ഡിഗ്രീ എഴുത്ത് (Zero Degree Writing) എന്നതുകൊണ്ട് എന്താണ് അർത്ഥമാക്കുന്നതെന്ന് അന്വേഷിക്കാം. സാഹിത്യഭാഷയുടെ ജീർണ്ണതയ്ക്ക് പരിഹാരമായിട്ടാണ് ബാർത്ത് സീറോ ഡിഗ്രി എഴുത്തിനെ പ്രോത്സാഹിപ്പിക്കുന്നത്.

ഭാഷയിൽനിന്നും സാഹിത്യത്തിൽനിന്നും അകലം പാലിച്ചുകൊണ്ട് പ്രാഥമികവും അടിസ്ഥാനവുമായ ഭാഷയുടെ രീതികളിൽമാത്രം വിശ്വസിച്ചുകൊണ്ട് എഴുത്തുകാരൻ ശ്രമിക്കുന്ന വർണ്ണശബളമല്ലാത്ത എഴുത്തിനെയാണ് ബാർത്ത് ഇവിടെ പ്രതിരോധത്തിന്റെ എഴുത്തായി തിരിച്ചറിയുന്നത്. ഈ 'ന്യൂട്രൽ രചന'യെ 'സീറോ ഡിഗ്രി എഴുത്ത്' എന്ന് വിളിക്കാം.

യഥാർത്ഥത്തിൽ ആലങ്കാരികതയുടെ അഭാവമെന്ന നിലയിൽ സീറോഡിഗ്രി എഴുത്തെന്ന സങ്കല്പം ആദ്യമായി ഉപയോഗിക്കുന്നത് സാർത്രാണ്. ബാർത്ത് ഇത്തരം വർണ്ണ ശബളമല്ലാത്ത 'ന്യൂട്രൽ' രചനാസമ്പ്രദായത്തെ ബൂർഷ്വാബോധത്തിന്റെ പടിപടിയായുള്ള വിഘടനമായി കാണുന്നു. സാഹിത്യഭാഷയുടെ ജീർണ്ണതയ്ക്ക് പരിഹാരമായി ബാർത്ത് നിർദ്ദേശിക്കുന്നതും ഈ 'സീറോ ഡിഗ്രി' എഴുത്തിനെയാണ്.

2) വിമർശനവും സത്യവും

ഇനി, ബാർത്ത് *Criticism and Truth* എന്ന കൃതി എഴുതാനുണ്ടായ പശ്ചാത്തലം വിവരിക്കാം. ബാർത്തിന്റെ കാലഘട്ടത്തിൽ അക്കാദമിക വിമർശനം ഏറ്റവും പ്രബലമായി നിലനിന്നിരുന്നു. ഒരുവേള, അക്കാദമിക വിമർശനമാണ് ഏറ്റവും നല്ല വിമർശനരീതി എന്ന വിശ്വാസം നിലനിന്നിരുന്നു. ഫ്രാൻസിൽ റേമണ്ട് പിക്കാർഡ് എന്ന വിമർശകൻ ഇതിന്റെ ഏറ്റവും വലിയ വക്താവായി അവതരിപ്പിക്കപ്പെടുകയും ചെയ്തു. തെളിമയുള്ള വിമർശനം എന്നാണ് അക്കാദമിക വിമർശനത്തെ പിക്കാർഡ് വിലയിരുത്തിയത്. ഈ ഘട്ടത്തിൽ ഇതിന്റെ എതിരാളിയായി ബാർത്ത് രംഗപ്രവേശം ചെയ്യുകയായിരുന്നു. അക്കാദമിക വിമർശനത്തിന്റെ ന്യൂനതകളെ വെളിച്ചത്തുകൊണ്ടുവന്ന് അദ്ദേഹം പുതിയ ഒരു വിമർശനരീതിക്ക് അടിത്തറയിട്ടു. പിക്കാർഡിന്റെ ആശയതലങ്ങളെ പത്രമാസികകളിൽ അദ്ദേഹം ശക്തിയുക്തം ഖണ്ഡിച്ചു. ഇവർ തമ്മിലുള്ള ആശയസമരം അന്ന് ഫ്രഞ്ച് ബുദ്ധിജീവികൾക്ക് പുതുമയുള്ള കാര്യമായി തോന്നി. ഈ ഘട്ടത്തിൽ തന്റെ പുതിയ വിമർശനത്തിന് അസ്തിവാരമിടുകയായിരുന്നു *Criticism and Truth* എന്ന പുസ്തകത്തിലൂടെ ബാർത്ത് ചെയ്തത്.

3) ചിഹ്നവിജ്ഞാനീയത്തിലേക്ക്

ചിഹ്നവിജ്ഞാനീയത്തെക്കുറിച്ചുള്ള പഠനങ്ങൾ ബാർത്തിന്റെ മരണംവരെ തുടർന്നു. കാലഘട്ടം കൃത്യമായി പറയണമെങ്കിൽ 1950 മുതൽ 80 വരെ. ചിഹ്നവിജ്ഞാനീയവും ഘടനാവാദവും വളരെ അടുത്ത് പ്രവർത്തിച്ച രണ്ട് പാഠ്യപദ്ധതികൾ ആയിരുന്നു.

Mythologies എന്ന ബാർത്തിന്റെ പുസ്തകം വളരെയധികം വായിക്കപ്പെട്ടു. 1950 ലെ ഫ്രഞ്ച് സംസ്കാരത്തിന്റെ മുഴുവൻ ചിത്രവും ഈ മിത്തോളജി പഠനത്തിൽ വിഷയമായി. പുതുമയായിരുന്നു ഈ പഠനങ്ങളുടെ പ്രത്യേകത.

Writing Degree Zero സാഹിത്യത്തിലെ ബൂർഷ്വാ പ്രവണതകളെ വെളിച്ചത്തുകൊണ്ടുവരാൻ ശ്രമിച്ചുവെങ്കിൽ *Mythologies* ബൂർഷ്വാ സംസ്കാരത്തെ വേർതിരിച്ച് അതിന്റെ അന്തസ്സാരം അന്വേഷിക്കുകയും, അതിനെ വിമർശിക്കുകയുമായിരുന്നു ചെയ്തത്. അങ്ങനെ അദ്ദേഹം ബൂർഷ്വാസംസ്കാരത്തെ വിമർശിച്ച് പുരോഗമനചിന്തയ്ക്ക് അടിത്തറ പാകി.

ബൂർഷ്വാസാഹിത്യം എഴുത്തിന്റെ മൂല്യത്തെ ദഹിപ്പിക്കുകയാണ് ചെയ്തതെങ്കിൽ, സംസ്കാരം അതിന്റെ പ്രത്യയശാസ്ത്രത്തെ അനാവരണം ചെയ്യുകയാണുണ്ടായത്.

പ്രത്യയശാസ്ത്രം എന്നതുകൊണ്ട് ബാർത്ത് അർത്ഥമാക്കുന്നത് രണ്ട് കാര്യങ്ങളാണ്. 1) സംസ്കാരത്തിന്റെ സ്വാഭാവികതയാണ് പ്രത്യയശാസ്ത്രം. 2) ബൂർഷ്വാകളുടെ വക്രബുദ്ധിയുടെ ഉല്പന്നമാണ് പ്രത്യ

ശാസ്ത്രം.

ഒരുദാഹരണം നോക്കാം. ഫോട്ടോ പതിപ്പിച്ച രാഷ്ട്രീയ നേതാവിന്റെ പരസ്യം തിരഞ്ഞെടുപ്പ് സമയത്തിൽ പൊതുവായി കാണുന്നതാണ്. ഇതിലൂടെ രാഷ്ട്രീയ നേതാവ് താൻ ജനങ്ങളിൽ ഒരുവനാണെന്നും എന്നാൽ അവരിൽനിന്ന് പുറത്താണ് തന്റെ നിലയെന്നും ബോദ്ധ്യപ്പെടുത്തുകയാണ് ചെയ്യുന്നത്. ഇത് ഒരു പ്രത്യയശാസ്ത്രമാണ്. ഈ പ്രത്യയശാസ്ത്രം പറയുന്നത്, നേതാവ് ഒരേസമയം ജനങ്ങൾക്കിടയിലും, അതിനു പുറത്തുമാണെന്നാണ്. അതുകൊണ്ട് നേതാവിനെ കാണാൻ മാത്രമേ കഴിയൂ. മറിച്ച്, അയാളിൽ അധികാരം ചെലുത്താൻ കഴിയില്ല. ഇത് ഒരു ബൂർഷ്വാസംസ്കാരവും ബൂർഷ്വാസംസ്കാരത്തിന്റെ വക്രബുദ്ധിയുമാണെന്ന് ബാർത്ത് പറയുന്നു. ഇങ്ങനെയുള്ള പ്രത്യയശാസ്ത്രത്തെ ബാർത്ത് 'മിത്ത്' എന്നുവിളിച്ചു. അങ്ങനെ ആധുനിക മിത്ത് ഒരേസമയം ബൂർഷ്വാസംസ്കാരത്തെയും, ബൂർഷ്വാസംസ്കാരത്തിന്റെ വക്രബുദ്ധിയെയും പ്രതിനിധീകരിച്ചു.

ഉദാഹരണമായി ഒരു ആധുനികമിത്ത് എടുക്കാം. വൈനിന്റെ കാര്യമാണിത്. വൈൻ വൈരുദ്ധ്യങ്ങൾ നിറഞ്ഞ ഒരു വസ്തുവാണ്. ഒരു തൊഴിലാളിയെ സംബന്ധിച്ച് അത് പൗരുഷത്തിന്റെ ലക്ഷണമാണ്. ഒരു ബുദ്ധിമാനെ സംബന്ധിച്ച് അത് തണുപ്പിൽനിന്ന് ചൂട് നേടാനുള്ള വസ്തുവാണ്. ചൂടുകാലത്ത്, അത് തണുപ്പ് പകരുവാനുള്ള ഒരു വസ്തുവാണ്. നേരെമറിച്ച്, അത് ലഹരിപിടിപ്പിക്കാനുള്ള ഒന്നുമാണ്. എന്നാൽ ഫ്രാൻസിൽ വൈനിന് മറ്റൊരർത്ഥമാണുള്ളത്. കോളനിവല്ക്കരണവുമായി ബന്ധപ്പെടുത്തി ഫ്രാൻസിന് കീഴടങ്ങുക, അധികാരത്തിനുവേണ്ടി ഭീഷണി പുറപ്പെടുവിക്കുക എന്നീ അർത്ഥങ്ങളിലാണ് ഫ്രഞ്ചുകാർ വൈനിനെ തിരിച്ചറിയുന്നത്.

ഇത്രയും പറഞ്ഞതിനുശേഷം ബാർത്ത് ഇങ്ങനെ ചുരുക്കുന്നു. വൈൻ ശരീരത്തിന് ഉന്മേഷം പകരുന്ന വസ്തുവെന്ന് അതിന് സാർവ്വലൗകിക അർത്ഥമുണ്ട്. പക്ഷേ, ഫ്രഞ്ചുകാർ വൈനിനെ കോളനിവല്ക്കരണവുമായി ബന്ധിപ്പിക്കുകയും അതിന് ഭീഷണിയുടെയും അധികാരത്തിന്റെയും ആധിപത്യത്തിന്റെയും സ്വഭാവമാണുള്ളതെന്നും മിത്തിഫൈ ചെയ്തു. കപടമായ ഈ തിരിച്ചറിവ് (വിശ്വാസം) ഇന്ന് ഫ്രാൻസിൽ ചോദ്യം ചെയ്യാൻ കഴിയാത്ത ഒരു മിത്തായി മാറിയിരിക്കുന്നു. അതിനാൽ ഫ്രഞ്ചുകാരെ സംബന്ധിച്ച് ഈ മിത്ത് അധികാരം ചുമത്തുക എന്ന അർത്ഥത്തിലാണ് വിലയിരുത്തപ്പെടുന്നത്. അതുകൊണ്ടുതന്നെ ഒരു മിത്തും നിഷ്കളങ്കമല്ലെന്ന് ബാർത്ത് പറയുന്നു. അതുകൊണ്ടുതന്നെ ഓരോ മിത്തിനു പിന്നിലും ബൂർഷ്വാകളുടെ വക്രബുദ്ധി പ്രവർത്തിക്കുന്നു.

മിത്തോളജിയെക്കുറിച്ച് പഠിക്കുന്ന ബാർത്ത് പറയുന്നത് ഇങ്ങനെയാണ്: "ആധുനിക ജീവിതത്തിലും സംസ്കാരത്തിലും മിത്തുകൾക്ക് സ്ഥാനം പുറകിലാണെന്ന് ഒരാൾക്ക് തോന്നിയേക്കാം. പക്ഷേ, ഈ

പുതിയ യുഗത്തിലും മിത്തുകൾ നമ്മെ ഭരിക്കുന്നു. അതിനാൽ നാം അവയെ മനസ്സിലാക്കുക തന്നെ വേണം." പഴയകാലത്ത് ഉണ്ടായതു മാത്രമല്ല മിത്തെന്നും അതിന് ആധുനികയുഗത്തിലും പിറവിയുണ്ടാകുമെന്നും അതിനാൽ നാം അവയെ പഠിക്കുക തന്നെ വേണമെന്നും ബാർത്ത് ഈ ഘട്ടത്തിൽ പറയുന്നു. മിത്ത് പ്രത്യയശാസ്ത്രപരമായി ഒരു അധികാരം നമ്മിൽ ചെലുത്തുന്നുണ്ട്. ഈ അധികാരത്തെ നാം തിരിച്ചറിയണമെങ്കിൽ അതിൽ പതിയിരിക്കുന്ന ബൂർഷ്വാപ്രത്യയശാസ്ത്രത്തെ നാം തിരിച്ചറിയണം. എങ്കിൽ മാത്രമേ, നമുക്ക് അതിൽനിന്ന് പുറത്ത് കടക്കാൻ കഴിയുകയുള്ളൂ. എല്ലാ മിത്തിലും ഒരു പ്രത്യയശാസ്ത്രം പ്രവർത്തിക്കുന്നുണ്ടാവും. അത് അന്തരാർത്ഥത്തിൽ നമ്മെ ഭരിക്കും. അതിനാൽ അതിന്റെ വിപരീത പ്രത്യയശാസ്ത്രത്തിലൂടെ വേണം അതിൽനിന്ന് മുക്തിനേടാൻ. അതിനാൽ, മിത്തോളജിയുടെ മേഖല പ്രത്യയശാസ്ത്രത്തിന്റെ മേഖല തന്നെയാണ്.

Mythologies എന്ന പുസ്തകം എഴുതാൻ തനിക്ക് പ്രേരണയായത് സ്വിസ് ഭാഷാശാസ്ത്രജ്ഞനായ ഫെർഡിനാണ്ട് ഡി സൊസ്സ്യൂറിന്റെ സംഭാവനകളായിരുന്നുവെന്ന് ബാർത്ത് വിശദീകരിക്കുകയുണ്ടായി. അതുകൊണ്ടുതന്നെ സൊസ്സ്യൂറിന്റെ ഘടനാവാദത്തെക്കുറിച്ച് കുറച്ചുകാര്യങ്ങൾ പറയേണ്ടിയിരിക്കുന്നു.

ഭാഷയെ സൊസ്സ്യൂർ ലാങ് (Langue) എന്നും, പരോൾ എന്നും വേർതിരിച്ചു. സംഭാഷണത്തെ അല്ലെങ്കിൽ വ്യക്തിഗതമായ ഭാഷയെ പരോൾ എന്നും, ഭാഷയുടെ സാമൂഹ്യാവസ്ഥയെ അല്ലെങ്കിൽ ഭാഷയെ ലാങ് എന്നും വിളിച്ചു. അതിനുശേഷം, ഭാഷാശാസ്ത്രത്തിന്റെ ധർമ്മം വ്യക്തിഗതമായ പരോളിനെ പഠിക്കുന്നതിനേക്കാൾ സാമൂഹ്യാവസ്ഥയിലുള്ള ലാങ് പഠിക്കുന്നതിലാണെന്ന നിഗമനത്തിലെത്തി. വ്യക്തി കേന്ദ്രിത ചിന്തയിൽനിന്നും സമൂഹകേന്ദ്രിത ആശയത്തിലേക്ക് ഭാഷാശാസ്ത്രം കടന്നുവെന്നതിന് വ്യക്തമായ തെളിവാണ് ഘടനാവാദം. അതുകൊണ്ടുതന്നെ, ഘടനാവാദം വ്യക്തികേന്ദ്രിത ആശയവാദത്തെ തള്ളുകയും സാമൂഹ്യപ്രതിബദ്ധത രീതിശാസ്ത്രമായി സ്വീകരിക്കുകയും ചെയ്തു. ആധുനികതാവാദ (അസ്തിത്വവാദ)ത്തിന്റെ വ്യക്തികേന്ദ്രിത ആശയവാദങ്ങളെ തള്ളിക്കളഞ്ഞ പ്രസ്ഥാനമായി അങ്ങനെ ഘടനാവാദം മാറിത്തീർന്നു. ഘടനാവാദത്തിൽ തുടങ്ങിയ സാമൂഹ്യവായനയുടെ തിരിച്ചുവരവ് ഇന്ന് സിസെക്ക് വരെ നീണ്ടുനിൽക്കുന്നു.

ചിഹ്നം (sign) എന്ന പുതിയ കണ്ടുപിടിത്തത്തിലൂടെ ഭാഷയും ഭൗതികലോകവും തമ്മിലുള്ള ബന്ധത്തെ സൊസ്സ്യൂർ പുനർനിർമ്മിച്ചു. ചിഹ്നത്തിന് അർത്ഥമില്ലെങ്കിലും അതിന്റെ ഭാഗമായ 1) സൂചകത്തിനും 2) സൂചിതത്തിനും സമകാലിക പ്രസക്തിയുണ്ട് എന്നദ്ദേഹം പറഞ്ഞു. സൂചകം ശബ്ദമാതൃകയാണ്. അല്ലെങ്കിൽ, ഏറ്റവും ചെറിയ യൂണിറ്റാണ് സൂചകം. എന്നാൽ സൂചിതം ആശയമാണ്. സൂചിതം പ്രവൃത്തിയെയോ വസ്തുവിനെയോ കുറിക്കുന്നില്ല. മറിച്ച്, അത് മാനസികമായ ആശയ

മാണ്. k + a + u= cow എന്നതിൽ പിരിച്ചെഴുതിയിരിക്കുന്നത് സൂചകം, cow പറയുമ്പോൾ മനസ്സിലുണ്ടാകുന്ന ആശയം സൂചിതം. ചിഹ്നത്തിന് നേരിട്ട് അർത്ഥമൊന്നുമില്ല എന്നു പറഞ്ഞുകഴിഞ്ഞു. പക്ഷേ, ചിഹ്നത്തിന് ഭാഷയിൽ വ്യക്തമായ സ്ഥാനമുണ്ട്. കാരണം, ഭാഷതന്നെ ഒരു ചിഹ്ന ഘടനയാണ്. ലോകത്ത് വ്യത്യസ്തങ്ങളായ ചിഹ്നങ്ങൾ നമുക്ക് കാണാൻ സാധിക്കും. ഹൈവേ കോഡിലും, കെട്ടിടനിർമ്മാണശൈലിയിലും, വസ്ത്രധാരണത്തിലും ആഹാരത്തിലും എന്നുവേണ്ട എല്ലാത്തിലും. ചുരുക്കത്തിൽ ലോകം തന്നെ ഒരു ചിഹ്നമാണ്. അതുകൊണ്ട് ഭാഷയുടെ ഘടനയിൽ ചിഹ്നത്തെ വേണ്ടുവോളം പഠിക്കാമെന്ന് സൊസ്സ്യൂർ വാദിക്കുന്നു.

Mythologies എന്ന ബാർത്തിന്റെ പുസ്തകം ബൂർഷ്വാസംസ്കാരത്തെ ചിഹ്നവിജ്ഞാനീയപരമായി വിമർശിക്കുന്ന കൃതിയായിരുന്നു. സംസ്കാരത്തെ വിമർശിക്കാൻ ഘടനാവാദവും ചിഹ്നവിജ്ഞാനീയവുമാണ് ഏറ്റവും നല്ല മാർഗ്ഗം എന്നു കണ്ടതുകൊണ്ടാണ് ഇവയെ ബാർത്ത് സ്വീകരിച്ചത്.

എന്താണ് ചിഹ്നവിജ്ഞാനീയം? ചിഹ്നങ്ങളെക്കുറിച്ച് പഠിക്കുന്ന ശാസ്ത്രത്തെ ചിഹ്നവിജ്ഞാനീയം എന്നുപറയാം. ചിഹ്നവിജ്ഞാനീയത്തിന്റെ പരിഷ്കരിച്ച രൂപമാണ് ചിഹ്നശാസ്ത്രം (semiotics).

Mythologies അർത്ഥോല്പാദനം നടത്തുന്നത് ചിഹ്നവിജ്ഞാനീയമാണെന്ന് ബാർത്ത് പറയുന്നു. മിത്ത് എന്തിനെയാണ് അർത്ഥമാക്കുന്നത് എന്നാണ് ഈ കൃതിയിൽ അദ്ദേഹം പഠിക്കുന്നത്. ഇവിടെ ചിഹ്നം നിർണ്ണായകമാകുന്നു. ചിഹ്നത്തിന് മൂന്നുതരം ബന്ധങ്ങൾ ഉണ്ട്.

1) ചിഹ്നത്തിന് സൂചകമായും
2) ചിഹ്നത്തിന് സൂചിതമായും
3) സൂചകവും സൂചിതവുമായും -അതിന് ബന്ധമുണ്ട്.

ഉദാഹരണമായി റോസാപ്പൂവിനെയെടുക്കാം. റോസ നമ്മുടെ സംസ്കാരത്തിൽ അനുരാഗത്തിന്റെ ചിഹ്നമാണ്. റോസ എന്നത് ഒരു ശബ്ദമാണ്. അതിനാൽ അത് സൂചകത്തെക്കുറിക്കുന്നു. സംസ്കാരതലത്തിൽ റോസയ്ക്ക് ആശയപരമായി ഒരു അർത്ഥമുണ്ട്. അനുരാഗം, വികാരം, സ്നേഹവായ്പ് എന്നിവയാണവ. അതിനാൽ അത് സൂചിതത്തെക്കുറിക്കുന്നു. റോസ അനുരാഗത്തിന്റെ പ്രതീകമായി മാറുന്നത് ചിഹ്നത്തിലാണ്. ഇതിനെ ഒരു രേഖാചിത്രത്തിൽ ഇങ്ങനെ വരയ്ക്കാം.

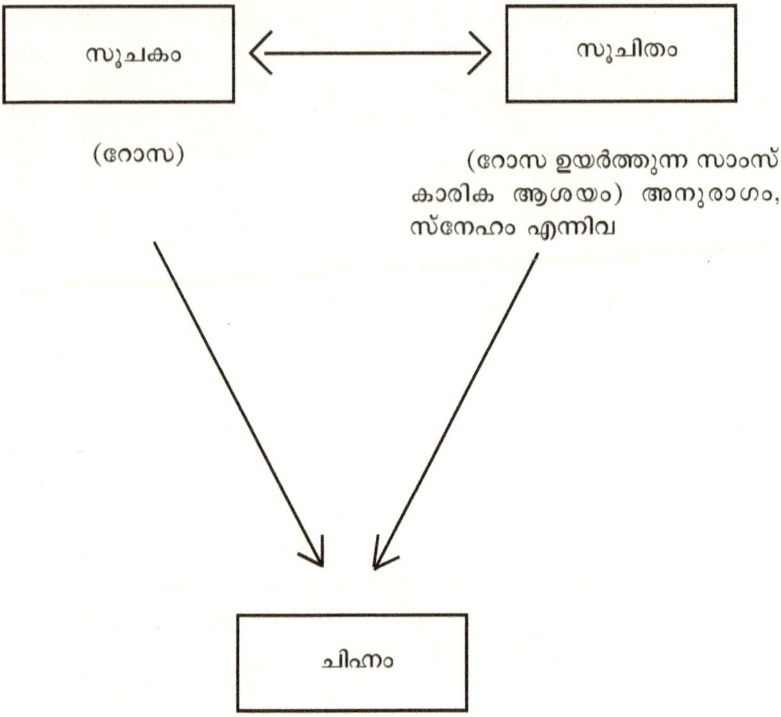

റോസ അനുരാഗത്തിന്റെ ചിഹ്നമായി മാറുന്നു.

ഭാഷയ്ക്കും മിത്തിനും ദ്വയാർത്ഥം സംഭവിക്കും എന്ന് സൊസ്സ്യൂറിനെ ഉദ്ധരിച്ച് ബാർത്ത് പറയുന്നു. മറ്റൊരുദാഹരണം നോക്കാം (ഈ മിത്തിന്റെ വായന കുറച്ച് സങ്കീർണ്ണമായതിനാൽ മനസ്സിരുത്തി വായിക്കുക). കറുത്തവനായ ഒരു ഫ്രഞ്ച് പട്ടാളക്കാരനെ എടുക്കുക. ഈ മിത്ത് രണ്ടർത്ഥം മുന്നോട്ടു വയ്ക്കുന്നുണ്ട്. 1) ഫ്രഞ്ച് രാജ്യസ്നേഹം 2) ഒത്തൊരുമയുള്ള ഫ്രഞ്ച് ദേശീയത.

ആദ്യത്തേതിന് സൂചകത്തിന്റെയും സൂചിതത്തിന്റെയും ചിഹ്നത്തിന്റെയുമൊരു രേഖാചിത്രവും. രണ്ടാമത്തേതിന് മറ്റൊരു രേഖാചിത്രവും വരയ്ക്കേണ്ടതായി വരും. ഇവിടെ ബാർത്ത് പറയുന്നു "മിത്ത് വിചിത്രമായ ഒന്നാണ്. അതിനാൽ അതിന്റെ ചിഹ്നത്തിന്റെ അർത്ഥം ചങ്ങല പോലെ നീളും."

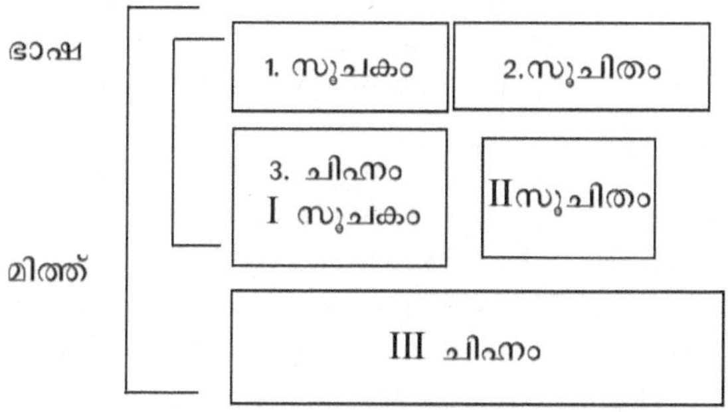

ഇനി, രണ്ടർത്ഥം പുറപ്പെടുവിക്കുന്ന ഈ സങ്കീർണ്ണമിത്തിനെ ഇങ്ങനെ വായിക്കാമെന്ന് ബാർത്ത് പറയുന്നു. മിത്ത് ആദ്യത്തെ അർത്ഥത്തെ തട്ടിമാറ്റി രണ്ടാമത്തെ അർത്ഥത്തെ പ്രതിഷ്ഠിക്കുന്നു. രണ്ടാമത്തെ അർത്ഥത്തെ പ്രതിഷ്ഠിക്കുന്നതിനെ അദ്ദേഹം signification എന്ന് വിളിക്കുന്നു. രണ്ടാമത്തെ ഘട്ടത്തിലുള്ള ചിഹ്നത്തെയാണ് signification കൊണ്ട് അർത്ഥമാക്കുന്നത്. ആദ്യമേ നിലനില്ക്കുന്ന അർത്ഥത്തിൽ വ്യത്യസ്തമായുണ്ടാകുന്ന രണ്ടാമത്തെ അർത്ഥമാണത്. അഥവാ, ആദ്യഘട്ടത്തിലെ ചിഹ്നത്തിൽനിന്നും വ്യത്യസ്തമായ രണ്ടാംഘട്ടത്തിലെ ചിഹ്നം. അതിനാൽ മിത്ത് അതിഭാഷയാണ്. അഥവാ, ആദ്യഘട്ടത്തിലെ ചിഹ്നത്തിന്റെ അർത്ഥത്തെ കവച്ചുവെക്കുന്ന രണ്ടാംഘട്ടത്തിലെ ചിഹ്നം. മറ്റൊരർത്ഥത്തിൽ, നിലവിലുള്ള അർത്ഥത്തെ തള്ളിക്കളഞ്ഞ് മറ്റൊരർത്ഥത്തെ പ്രതിഷ്ഠിക്കുന്ന ഒന്ന്. പക്ഷേ, ബാർത്ത് ഓർമ്മിപ്പിക്കുന്നു, യഥാർത്ഥ അർത്ഥം, അഥവാ ആദ്യഘട്ടത്തിലെ ചിഹ്നത്തിന്റെ അർത്ഥം നാം മറന്നുപോകരുത്.

ഇതിൽനിന്നും നാം പഠിക്കേണ്ടത്, മിത്ത് എപ്പോഴും ബൂർഷ്വാ പ്രത്യയശാസ്ത്രത്തെ ശാശ്വതീകരിക്കാനും, പ്രചരിപ്പിക്കാനുമാണ് ശ്രമിക്കുന്നത് എന്നുള്ളതാണ്. മിത്തിന്റെ സൂചകം എപ്പോഴെല്ലാം രണ്ടുദിശയിലേക്കു നോക്കുന്നുവോ, അപ്പോഴെല്ലാം അവയെ വിമർശിക്കുവാൻ വളരെ പ്രയാസമായിരിക്കും. ആ കറുത്ത യുവ പട്ടാളക്കാരന്റെ ചിത്രത്തിലൂടെ മിത്ത് ചെയ്യപ്പെട്ടിരിക്കുന്ന ഫ്രഞ്ച് സാമ്രാജ്യത്വത്തെ നാം വിമർശിക്കാൻ ഒരുങ്ങുമ്പോൾ, അതിന്റെ സൂചകം ആദ്യ അർത്ഥമായ, പട്ടാളക്കാരനായ ഒരു വ്യക്തി കൊടിയ സല്യൂട്ട് ചെയ്യുന്നു എന്ന അർത്ഥത്തിൽ നിന്ന് മാറുന്നു. അപ്പോൾ പട്ടാളക്കാരന്റെ ആദ്യ അർത്ഥമായ അവൻ, അവന്റെ ചിന്ത, അവന്റെ വിശ്വാസം, അവന്റെ ജീവചരിത്രം എന്നിവ മറക്കപ്പെടുകയും അവൻ പ്രതിനിധീകരിക്കുന്നതെന്തോ, ആ അർത്ഥം ഉയർത്തപ്പെടുകയും ചെയ്യുന്നു.

മിത്ത് എപ്പോഴും ഒഴികഴിവ് പ്രവർത്തിക്കുന്നു. അതിനുശേഷം ഇങ്ങനെ പറയുന്നു – “ഞാനെന്താണെന്ന് നീ ചിന്തിക്കുന്നുവോ അത്

ഞാനല്ല; നീ ഞാനല്ലെന്ന് ചിന്തിക്കുന്നത് ഞാനാണ്." ആ യുവ കറുത്ത പട്ടാളക്കാരൻ അവന്റെ ചരിത്രം ശൂന്യമാക്കുന്നതും അവിടെ ഫ്രഞ്ച് ദേശീയത കൊണ്ടുവരുന്നതും അതുകൊണ്ടാണ്. അതിനുശേഷം അതിന്റെ സൂചകത്തെ അത് ഇങ്ങനെ തിരുത്തുന്നു – "ഇത് ഒരു രാജ്യ സ്നേഹമുള്ള ഏത് ഫ്രഞ്ച് പൗരനും സ്ത്രീക്കും ബാധകമാണ്." അങ്ങനെ വരുമ്പോൾ, യഥാർത്ഥ ചരിത്രത്തെ (കറുത്തവൻ എന്ന ചരിത്രത്തെ) മിത്ത് ഒഴിവാക്കുന്നു. അതിനുശേഷം ചോദ്യം ചെയ്യപ്പെടാത്ത ഒരു സത്തയെ അവിടെ പ്രതിഷ്ഠിക്കുന്നു. ഇവിടെ അത് ഫ്രഞ്ച് സമൂഹമാണ്. ഇങ്ങനെയാണ് നാം മിത്തിനെ വായിക്കുന്നതെന്ന് ബാർത്ത് പറയുന്നു. ചോദ്യം ചെയ്യപ്പെടാത്ത സത്തയെ വിമർശിക്കുമ്പോൾ മിത്തിനെ, അതിന്റെ ബൂർഷ്വാ പ്രത്യയശാസ്ത്രത്തെ, നാം വിമർശിക്കുന്നതായി ബാർത്ത് പറയുന്നു.

4) ഘടനാവാദത്തിൽനിന്ന് ഉത്തരഘടനാവാദത്തിലേക്ക്

ബാർത്ത് തന്റെ ഘടനാവാദ നിലപാടുകൾ വിശദമാക്കുന്ന പുസ്തകമായിരുന്നു *Indroduction to the structural Analysis of Narratives*. 1960 കളിലെ ബാർത്തിന്റെ നിലപാടായിരുന്നു ഘടനാവാദം. സാഹിത്യത്തിന്റെ ശാസ്ത്രീയതയായിരുന്നു ഘടനാവാദത്തിലേക്ക് ബാർത്തിനെ ആകർഷിച്ചത്. ആഖ്യാനത്തെ പഠിച്ചുകൊണ്ട് സാഹിത്യത്തെ ശാസ്ത്രീയമായി വിലയിരുത്താമെന്ന് അദ്ദേഹം വിലയിരുത്തി. സാഹിത്യവിമർശനം =ശാസ്ത്രീയവിമർശനം എന്ന് അദ്ദേഹം തിരുത്തിയെഴുതി. എന്തിനെയും ശാസ്ത്രീയമാക്കുന്ന ഒരു പ്രവണത ഘടനാവാദത്തിന്റെ പ്രത്യേകതയാണ്. ഘടനാവാദിയായിരുന്ന ബാർത്തിന് അതുകൊണ്ടാണ് സാഹിത്യവിമർശനം=ശാസ്ത്രീയവിമർശനം എന്ന് വിലയിരുത്താൻ തോന്നിയത്. ഇതിന് അദ്ദേഹത്തെ സഹായിച്ചത് ആഖ്യാനങ്ങളെക്കുറിച്ചുള്ള ശാസ്ത്രീയ പഠനമായിരുന്നു.

ഇനി ബാർത്തിന്റെ വളർച്ചയുടെ മറ്റൊരു ഘട്ടമാണ് വിശദീകരിക്കാനുള്ളത്. അത് 1960 മുതൽ 70 വരെയുള്ള കാലഘട്ടമാണ്. ഈ ഘട്ടത്തിലാണ് അദ്ദേഹം ഉത്തരഘടനാവാദത്തിലേക്ക് പ്രവേശിക്കുന്നത്. ഴാക്ക് ദെറീദയുടെ സ്വാധീനത്താൽ അദ്ദേഹം ഘടനാവാദത്തെ നിഷേധിക്കുകയും തന്റെ നിലപാടുകളിൽ മാറ്റം വരുത്തി താൻ ഒരു ഉത്തരഘടനാവാദിയാണെന്ന് പ്രഖ്യാപിക്കുകയും ചെയ്തു. ഈ ഘട്ടത്തിലാണ് അദ്ദേഹം ലോകപ്രശസ്തമായ 'ഗ്രന്ഥകാരന്റെ മരണം' എന്ന ആശയം മുന്നോട്ടുവയ്ക്കുന്നത്.

1960–70 കാലഘട്ടം ഫ്രാൻസിൽ നിർണ്ണായകമായ പല രാഷ്ട്രീയ–സാംസ്കാരിക മുന്നേറ്റങ്ങൾ നടന്നു. വിദ്യാർത്ഥികളും തൊഴിലാളികളും ചേർന്നു നടത്തിയ 68 ലെ മാർച്ച്, വിയറ്റ്നാം യുദ്ധത്തിന്റെ പ്രതിഷേധം എന്നിവ രാഷ്ട്രീയ മേഖലയെ സ്വാധീനിച്ചപ്പോൾ സാംസ്കാരികമേഖലയിൽ പുതിയ ഇടതുപക്ഷ ബുദ്ധിജീവികൾ ഉദയംചെയ്തു. ഴാക്ക്

ദെറീദ, ജൂലിയ ക്രിസ്റ്റേവ, മിഷേൽ ഫൂക്കോ എന്നിവരായിരുന്നു അവർ. ഫ്രാൻസിൽ ഇത് ഉത്തരഘടനാവാദത്തിന്റെ ഉദയത്തിന് പശ്ചാത്തലമായി. ബാർത്ത് ഉത്തരഘടനാവാദിയാവാൻ കാരണവും ഇവയുടെയൊക്കെ പ്രേരണയായിരുന്നു. ഉത്തരഘടനാവാദത്തിൽ ബാർത്ത് തന്റെ ഘടനാവാദ-ചിഹ്നവിജ്ഞാനീയ നിലപാടായ ചിഹ്നത്തെ ചോദ്യം ചെയ്തു. ചിഹ്നത്തെ കേന്ദ്രീകരിച്ചുകൊണ്ടുള്ള തന്റെ നിലപാടുകൾക്കു പകരം സൂചകത്തെ ബാർത്ത് തന്റെ ചിന്തയുടെ കേന്ദ്രമാക്കി. ഴാക്ക് ദെറീദയുടെ സ്വാധീനത്തിൽനിന്നാണ് ബാർത്ത് ഈ നിലപാടിലേക്ക് എത്തിച്ചേർന്നത്.

'ഈ മാസത്തെ മിത്ത്' എന്ന സീരീസിലൂടെയും *The Fashion System* എന്ന പുസ്തകത്തിലൂടെയുമാണ് ബാർത്ത് ചിഹ്നപഠനത്തെ ശാസ്ത്രീയമായി അപഗ്രഥിക്കാൻ ശ്രമിച്ചത്. *Criticism and Truth, Indroduction to the structural Anlysis Narratives* എന്നീ പുസ്തകങ്ങളിലൂടെയാകട്ടെ സാഹിത്യത്തിന്റെ ശാസ്ത്രീയതയും വിശദമാക്കി. മറ്റൊരു രീതിയിൽ പറഞ്ഞാൽ, ഘടനാവാദത്തിന്റെ ശാസ്ത്രീയവല്ക്കരണത്തെ ഈ പുസ്തകങ്ങൾ ശരിവെച്ചു. ചിഹ്നപഠനത്തിലൂടെയും ബാർത്ത് ചെയ്തത് ശാസ്ത്രീയവല്ക്കരണമായിരുന്നു.

എന്നാൽ ഉത്തരഘടനാവാദത്തിലേക്കു കടന്ന ബാർത്ത് തന്റെ ചിഹ്നവിജ്ഞാനീയ നിലപാടുകളിൽ ചിലമാറ്റങ്ങൾ വരുത്തണമെന്ന് തിരിച്ചറിഞ്ഞു. അങ്ങനെ പുതിയ പുസ്തകമായ *Image-Music-Text* ൽ *Change the object Itself : Mythology Today* എന്ന ലേഖനത്തിലൂടെ തന്റെ നിലപാടുകൾ തിരുത്തുന്നതായി അദ്ദേഹം പ്രഖ്യാപിച്ചു. നിലപാടുകൾ മുഴുവൻ തിരുത്തി എന്ന് ഇതിനർത്ഥമില്ല. ഘടനാവാദത്തിൽനിന്ന് ഉത്തരഘടനാവാദത്തിലേക്ക് കടക്കുമ്പോൾ ചിഹ്നവിജ്ഞാനീയത്തിൽ വരുന്ന നിലപാടുമാറ്റങ്ങൾ ആണത്.

"മിത്തിന്റെ മുഖംമൂടി വലിച്ചെറിയുക മാത്രമല്ല, ചിഹ്നത്തെ ഇളക്കിമാറ്റുകയും ചെയ്യുക. ഇതാണ് ചിഹ്നപഠനം ചെയ്യേണ്ടത്" -ഇതായിരുന്നു ചിഹ്നവിജ്ഞാനീയത്തെക്കുറിച്ചുള്ള ബാർത്തിന്റെ മാറിയ ചിന്തയുടെ പൊരുൾ. "മിത്തിനെ തിരിച്ചിട്ട് യഥാർത്ഥ അർത്ഥമെന്തെന്ന് അന്വേഷിക്കുകയായിരുന്നു ഞാൻ ഇതുവരെ ചെയ്തുകൊണ്ടിരുന്നത്. എന്നാൽ ആ മിത്തിനെ തന്നെ ഇനി മാറ്റത്തിനുവിധേയമാക്കുകയാണ് വേണ്ടത്. മറ്റൊരർത്ഥത്തിൽ, മിത്തിനെ പുതുതായി നിർമ്മിക്കുകയാണ് (അപനിർമ്മിക്കുകയാണ്) വേണ്ടത്." ഇതായിരുന്നു ചിഹ്നവിജ്ഞാനീയത്തോടുള്ള ബാർത്തിന്റെ പുതിയ നിലപാട്.

പുതിയ പഠനത്തിൽ ബാർത്ത് ചിഹ്നത്തെ ആക്രമിക്കണമെന്ന് ആഹ്വാനം ചെയ്യുന്നു. ഇതിന് കാരണമെന്ത്? കാരണം ഇത് പഴയ ഘടനാവാദത്തിന്റെ പശ്ചാത്തലമുള്ള പഠനമല്ല എന്നതുകൊണ്ടുതന്നെ. അതു മാത്രമല്ല, പ്ലേറ്റോ തൊട്ട് തുടങ്ങുന്ന ചിഹ്നത്തിന്റെ അർത്ഥത്തിന് ഇനി പ്രസക്തിയില്ല. ആധുനികഘടനയിൽ പഴയ അർത്ഥങ്ങൾ മാറിമറിയു

കയും ചിഹ്നങ്ങൾ പുതിയ പുതിയ അർത്ഥങ്ങൾ ഉല്പാദിപ്പിച്ചുകൊണ്ടിരിക്കുകയും ചെയ്യുന്നു. അതിനാൽ ചിഹ്നത്തെ ആക്രമിക്കേണ്ടത് കാലിക പ്രസക്തമാണെന്ന് ബാർത്ത് പറയുന്നു. അതേസമയം പുതിയ ചിഹ്ന പഠനവും ബൂർഷ്വാ സംസ്കാരത്തിന്റെ പ്രത്യേകിച്ച് ഫ്രഞ്ച് ബൂർഷ്വാ സംസ്കാരത്തിന്റെ വിമർശനമായി ബാർത്ത് ഉപയോഗിച്ചുകൊണ്ടിരുന്നു. ചുരുക്കത്തിൽ, ബാർത്തിൽ ചിഹ്നപഠനം എന്നും ബൂർഷ്വാ വിമർശനമായിരുന്നു.

ബാർത്തിന്റെ മിത്തുകളെക്കുറിച്ചുള്ള പഠനം ഴാക്ക് ദറീദയുടെ അപനിർമ്മാണ ദർശനവുമായി വളരെയധികം ബന്ധപ്പെട്ടിരിക്കുന്നു. 1967 ൽ ദറീദ മൂന്ന് പ്രധാനപ്പെട്ട പുസ്തകങ്ങൾ പ്രസിദ്ധീകരിച്ചു.

1) *Speech and Phenomenon*
2) *Writing and Difference*
3) *Of Grammatology*

എന്നിവയായിരുന്നു ആ പുസ്തകങ്ങൾ. ഈ പുസ്തകങ്ങളെ അപനിർമ്മാണത്തിന്റെ ബാലപാഠങ്ങൾ എന്ന് വിശേഷിപ്പിക്കാം.

ബാർത്തും ദറീദയും മറ്റു ചില പണ്ഡിതന്മാരും ഉത്തരഘടനാവാദത്തിന്റെ ഉദയത്തിനുവേണ്ടി പ്രവർത്തിച്ച ചിന്തകരാണ്. ഇവർ ജോൺ ഹോപ് കിങ്സ് യൂണിവേഴ്സിറ്റിയിൽ *The Language of Criticism and the Science of Man* എന്ന വിഷയത്തെ സംബന്ധിച്ച് സിംപോസിയങ്ങൾ നടത്തിയതിൽനിന്നാണ് ഉത്തരഘടനാവാദത്തിന് കൂടുതൽ അടിത്തറ ലഭിച്ചത്. ദറീദ *Structure, Sign and play in the Discourse of Human Science* എന്ന വിഷയം അവതരിപ്പിച്ച് ഉത്തരഘടനാവാദത്തിൽനിന്ന് അപനിർമ്മാണത്തിലേക്ക് എത്തിച്ചേർന്നു. ഘടന ഘടനാവാദത്തിൽ നിർണ്ണായക സ്ഥാനത്താണ് വർത്തിച്ചതെന്ന് ഓർമ്മിപ്പിച്ച ദറീദ ഘടന ആശയങ്ങളെ കേന്ദ്രീകരിച്ചതായും വാദിച്ചു. ഉദാഹരണമായി സാഹിത്യത്തിൽ എഴുത്തുകാരനെ കേന്ദ്രീകരിച്ചു. ഭാഷാഘടനയിൽ ഘടന മറ്റെല്ലാത്തിനെയും കേന്ദ്രീകരിച്ചു.

എല്ലാ വാക്കിനും ഘടനയ്ക്കുള്ളിൽ അർത്ഥം ലഭിക്കുന്ന നിലയിൽ ഘടനാവാദത്തിന്റെ നിലപാടിനെ ഇനി തള്ളിക്കളയേണ്ടതായി ദറീദ വാദിച്ചു. അർത്ഥത്തിന്റെ കേളിയ്ക്ക് ഇനി അവസാനം വരണം. എല്ലാത്തിനും അർത്ഥം വേണം എന്ന നില ഇനി അവസാനിക്കണമെന്ന് ദറീദ വാദിച്ചു.

കേന്ദ്രീകരണവും അർത്ഥത്തിനുവേണ്ടിയുള്ള വാദവും സൂചിതത്തെയാണ് പ്രധാനമായും കേന്ദ്രീകരിക്കുന്നത്. കേന്ദ്രീകരണവും അർത്ഥത്തിനുവേണ്ടിയുള്ള വാദവും ദർശനത്തെയും മറ്റു പഠനപദ്ധതികളെയും നശിപ്പിക്കുമെന്ന് ദറീദ ആഹ്വാനംചെയ്തു. അതുകൊണ്ടുതന്നെ സൂചിതത്തിന് മറുമരുന്നായി സൂചകത്തെ ദറീദ പുനഃപ്രതിഷ്ഠിച്ചു. അതിലൂടെ കേന്ദ്രീകരണവും അർത്ഥത്തിനുവേണ്ടിയുള്ള മുറവിളിയും അർത്ഥശൂന്യമാണെന്നദ്ദേഹം പറഞ്ഞു. ഇതായിരുന്നു അപനിർമ്മാണത്തിന്റെ

ആശയപരിസരം.

1968 ൽ ബാർത്ത് എഴുതിയ *The Death of the Author* ആണ് അദ്ദേഹത്തിന്റെ ഏറ്റവും അധികം വായിക്കപ്പെട്ട ലേഖനം. ഉത്തരഘടനാവാദത്തിലേക്കുള്ള അദ്ദേഹത്തിന്റെ രംഗപ്രവേശമായിരുന്നു ആ രചന. എഴുത്തുകാരനെ അർത്ഥത്തിന്റെ കേന്ദ്രമാക്കുന്ന നിലപാടായിരുന്നു ഇന്നുവരെയുള്ള രചനകൾ മൊത്തമെന്ന് അദ്ദേഹം അതിൽ പ്രഖ്യാപിക്കുന്നു. വിമർശനമെന്നാൽ ഒരു എഴുത്തുകാരന്റെ എഴുതുന്ന സമയത്തെ വികാരം വിചാരം ആഗ്രഹം എന്നിവ കണ്ടെത്തുന്ന ഒന്നായി അധഃപതിച്ചിരിക്കുന്നു. എന്നാൽ ബാർത്തിന്റെ അഭിപ്രായത്തിൽ ഇനി ഇതിനൊന്നും പ്രസക്തിയില്ല, എഴുത്തുകാരൻ മരിച്ചിരിക്കുന്നു. എഴുത്തുകാരന്റെ അഭാവത്തിലേ ഇനി വിമർശനം നടത്താൻ കഴിയൂ. എഴുത്തുകാരൻ അർത്ഥത്തിന്റെ കേന്ദ്രമല്ല. ഇതാണ് ഗ്രന്ഥകർത്താവിന്റെ മരണം.

5) ഉത്തരഘടനാവാദനിലപാടുകൾ

പാഠവും പാഠാന്തരത്വവും തമ്മിലുള്ള ബന്ധമാണ് ഇവിടെ ചർച്ചാവിഷയം. ബാർത്തിന്റെ *S/Z* എന്ന കൃതി ഇത്തരുണത്തിൽ പഠിക്കാം. 1970 ലാണ് ഈ കൃതി അദ്ദേഹം പ്രസിദ്ധീകരിക്കുന്നത്.

1895–1975 കാലഘട്ടത്തിൽ ജീവിച്ചിരുന്ന മിഖായേൽ ബാക്തീനിന്റെ ചിന്തകളാണ് പാഠത്തെക്കുറിച്ച് കൂടുതൽ വിവരങ്ങൾ നല്കുന്നത്. 1960 ൽ ജൂലിയ ക്രിസ്റ്റേവയാണ് മിഖായേൽ ബാക്തീനിനെക്കുറിച്ച് അവതരണക്കുറിപ്പ് തയ്യാറാക്കിയത്. ആ അവതരണം യൂറോപ്യൻ ചിന്തകന്മാർക്ക് പുതിയ അവബോധം നല്കി. സാഹിത്യസിദ്ധാന്തങ്ങളിലും വിമർശനങ്ങളിലും ദർശനത്തിലും സോഷ്യോളജിയിലും ഉണ്ടായ പുതിയ വായന പുതിയ പരിചയപ്പെടുത്തലായി.

ഭാഷയുടെ ഡയലോജിക് (ബഹുസ്വരത) സ്വഭാവത്തെക്കുറിച്ചാണ് മിഖായേൽ ബാക്തീൻ പരാമർശിക്കുന്നത്. സൊസ്സ്യൂറിന്റെ ചിന്തയിൽനിന്ന് വ്യതിചലിച്ച ചിന്തയായിരുന്നു ബാക്തീനിന്റേത്. സൊസ്സ്യൂർ ഭാഷയെ ലാങ്ങിൽ അഥവാ സമൂഹത്തിൽ ഉറപ്പിച്ചിട്ട് പരോളിനെ അഥവാ വ്യക്തിഭാഷയെ തള്ളിക്കളയുകയാണ് ചെയ്തത്. എന്നാൽ ബാക്തീനിന്റെ അഭിപ്രായത്തിൽ ഭാഷയുടെ ആത്മാവ് ലാങ് തന്നെയാണെങ്കിലും ലാങ് വികസിക്കുന്നത് പരോളിലൂടെയാണെന്ന് വ്യക്തമാക്കി. മറ്റൊരർത്ഥത്തിൽ, ബാക്തീൻ ഭാഷയുടെ സാമൂഹ്യപ്രതിബദ്ധതയെ തള്ളിക്കളയാതെ വ്യക്തിഭാഷയുടെ ആവശ്യകതയെ ഉയർത്തിക്കാട്ടി. വ്യക്തിഭാഷയെന്നാൽ ബാക്തീനിന് വ്യക്തികളുടെ സംഭാഷണങ്ങളായിരുന്നുവെന്ന് എടുത്തുപറയട്ടെ.

ഭാഷയെ സമൂഹത്തിലൂന്നിയ സൊസ്സ്യൂർ നല്ലകാര്യമാണ് ചെയ്തതെങ്കിലും അതിനെ ഒരു നിഷ്കളങ്ക വസ്തുവാക്കി മാറ്റിയതിനോട് ബാക്തീന് യോജിപ്പില്ല. ഭാഷ ഒരിക്കലും ഒരു നിഷ്കളങ്ക വസ്തുവാകുന്നില്ല. നേരെമറിച്ച് അത് ഡയലോജിക് സ്വഭാവം പുലർത്തുന്നു. എന്നു

വച്ചാൽ ഭാഷയ്ക്ക് സംഭാഷകനോടും സാമൂഹ്യാവസ്ഥയോടും നിരന്തരം ബന്ധമുണ്ട്. അതിനർത്ഥം സംഭാഷകന് സ്വന്തമായോ സമൂഹത്തിന് സ്വന്തമായോ, ഒരു വാക്കിന് അർത്ഥം നല്കാൻ കഴിയില്ല. അവർ തമ്മിലുള്ള പരസ്പരബന്ധത്തിലൂടെയാണ് ഒരു വാക്കിന് അർത്ഥം കൈവരുന്നത്. ഒരു വ്യക്തി പറയുന്ന ഭാഷ സമൂഹത്തിന്റെ ഭാഷയിൽ അർത്ഥം സമ്പാദിക്കുന്നു. അതുപോലെ വ്യക്തി പറയുന്ന ഭാഷ സ്വന്തമായ ഭാഷയല്ല. അത് സമൂഹത്തിന്റെ ഭാഷയാണ്. ചുരുക്കത്തിൽ വ്യക്തിയുടെ ഭാഷയും സാമൂഹ്യപരിതസ്ഥിതിയും പരസ്പരം കൊടുക്കൽവാങ്ങൽ നടത്തിക്കൊണ്ട് ഒരു വാക്കിന് അർത്ഥം സൃഷ്ടിക്കുന്നു. ഭാഷയുടെ ഈ സവിശേഷതയാണ് ഡയലോജിസം അഥവാ ബഹുസ്വരത എന്നുപറയുന്നത്.

സൊസ്സ്യൂർ സമൂഹത്തിലൂന്നി വ്യക്തിഭാഷയെ തള്ളിക്കളഞ്ഞപ്പോൾ ബാക്തിൻ സമൂഹത്തിലൂന്നിക്കൊണ്ട് വ്യക്തിഭാഷയുടെ പ്രാധാന്യം സമൂഹത്തിലെത്രമാത്രം പ്രാധാന്യമർഹിക്കുന്നുവെന്ന് അന്വേഷിച്ചു. രണ്ടുപേരുടെ ലക്ഷ്യവും സമൂഹമായിരുന്നുവെങ്കിലും കണ്ടെത്തിയ മാർഗ്ഗം രണ്ടായിരുന്നു എന്നുമാത്രം.

നാം ഒരുവാക്ക് സംസാരിക്കുമ്പോൾ അത് നമ്മുടെ സ്വന്തം വാക്കിലല്ല സംസാരിക്കുന്നത്. സമൂഹത്തിന്റെ വാക്കിനെ നാം കടമെടുത്തതാണ്. വ്യവസ്ഥാപിതമായ ഒരു കോഡിനെ നാം സ്വീകരിക്കുകയാണ് ചെയ്തത്. ആ കോഡിന് ഓരോ സന്ദർഭത്തിൽ വ്യത്യസ്തമായ അർത്ഥമാണുള്ളത്. അതിനാൽ നാം ഒരു വാക്ക് പറയുമ്പോൾ അത് നമ്മുടെ സ്വന്തം വാക്കല്ല മറിച്ച് അത് ഒരു ഡയലോജിക് ആണ്. പറഞ്ഞവാക്കും, ആ വാക്കിന് നേരത്തെ സമൂഹത്തിലുള്ള അർത്ഥവും അവിടെ തയ്യാറായിനില്ക്കുന്നു. അതിനാൽ എല്ലാവാക്കിനും double-voiced (ദ്വൈത ശബ്ദ സ്വഭാവം) ഉണ്ടെന്ന് ബാക്തീൻ പറയുന്നു. സംസാരിക്കുന്നതും എഴുതുന്നതുമായ നമ്മുടെ ഭാഷയ്ക്ക് പറഞ്ഞ അർത്ഥവും നേരത്തേയുണ്ടായിരുന്ന അർത്ഥവും അർത്ഥങ്ങളായി തയ്യാറായി നില്പുണ്ട്. അങ്ങനെ വരുമ്പോൾ ഒരുവാക്കിന് ഒരർത്ഥമല്ല പല അർത്ഥങ്ങളും തയ്യാറായി നില്പുണ്ടെന്ന് നാം തിരിച്ചറിയുന്നു. ഭാഷയുടെ ഈ സ്വഭാവത്തെയാണ് ബാക്തീൻ ബഹുസ്വരത അഥവാ ഡയലോജിസം എന്ന് വിളിച്ചത്. അതിനാൽ എല്ലാഭാഷയും എല്ലാ വാക്കും ബഹുസ്വരമാണെന്ന് ബാക്തീൻ അർത്ഥമാക്കുന്നു.

ബാക്തീനിന്റെ ഈ ചിന്ത ലോകത്തിന് പരിചയപ്പെടുത്തിക്കൊടുക്കേണ്ടത് അത്യാവശ്യമാണെന്ന് മനസ്സിലായ ജൂലിയ ക്രിസ്റ്റേവ അത് യൂറോപ്പിന് പരിചയപ്പെടുത്തിക്കൊടുത്തു. ഘടനാവാദത്തിൽ ഉഴലുകയായിരുന്ന യൂറോപ്പിന് ഉത്തരഘടനാവാദത്തിലേക്ക് കടക്കാൻ ഇത് പുതിയ പന്ഥാവ് വ്യംഗ്യമായി തുറന്നുകൊടുത്തു. മാത്രമല്ല, ഒരുവാക്കിന് ഒരേസമയം വ്യത്യസ്തമായ പല അർത്ഥങ്ങളും തയ്യാറായി നില്ക്കുന്നുവെന്ന കണ്ടുപിടിത്തം 'പാഠ'ത്തെക്കുറിച്ചുള്ള പഠനങ്ങൾക്ക് പുതിയ

മാനം നല്കി.

ബാർത്തിന്റെ പാഠത്തെക്കുറിച്ചുള്ള പഠനം 'പാഠാന്തരത്വം' (intertexuality) എന്ന സിദ്ധാന്തത്തിന് പല സംഭാവനകളും നല്കി. സാഹിത്യപഠനത്തിന് പരമ്പരാഗത വായനയിൽ നിന്ന് മാറി സഞ്ചരിച്ചേ ഇനി മതിയാവൂ എന്ന് പ്രഖ്യാപിക്കുന്നതായിരുന്നു ബാർത്തിന്റെ പാഠ പഠനങ്ങൾ.

പാഠാന്തരത്വം എന്ന സിദ്ധാന്തം അർത്ഥത്തെ കേന്ദ്രീകരിച്ചുകൊണ്ടുള്ള സാഹിത്യപഠനങ്ങളെ വിമർശിച്ചു. അത് ഒരേ സമയം, ചിഹ്നത്തെ കേന്ദ്രീകരിച്ചുള്ള പഠനത്തിനും ഗ്രന്ഥകർത്താവിനെ കേന്ദ്രീകരിച്ചുള്ള പഠനത്തിനും എതിരായിരുന്നു. സാഹിത്യപാഠനങ്ങൾക്ക് പാഠാന്തരത്വ സ്വഭാവമുള്ളിടത്തോളം കാലം അതിന് അർത്ഥമില്ലെന്ന് ബാർത്ത് പ്രഖ്യാപിച്ചു. പുസ്തകത്തിന്റെ അർത്ഥ ഉല്പാദകനായിരുന്ന ഗ്രന്ഥകർത്താവിനും തങ്ങളുടെ പാഠ്യപദ്ധതിയിൽ ബാർത്ത് സ്ഥലം അനുവദിച്ചില്ല.

ബാർത്തിന്റെ വളരെ പ്രശസ്തമായൊരു വാക്യമാണ് "ഗ്രന്ഥകർത്താവിന്റെ മരണം ആഘോഷിക്കുവാൻ പുതിയ വായനക്കാരന്റെ ജന്മം ആവശ്യമാണ്" എന്നത്. ഈ പുതിയ വായനക്കാരൻ പാഠത്തിന്റെ പുതിയ വായനക്കാരനാണ്. വായനക്കാരൻ ഇന്ന് നിശ്ചലനല്ല. അവന് ക്രിയാശേഷിയുണ്ട്. പുസ്തകം വായനശാലയിലും ബുക്ക്ഷോപ്പിലും വാങ്ങിക്കാൻ കിട്ടും. എന്നാൽ പാഠം വായനക്കാരൻ പുസ്തകം വായിക്കാൻ തുടങ്ങുമ്പോഴേ ആരംഭിക്കുന്നുള്ളൂ. ചുരുക്കത്തിൽ, പാഠവും പുസ്തകവും ഒന്നല്ല. രണ്ടും രണ്ടാണ്. ഇത് ഒരു ഉത്തരാധുനിക ചിന്താഗതിയാണ്. പാഠത്തിനുള്ളിൽ ധാരാളം അർത്ഥങ്ങൾ ഉണ്ട്. ഒരുപക്ഷേ, അർത്ഥങ്ങളുടെ ഒരു ശൃംഖലയാണ് പാഠം എന്നുപറയാം. പക്ഷേ, പാഠം സാംസ്കാരികതലത്തിൽ ഇടപെട്ടുകൊണ്ട് വായനക്കാരനിലൂടെയാണ് സാർത്ഥകമാകുന്നത്. അതുകൊണ്ട് പാഠത്തിന് സ്വന്തമായി അർത്ഥമില്ലെന്നും അത് വായനക്കാരൻ കൈകാര്യം ചെയ്യുമ്പോൾ മാത്രമാണ് ക്രിയാത്മകമാകുന്നതെന്നും ബാർത്ത് വിശദീകരിച്ചു.

ബാർത്തിന്റെ അഭിപ്രായത്തിൽ പാഠത്തെ ചെറിയ അർത്ഥങ്ങളായി വിഭജിക്കണമെന്നാണ്. ഈ ചെറിയ ചെറിയ അർത്ഥങ്ങളെ അദ്ദേഹം lexias എന്നു വിളിച്ചു. ഈ ചെറിയ അർത്ഥങ്ങളെ വായനക്കാരൻ നുള്ളിയെടുത്ത് ചിന്നിച്ചിതറിയ രൂപമുണ്ടാക്കുന്നു. വായനയുടെ യൂണിറ്റ് അതാണ്. അതിനുശേഷം അവ സൂചകത്തിനുള്ളിൽ തിരിച്ചറിയപ്പെടുന്നു. ചുരുക്കത്തിൽ, വായനക്കാരനിലൂടെയാണ് ഒരുപാഠത്തിന് അർത്ഥം കൈവരുന്നത്. ഒരു പാഠത്തിന്റെ യഥാർത്ഥ അവകാശി ഇനിമുതൽ ഗ്രന്ഥകർത്താവല്ല. മറിച്ച്, വായനക്കാരനാണെന്ന് ബാർത്ത് വിശദമാക്കുന്നു. ഇതാണ് പാഠാപഗ്രഥനത്തിൽ ബാർത്തിന്റെ ഏറ്റവും വലിയ സംഭാവന.

ചുരുക്കത്തിൽ, ബാർത്തിന്റെ യാത്ര ആധുനികതയിൽ തുടങ്ങി ഘടനാവാദത്തിലൂടെ ഉത്തരഘടനാവാദത്തിലേക്കായിരുന്നു. ഓരോ ഘട്ടത്തിലും അദ്ദേഹത്തിന് സ്വന്തമായി ചിലത് പറയാനുണ്ടായിരുന്നു.

സാർത്രിന്റെ ആരാധകനായി രംഗത്തുവന്ന ബാർത്ത് പിന്നെ സാർത്രിനെ വിമർശിക്കാനും, ഘടനാവാദത്തിലൂടെ ഉയർന്ന് ചിഹ്നവിജ്ഞാനീയത്തിലെത്തുകയും അവിടെയും മതിവരാതെ ഉത്തരഘടനാവാദത്തിലെത്തുകയും തന്റെ നിലപാടുകൾ നിരന്തരം പരിഷ്കരിക്കുകയും ചെയ്തു. എല്ലാത്തിനും ഒരു അന്തർദ്ധാരയെടുത്തുകാട്ടാനുണ്ടെങ്കിൽ അത് ഫ്രഞ്ച് സംസ്കാരത്തോടുള്ള പ്രതിപത്തിയോ വിപ്രതിപത്തിയോ ആയിരുന്നു. അതിനുമപ്പുറം മാർക്സിയൻ ചിന്താധാരയോടുള്ള അടങ്ങാത്ത വികാരവും. ഇതുതന്നെയാണ് ബാർത്തിന്റെ സമകാലിക പ്രസക്തി.

10

ഫ്രെഡ്റിക് ജെയിംസൺ

അമേരിക്കയിൽ ഓഹിയോവിലെ ക്രീവിലാന്റിൽ 1934 ൽ ഫ്രെഡ്റിക് ജെയിംസൺ ജനിച്ചു. ഹാവർ ഫോർഡ് കോളേജിൽ 1950 കളിൽ ഫ്രഞ്ചും ജർമ്മൻഭാഷയും പഠിച്ചു. പിന്നീട് ശ്രദ്ധ ഇംഗ്ലീഷിലേക്കും അമേരിക്കൻ സാഹിത്യത്തിലേക്കും തിരിച്ചു. യേലിൽനിന്ന് M Aയും ഴാങ്പോൾ സാർത്രിനെക്കുറിച്ച് PhDയും നേടി. മാർക്സിനെയും ഹൈഡഗറിനെയും ഒന്നിപ്പിക്കാൻ ശ്രമിച്ച സാർത്ര് നാസ്തിക അസ്തിത്വവാദത്തിന്റെ വക്താവായിരുന്നു. വ്യക്തി സ്വാതന്ത്ര്യത്തിനും വ്യക്തിമൂല്യങ്ങൾക്കുംവേണ്ടി അദ്ദേഹം വാദിച്ചു. അതേസമയം, സാമൂഹ്യപ്രതിബദ്ധതയെ വ്യക്തിയിൽനിന്ന് മുറിച്ചുമാറ്റാൻ അദ്ദേഹം എതിരുനിന്നു. മറ്റ് അസ്തിത്വവാദികൾ സാമൂഹ്യപ്രതിബദ്ധതയെ തള്ളിക്കളഞ്ഞപ്പോൾ സാർത്ര് അതിനെ മർമ്മത്തിൽ പ്രതിഷ്ഠിക്കുകയായിരുന്നു. ഇതിന് അദ്ദേഹത്തെ പ്രേരിപ്പിച്ചത് മാർക്സിയൻ ചിന്തകൾ ആയിരുന്നു. മാർക്സിസത്തോടുള്ള സാർത്രിന്റെ അഗാധബന്ധമാണ് ഫ്രെഡ്റിക് ജെയിംസണെ സാർത്രിലേക്ക് ആകർഷിച്ചത്. വ്യക്തിവാദവും സാമൂഹ്യപ്രതിബദ്ധതയും എപ്പോഴും വിപരീത ദ്വന്ദങ്ങളിലാണ് നില്ക്കാറുള്ളത്. എന്നാൽ ഇവയെ ഒരേ നൂലിഴയിൽ കൂട്ടിച്ചേർക്കാൻ ശ്രമിച്ചത് അത്ഭുതകരമായിരുന്നുവെന്നായിരുന്നു ഫ്രെഡ്റിക് ജെയിംസന്റെ വാദം.

1960 ൽ അദ്ദേഹം ഹാർവാർഡ് യൂണിവേഴ്സിറ്റിയിൽ അസിസ്റ്റന്റ് പ്രൊഫസറായിരുന്നു. 67 ൽ സാന്റിയോഗ്രായിലെ യൂണിവേഴ്സിറ്റി ഓഫ് കാലിഫോർണിയയിൽ അദ്ധ്യാപകനായി. 1971 മുതൽ 76 വരെ ഫ്രഞ്ച്, താരതമ്യസാഹിത്യം എന്നിവയുടെ അദ്ധ്യാപകനായിരുന്നു. 1983ൽ യേൽ യൂണിവേഴ്സിറ്റിയിൽ ഫ്രഞ്ച് ഡിപ്പാർട്ടുമെന്റിൽ പ്രൊഫസറായി നിയമിതനായി.

1960 കളും 70 കളുമായിരുന്നു ജെയിംസണിന്റെ രചനകൾക്ക് തുടക്കമായിരുന്ന കാലം. അദ്ദേഹം വിവിധ വിഷയങ്ങളെക്കുറിച്ചെഴുതി. പാശ്ചാത്യസാഹിത്യം, സാംസ്കാരിക വിഷയങ്ങൾ, ദർശനം എന്നിവയായിരുന്നു ഈ കാലഘട്ടത്തിൽ അദ്ദേഹം കൈവച്ച മേഖലകൾ. *Marxism and Form* (1971) ആണ് അദ്ദേഹം പ്രസിദ്ധീകരിച്ച ആദ്യത്തെ പുസ്തകം. മാർക്സിസ്റ്റ് പാരമ്പര്യത്തിലെ യൂറോപ്യൻ ചിന്തകരെ പരാമർശിക്കുന്ന കൃതിയായിരുന്നു ഈ പുസ്തകം. അമേരിക്കയിലെ ജനതയ്ക്ക് ജെയിംസൺ പരിചയപ്പെടുത്തിക്കൊടുത്ത മാർക്സിസ്റ്റ് ചിന്തകർ അവർക്ക് പുതിയ അനുഭവമായിരുന്നു. മുതലാളിത്ത ജീവിതരീതിയുമായി ഇണങ്ങിച്ചേർന്ന അമേരിക്കൻ ജനതയ്ക്ക് മാർക്സിയൻ ചിന്താധാര പുത്തൻ അനുഭവമായി മാറിയത് അത്ഭുതമില്ല.

20–ാം നൂറ്റാണ്ടിലെ മാർക്സിയൻ സിദ്ധാന്തമായ വിമർശനാത്മക സമീപനം അമേരിക്കൻ വായനക്കാർക്ക് പരിചയപ്പെടുത്തിക്കൊടുത്തതും ജെയിംസൺ ആയിരുന്നു. തൊട്ടടുത്ത വർഷം (1972 ൽ) അദ്ദേഹം മറ്റൊരു പുസ്തകം പ്രസിദ്ധീകരിച്ചു. *The Prison House of Language: a critical Account of Structuralism and Russian Formalism* എന്നായിരുന്നു ആ പുസ്തകത്തിന്റെ പേര്. വിമർശനാത്മക ശൈലിയിൽ എഴുതിയ *The Political Unconscious* ആണ് അദ്ദേഹത്തിന്റെ ലോകപ്രശസ്തമായകൃതി. ഇത് 1981 ലാണ് പ്രസിദ്ധീകരിക്കുന്നത്. ഈ കൃതി സാഹിത്യസംബന്ധിയായ ഒന്നായിരുന്നു. സാഹിത്യത്തിന് പുതിയ മാർക്സിയൻ സിദ്ധാന്തം നിർമ്മിക്കുകയായിരുന്നു ഇതിലൂടെ അദ്ദേഹം ചെയ്തത്. 'പാഠ'ത്തെക്കുറിച്ചുള്ള മാർക്സിയൻ സിദ്ധാന്തത്തിന്റെ പുതിയ പരിസരമായിരുന്നു ഈ പുസ്തകം.

1984 ൽ പ്രസിദ്ധീകരിച്ച *Postmodernism or the Cultural logic of late capitalism* എന്ന പുസ്തകം അദ്ദേഹത്തിന്റെ മറ്റൊരു മാസ്റ്റർപീസ് ആയിരുന്നു. ഉത്തരാധുനികപരിസരത്തെ (Postmodernity) വിശദീകരിച്ച ഈ കൃതി ഉത്തരാധുനികതയുടെ സിദ്ധാന്തങ്ങൾക്ക് പുതിയ ഉണർവ്വ് നൽകി. ഉത്തരാധുനികതയെ അദ്ദേഹം പില്ക്കാല മുതലാളിത്തം (Late capitalism) എന്നാണ് വിളിച്ചത്. ഉത്തരാധുനികപരിസരത്തെ പില്ക്കാല മുതലാളിത്തം എന്ന് വിശേഷിപ്പിച്ചതിലൂടെ അവയെ തരണം ചെയ്യാൻ പുതിയ മാർക്സിയൻ അപഗ്രഥനരീതി തന്നെ വേണമെന്നായിരുന്നു ജെയിംസണിന്റെ പക്ഷം. ഇത് 21–ാം നൂറ്റാണ്ടിലെ മുതലാളിത്തമാണ്. മുതലാളിത്തം പുതിയ പുതിയ രൂപങ്ങളിൽ പ്രത്യക്ഷപ്പെടുമ്പോൾ അവയെ അപഗ്രഥിക്കാനും വിമർശിക്കാനും മാർക്സിസം എന്നും മുൻപന്തിയിലായിരുന്നു. ഉത്തരാധുനികതയുടെ പുതിയ പരിസരത്തെ മുതലാളിത്ത രാജ്യങ്ങളുടെ നേതാവായ അമേരിക്കയിലിരുന്നുകൊണ്ട് വിമർശിക്കാൻ ഫ്രെഡ്റിക് ജെയിംസണിന് കഴിഞ്ഞത് ആകസ്മികമായിരുന്നില്ല എന്നുതന്നെ ഈ ഘട്ടത്തിൽ പറഞ്ഞുകൊള്ളട്ടെ.

1990 ൽ എഴുതിയ *Signatures of visible* സിനിമ പഠനമായിരുന്നു. പുതിയ കലയായ സിനിമയെ മാർക്സിയൻ രീതിയിൽ വിമർശിക്കേണ്ടത് സാംസ്കാരികപരമായിട്ടാവണമെന്നായിരുന്നു ജെയിംസണിന്റെ വാദം. ആ തരത്തിൽ അദ്ദേഹത്തിന്റെ മഹത്തായ സംഭാവനയായിരുന്നു ഈ കൃതി. അദ്ദേഹമെഴുതിയ മറ്റൊരു പുസ്തകമായിരുന്നു *Late Marxism: Adorno, or the Persistence of Dialectic*. ഈ പുസ്തകവും 1990 ൽ തന്നെയായിരുന്നു അദ്ദഹേം പ്രസിദ്ധീകരിച്ചത്.

അദ്ദേഹം കൈവച്ച മേഖലകൾ മാർക്സിസം മനോവിശ്ലേഷണം, ഉത്തരഘടനാവാദം എന്നിവയായിരുന്നു. മാർക്സിസത്തിൽ തിയോഡർ അഡോർണോയെയാണ് അദ്ദേഹം തന്റെ പ്രതിരോധ ചിന്തകൾക്ക് അവലംബമായി സ്വീകരിച്ചത്. മനോവിശ്ലേഷണത്തിൽ ഫ്രോയിഡിനെയും ലക്കാനെയും പഠിച്ചു. 'വ്യക്തത'യായിരുന്നു അഡോർണോയിലേക്ക് ജെയിംസണെ ആകർഷിച്ച ഘടകം. അദ്ദേഹത്തിന്റെ അഭിപ്രായത്തിൽ "അഡോർണോയുടെ ചിന്തകൾ ഒരിക്കലും ഉപരിപ്ലവമായിരുന്നില്ല. അവ മാർക്സിയൻ കാതലിലേക്ക് ഇറങ്ങിച്ചെല്ലുകയും മുതലാളിത്തത്തെയും മാർക്സിസത്തെയും വ്യക്തമായി നിർവ്വചിക്കുകയും ചെയ്തു. ഇതായിരുന്നു അഡോർണോയുടെ പ്രത്യേകത."

എഴുത്തിനെക്കുറിച്ച് നിലവിലുള്ള സങ്കല്പങ്ങളെ തകർക്കുന്നതായിരുന്നു ജെയിംസണിന്റെ നിലപാടുകൾ. സന്തോഷത്തിനുവേണ്ടിയാണ് എഴുത്തുകാർ രചനയിൽ മുഴുകുന്നതെന്നും, അതിൽനിന്ന് പ്രശസ്തി ലഭിക്കുമ്പോൾ കൂടുതൽ സന്തുഷ്ടരാകുകയും ചെയ്യുന്നുവെന്നായിരുന്നു നിലവിലുള്ള മുതലാളിത്ത കാഴ്ചപ്പാട്. എന്നാൽ ഒരു എഴുത്തുകാരൻ തന്റെ സൃഷ്ടിയിൽ മുഴുകുന്നത് താൻ സമൂഹത്തിൽനിന്ന് അന്യവല്ക്കരിക്കപ്പെട്ടുപോകാതിരിക്കാൻ വേണ്ടിയാണെന്ന് ജെയിംസൺ വാദിച്ചു. ഈ അന്യവല്ക്കരണം എന്ന കാഴ്ചപ്പാട് ജെയിംസണ് കിട്ടിയത് മാർക്സിയൻ ചിന്താപദ്ധതിയിൽനിന്നായിരുന്നു.

ഫ്രെഡ്റിക് ജെയിംസൺ ഘടനാവാദാനന്തര മാർക്സിസ്റ്റ് ആയിരുന്നു. അമേരിക്കയ്ക്ക് മാർക്സിസം പഠിപ്പിച്ചുകൊടുത്ത ആ ചിന്തകനെ മനസ്സിലാക്കണമെങ്കിൽ മാർക്സിസം എന്തായിരുന്നുവെന്നും, അതിന്റെ ചരിത്രം എന്തായിരുന്നുവെന്നും മനസ്സിലാക്കണം.

മാർക്സിസം ഒരു രത്നച്ചുരുക്കം

ഫ്രെഡ്റിക് ജെയിംസണിനെ സ്വാധീനിച്ച 20–ാം നൂറ്റാണ്ടിലെ മാർക്സിസ്റ്റ് ചിന്തകന്മാരായിരുന്നു തിയോഡർ അഡോർണോ, വാൾട്ടർ ബെഞ്ചമിൻ, ജോർജ് ലുക്കാച്ച് എന്നിവർ. *The Political Unconscious* എന്ന പുസ്തകത്തിൽ ലൂയി അൽത്തൂസറിനെക്കുറിച്ച് ഒരു പഠനം തന്നെ മാറ്റിവച്ചിരിക്കുന്നത് അദ്ദേഹത്തോടുള്ള ബഹുമാനം നിമിത്തമായിരുന്നു. *Late Marxism* എന്ന പുസ്തകം ജെയിംസണെ എഴുതാൻ പ്രേരിപ്പിച്ചത് തന്നെ അഡോർണോയുടെ ചിന്താഗതികൾ ആയിരുന്നു. എന്തൊ

ക്കെയായാലും അഡോർണോ, ആയിരുന്നു ജെയിംസണിന്റെ മാർക്സിസ്റ്റ് ചിന്തകൻ.

ലുക്കാച്ചിനെയും അഡോർണോയെയും അൽത്തൂസറിനെയും പോലെ ജെയിംസൺ ഒരു ഹെഗലിയൻ മാർക്സിസ്റ്റ് ആയിരുന്നു. മാർക്സിനെ കണ്ടെത്തേണ്ടത് ഹെഗലിൽനിന്നായിരുന്നുവെന്നായിരുന്നു ഹെഗലിയൻ മാർക്സിസ്റ്റുകൾ വിശ്വസിച്ചിരുന്നത്. അപ്പോൾ മാർക്സിസം ആരംഭിക്കുന്നത് മാർക്സിൽ നിന്നല്ല ഹെഗലിൽനിന്നാണെന്നു വരുന്നു. ഹെഗലിന്റെ 'സമഗ്രത' (totality) എന്ന ആശയം 20-ാം നൂറ്റാണ്ടിൽ വികസിപ്പിച്ചത് ലൂയി അൽത്തൂസർ ആയിരുന്നു. അതിനുശേഷം 'സമഗ്രത'യെ വികസിപ്പിച്ചത് ഫ്രെഡ്റിക് ജെയിസൺ ആയിരുന്നു. 'സമഗ്രത' എന്ന ഹെഗലിയൻ ആശയം ഫ്രെഡ്റിക് ജെയിംസണിന്റെ കൃതികളിൽ എമ്പാടും ഒളിഞ്ഞും തെളിഞ്ഞും രംഗത്തുവരുന്നുണ്ട്. തന്നെ സമഗ്രതയിലേക്കാകർഷിച്ച അൽത്തൂസറിയൻ ചിന്തകളോടാണ് ഇവിടെ ജെയിംസണിന് ബഹുമാനം.

ചരിത്രത്തെയാണ് ഹെഗൽ 'സമഗ്രത' എന്ന സിദ്ധാന്തം നിർവ്വചിക്കാൻ കൂട്ടുപിടിക്കുന്നത്. ചരിത്രം എന്നത് ഒറ്റപ്പെട്ട സംഭവമല്ല. അത് സമഗ്രതയുടെ കൂട്ടമാണ്. സ്വയം ഉൾക്കാഴ്ച തരുന്ന ഒരു മാർഗ്ഗമാണ് ചരിത്രം. ഹെഗലിനെ സംബന്ധിച്ച് ചരിത്രമെന്നത് ബാഹ്യമായ ഒന്നല്ല. ചരിത്രപദ്ധതികൾ വ്യക്തിയെ സ്വയം നവീകരിക്കാനും, അവന്റെ ചിന്താപദ്ധതികളെ നവീകരിക്കാനും സഹായിക്കുന്നു. ചിന്തിക്കുകയെന്നുപറഞ്ഞാൽ ഹെഗലിന് ചരിത്രപരമായി ചിന്തിക്കുകയെന്നാണ് അർത്ഥം. വ്യക്തി ചരിത്രത്തെ സമഗ്രതയിൽ കാണുമ്പോൾ അവന് ഒരു പുതിയ മനുഷ്യനാവൻ കഴിയുമെന്നതാണ് 'സമഗ്രത'കൊണ്ട് ഹെഗൽ അർത്ഥമാക്കുന്നത്. ഈ സമഗ്രതയെയാണ് 20-ാം നൂറ്റാണ്ടിൽ അൽത്തൂസർ വികസിപ്പിച്ചതും പിന്നീട് ജെയിംസൺ തന്റെ ചിന്താപദ്ധതിയുടെ ആകത്തുകയായി വീക്ഷിക്കുകയും ചെയ്തത്.

1980 കളിൽ ഉത്തരാധുനികതയെക്കുറിച്ച് ജെയിംസൺ വിശദീകരിച്ചതും ഹെഗലിയൻ മാർക്സിസത്തിൽ നിന്നായിരുന്നു. ഉത്തരാധുനികതയെ 'സമഗ്രത' എന്ന ആശയത്തിൽ വിശദീകരിച്ച ജെയിംസൺ "ചെറുഘടകങ്ങളുടെ അസ്ഥിരത" എന്നാണ് ഉത്തരാധുനികതയെ വിശേഷിപ്പിക്കാനായി സ്വീകരിച്ച പദം. ഉത്തരാധുനികത ചെറുതുകളുടെ ലോകമാണ്, അല്ലെങ്കിൽ പൊട്ടിപ്പൊളിഞ്ഞ ചില ചെറിയ ഘടകങ്ങളുടെ ലോകം. ഈ ഘടകങ്ങൾക്ക് സ്ഥിരമായ ഒരു വാസസ്ഥലമില്ല. അവ സ്ഥാനചലനത്തിന് വിധേയമായിക്കൊണ്ടിരിക്കുന്നു. അതാണ് ഉത്തരാധുനിക ലോകം. ഉത്തരാധുനിക സമൂഹത്തെ 'ഗ്ലോബൽ വില്ലേജ്' എന്നുപറയുമ്പോഴും അത് ചെറുതുകളുടെ ലോകമാണ്. ചെറിയ പ്രസ്ഥാനങ്ങൾ, ചെറിയ കൂട്ടായ്മ എന്നിങ്ങനെ ചിതറിക്കിടക്കുന്ന ചെറുതുകളുടെ ലോകമാണ് ഉത്തരാധുനിക സമൂഹം എന്നാണ് ഫ്രെഡ്റിക് ജെയിംസണിന്റെ വാദം. ഇങ്ങനെ ഒരു വീക്ഷണവും അവസ്ഥയും ചരിത്രത്തിന്റെ അനി

വാര്യതയല്ലാതെ മറ്റൊന്നല്ലെന്ന് ജെയിംസൺ വാദിക്കുന്നു. ഇതാണ് ഉത്തരാധുനിക സമൂഹം.

ഫ്രെഡ്റിക് ജെയിംസൺ ഹെഗലിയൻ മാർക്സിസ്റ്റ് ആണെന്ന് പറഞ്ഞുവല്ലോ. അതിനർത്ഥം, അദ്ദേഹം മാർക്സിനെ മറന്നുകൊണ്ട്, ഹെഗലിൽ അഭയംതേടി എന്നർത്ഥമില്ല. മാർക്സിനെ വായിക്കേണ്ടത് ഹെഗലിന്റെ ചിന്താപദ്ധതിയിലാണെന്നുമാത്രം. മാർക്സിസത്തിന്റെ മാറിയ പരിസരമായിരുന്നു 20–ാം നൂറ്റാണ്ടിന്റെ ഉത്തരാർദ്ധം. ഈ ഘട്ടത്തിൽ മിക്ക മാർക്സിസ്റ്റുകളും ഹെഗലിയൻ മാർക്സിസ്റ്റുകളായി മാറുന്ന കാഴ്ചയ്ക്ക് നാം സാക്ഷ്യം വഹിക്കുന്നു. എന്നാൽ ഇവർ ഒരിക്കലും മാർക്സിനെ തള്ളിപ്പറയുകയോ, മാർക്സിന്റെ രീതിശാസ്ത്ര സമീപനങ്ങളെ തള്ളിപ്പറയുകയോ ചെയ്തില്ല. അതുകൊണ്ടുതന്നെ അവർ മാറിയ ലോകത്തെ മാർക്സിസ്റ്റുകളായിരുന്നു. ഇവരുടെ പഠനങ്ങളെ തള്ളിപ്പറയുന്ന പരമ്പരാഗത മാർക്സിസ്റ്റുകൾ, മുതലാളിത്തത്തിന്റെ മാറിയ സാഹചര്യത്തെ പുതിയ രീതിശാസ്ത്രത്തിൽ വ്യാഖ്യാനിക്കുകയായിരുന്നു അവർ ചെയ്തതെന്ന സത്യം മറന്നുപോകുന്നു. ഹെഗലിയൻ മാർക്സിസം മാർക്സിസത്തിന് വിപരീതമല്ലെന്ന് മനസ്സിലാക്കാൻ മാർക്സിനെ ശരിക്ക് മനസിലാക്കേണ്ടിയിരിക്കുന്നു. അതിനാൽ നാം മാർക്സിനെ ഒന്നുകൂടി വായിക്കേണ്ടിയിരിക്കുന്നു.

രാഷ്ട്രീയ–സാമ്പത്തിക–ദാർശനിക ചിന്തകനായിരുന്നു കാൾ മാർക്സ്. 'മുതലാളിത്തം' എന്നവാദത്തെ പരിചയപ്പെടുത്തിത്തന്നത് അദ്ദേഹമായിരുന്നു. സമൂഹത്തെ രണ്ടായി തിരിക്കാമെന്നും; മുതലാളിവർഗ്ഗമെന്നും തൊഴിലാളിവർഗ്ഗമെന്നും രണ്ടുവർഗ്ഗമാണ് ലോകത്ത് നിലനില്ക്കുന്നതെന്നും അദ്ദേഹം പ്രഖ്യാപിച്ചു. 20–ാം നൂറ്റാണ്ടിൽ ഏറ്റവും കൂടുതൽ ചിന്തകരെ സ്വാധീനിച്ച ഒരു വർഗ്ഗ വിഭജനമായിരുന്നു ഇത്. 21–ാം നൂറ്റാണ്ടിൽ ഇത് മറ്റു ചിന്തകരിലൂടെ വികസിക്കുകയും ചെയ്യുന്നു.

ഭൗതികവാദമായിരുന്നു മാർക്സിസത്തിന്റെ നെടുംതൂണായ ആദ്യത്തെ ആശയം. എന്നാൽ അദ്ദേഹം ഒരിക്കലും ഒരു കേവല ഭൗതികവാദിയായിരുന്നില്ല. ഹെഗലിൽനിന്ന് ഊർജ്ജം സ്വീകരിച്ച മാർക്സ് താനൊരു വൈരുദ്ധ്യാത്മക ഭൗതികവാദിയാണെന്ന് വിശദീകരിച്ചു. വൈരുദ്ധ്യാത്മക ഭൗതികവാദത്തെ ചരിത്രപരമായ ഭൗതികവാദം എന്നും വിളിക്കാറുണ്ട്. അദ്ദേഹത്തിന്റെ ഭൗതികവാദം ഇങ്ങനെയായിരുന്നു.

1. എല്ലാ മാറ്റങ്ങളും യാന്ത്രികമല്ല. ചരിത്രസാമൂഹ്യമാറ്റങ്ങളുടെ അളവുകോൽ അനുസരിച്ച് എല്ലാ മാറ്റങ്ങൾക്കും മാറ്റം അനിവാര്യമാണ്. ഈ മാറ്റങ്ങൾ സംഭവിക്കുന്നത് വൈരുദ്ധ്യാത്മകമായിട്ടാണ്.
2. ചരിത്രപരമായ മാറ്റങ്ങൾക്കു കാരണം സാമ്പത്തിക–ഭൗതിക ഘടകങ്ങളാണ്
3. ചരിത്ര–സാമൂഹ്യ യാഥാർത്ഥ്യങ്ങൾ പരസ്പര ബന്ധിതങ്ങളാണ്.

4. സാമ്പത്തിക–ഭൗതികജീവിതത്തിന്റെ മാറ്റങ്ങൾ ചരിത്രത്തിന്റെ വികാസത്തിലേക്ക് നയിക്കും.

ഒരു അഭിപ്രായമുണ്ടാകുമ്പോൾ അതിന് എതിരഭിപ്രായം ഉണ്ടാകും. ഈ അഭിപ്രായത്തെയും എതിരഭിപ്രായത്തെയും സമന്വയിപ്പിക്കാൻ മൂന്നാമതൊരു ശക്തി ശ്രമിക്കുന്നു. അതിന് ഒരഭിപ്രായം ഉണ്ടാകും. അതിനെ എതിരഭിപ്രായം ഖണ്ഡിക്കും അതിനെ സമന്വയിപ്പിക്കാൻ വീണ്ടും ശ്രമം നടക്കും, അങ്ങനെ അങ്ങനെ അത് ഒരിക്കലും അന്ത്യമില്ലാതെ നീണ്ടുപോകും. അങ്ങനെയാണ് നാം ആത്യന്തിക ജ്ഞാനത്തിലെത്തിച്ചേരുന്നത് എന്നാണ് ഹെഗലിന്റെ വാദം. ഇതാണ് ഹെഗലിന്റെ 'വൈരുദ്ധ്യാത്മകത' എന്ന സിദ്ധാന്തം.

ഈ സിദ്ധാന്തത്തെ മാർക്സ് പരിഗണിക്കുകയും വൈരുദ്ധ്യാത്മകതയെ സാമ്പത്തിക–ഭൗതിക–സാമൂഹ്യ മേഖലയുമായി ബന്ധപ്പെടുത്തി തന്റെ ഭൗതികവാദം വൈരുദ്ധ്യാത്മക ഭൗതികവാദമാണെന്ന് വിലയിരുത്തുകയും ചെയ്തു. ഇതാണ് വൈരുദ്ധ്യാത്മക ഭൗതികവാദം.

ഹെഗൽ ചരിത്രത്തെ ഭൗതികവും സാംസ്കാരികവും ബൗദ്ധികവുമായിട്ടായിരുന്നു വിലയിരുത്തിയത്. ഇത് വൈരുദ്ധ്യാത്മകതയുടെ പിൻബലത്തിലായിരുന്നു. എന്നാൽ ഈ ചിന്താഗതിക്ക് ഒരു കുഴപ്പമുണ്ട്. ഹെഗൽ ചരിത്രത്തെ നിർവ്വചിച്ചത് ആശയവാദപരമായിപ്പോയി എന്നതായിരുന്നു അത്. എന്നാൽ മാർക്സ് ആശയവാദത്തെ തന്റെ പദ്ധതിയിൽനിന്ന് ഉപേക്ഷിക്കുകയും 'വൈരുദ്ധ്യാത്മക ഭൗതികവാദം' എന്ന പുതിയ സരണിക്ക് തുടക്കമിടുകയും ചെയ്തു. മറ്റൊരർത്ഥത്തിൽ, ഹെഗലും മാർക്സും വൈരുദ്ധ്യാത്മകവാദികളാണ്. പക്ഷേ, ഹെഗൽ അതിനെ താത്ത്വികമായി സമീപിക്കുമ്പോൾ (ആശയവാദപരമായി സമീപിക്കുമ്പോൾ) മാർക്സ് അതിന് സാമ്പത്തിക ഭൗതികമാനം നല്കി അതിനെ ഭൗതികവാദമാക്കി മാറ്റും. ഇവിടെയാണ് ഹെഗലിൽനിന്ന് മാർക്സ് സ്വതന്ത്രനാകുന്നത്.

ആശയവാദവും ഭൗതികവാദവും വിപരീതദിശകളിലുള്ള രണ്ട് ചിന്താപദ്ധതിയാണ്. ആദ്യത്തേത് സ്വർഗ്ഗത്തെയും മനസിനെയും സ്വപ്നത്തേയും ആശയത്തെയുമാണ് സമീപിക്കുന്നതെങ്കിൽ ഭൗതികവാദം മനുഷ്യന്റെ ഭൗതിക അസ്തിത്വത്തെക്കുറിച്ചാണ് ചിന്തിക്കുന്നത്. അങ്ങനെ ഹെഗൽ ആശയവാദിയും, മാർക്സ് ഭൗതികവാദിയും ആയി.

എന്നാൽ പ്രത്യയശാസ്ത്രത്തെ സമീപിക്കുമ്പോൾ ഹെഗലിയൻ മാർക്സിസ്റ്റുകൾ മാർക്സിനേക്കാൾ കൂടുതൽ ഇഷ്ടപ്പെടുന്നത് ഹെഗലിന്റെ ആശയവാദപരിസരങ്ങളായിരുന്നു. ഇനി എന്താണ് പ്രത്യയശാസ്ത്രം എന്നുപറയാം.

മാർക്സ് സമൂഹത്തെ മൂന്നായി വീണ്ടും മുറിച്ചു.

- ഉപരിഘടന
- രാഷ്ട്രീയ–സാമൂഹ്യഘടന
- അടിത്തറ

ഇതായിരുന്നു അത്. ഉപരിഘടനയെ നാം പ്രത്യയശാസ്ത്രം എന്നു വിളിക്കുന്നു. അടിത്തറയെ നാം സാമ്പത്തികഘടകം എന്നുവിളിക്കുന്നു. നടുക്കുള്ള രാഷ്ട്രീയ-സാമൂഹ്യഘടന മനുഷ്യന്റെ രാഷ്ട്രീയ അവസ്ഥയെ ആണ് കാണിക്കുന്നത്.

പ്രത്യയശാസ്ത്രത്തെ നമുക്ക് കാണാൻ സാധിക്കുകയില്ല. അത് ഒരു ആശയലോകമാണ്. അല്ലെങ്കിൽ നമ്മെ നിയന്ത്രിക്കുന്ന നമ്മുടെ സ്വപ്നവും തീരുമാനങ്ങളുമാണ് പ്രത്യയശാസ്ത്രം. മനസ്സിനെ കാണാൻ സാധിക്കാത്തതുപോലെ മനസ്സെടുക്കുന്ന തീരുമാനങ്ങളും നമുക്ക് കാണാൻ സാധിക്കില്ല. പ്രത്യയശാസ്ത്രം നമ്മെ തീരുമാനമെടുക്കാൻ പ്രേരിപ്പിക്കുന്നു.

ഒരാളെ കള്ളൻ എന്ന് വിശേഷിപ്പിക്കുമ്പോൾ കള്ളനെക്കുറിച്ചുള്ള ഒരു ചിത്രം നമ്മുടെ മനസ്സിലേക്ക് ഓടിവരും. ആ ഓടിവരുന്ന ചിത്രമാണ് പ്രത്യയശാസ്ത്രം. ആ പ്രത്യയശാസ്ത്രത്തിൽ നിന്നുകൊണ്ടേ പിന്നെ ആ വ്യക്തിയെ സമീപിക്കാൻ നമുക്കു കഴിയുകയുള്ളൂ. ഇതാണ് പ്രത്യയശാസ്ത്രം.

മറ്റൊരുദാഹരണമെടുത്താൽ, 25 രൂപയുമായി സൂപ്പർ മാർക്കറ്റിൽ കേറുന്ന നാം അവിടത്തെ ആകർഷകമായ പരസ്യങ്ങൾ കണ്ട് 50 രൂപയുടെ സാധനങ്ങൾ അറിയാതെ തെരഞ്ഞെടുക്കുന്നു. ഈ അറിയാതെ തെരഞ്ഞെടുത്തത് പരസ്യങ്ങളുടെ ആകർഷണത്തിൽ കുടുങ്ങിയതുകൊണ്ടാണ്. അതുകൊണ്ടുതന്നെ പരസ്യം ഒരു പ്രത്യയശാസ്ത്രമാണ്. ഒരു തീരുമാനത്തിൽനിന്ന് മറ്റൊരു തീരുമാനത്തിലേക്ക് മാറാൻ അത് നമ്മെ പ്രേരിപ്പിക്കുന്നു. ഇതും പ്രത്യയശാസ്ത്രത്തിനുദാഹരണമാണ്. ആദ്യത്തെ ഉദാഹരണം അൽത്തൂസറിന്റേതായിരുന്നുവെങ്കിൽ രണ്ടാമത്തെ ഉദാഹരണം ലക്കാന്റേതായിരുന്നു. അങ്ങനെ പ്രത്യയശാസ്ത്രത്തെ കാണാൻ പറ്റാത്ത; എന്നാൽ നമ്മെ നിയന്ത്രിക്കുന്ന ചാലകശക്തിയായി നാം തിരിച്ചറിയുന്നു.

അതുകൊണ്ടുതന്നെ കാണാൻ പറ്റാത്ത പ്രത്യയശാസ്ത്രത്തെ ആശയവാദപരമായി (ഹെഗലിയൻ ചിന്താപദ്ധതിയിൽ) കാണാനായിരുന്നു ഹെഗലിയൻ മാർക്സിസ്റ്റുകൾ ആഗ്രഹിച്ചത്. പ്രത്യയശാസ്ത്രത്തിന്റെ കാര്യത്തിൽ മിക്ക ഹെഗലിയൻ മാർക്സിസ്റ്റുകളും ഹെഗലിയന്മാരാണ്.

എന്നാൽ മാർക്സ് സാമ്പത്തിക ഘടനയായ അടിത്തറയാണ് പ്രത്യയശാസ്ത്രത്തെ നിയന്ത്രിക്കുന്നതെന്നായിരുന്നു പ്രഖ്യാപിച്ചത്. അടിത്തറയും (സാമ്പത്തികവും) പ്രത്യയശാസ്ത്രവും കൊടുക്കൽവാങ്ങൽ നടത്തി പരസ്പര ബന്ധിതമായി നിലനില്ക്കും എന്നാണ് മാർക്സ് യഥാർത്ഥത്തിൽ പ്രഖ്യാപിച്ചിട്ടുള്ളത്. എന്നാൽ ഹെഗലിയൻ മാർക്സിസ്റ്റുകൾ ഇത് പരിഗണിക്കുന്നില്ല. പ്രത്യയശാസ്ത്രത്തെ പ്രത്യയശാസ്ത്രപരമായി മാത്രം പരിഗണിച്ചാൽ മതിയെന്നാണ് അവരുടെ വാദം. ഇത് കാലത്തിന്റെ അനിവാര്യതയായി കണ്ടാൽ മാത്രം മതി. അല്ലാതെ ഇത്

മാർക്സിസമല്ലെന്ന് പാരമ്പര്യ മാർക്സിസ്റ്റുകളെപ്പോലെ പിടിവാദം നടത്തണ്ട.

മാർക്സിന്റെ മറ്റൊരു പ്രബലമായ സിദ്ധാന്തമാണ് അന്യവല്ക്കരണം. 'അന്യവല്ക്കരണം' എന്നവാദം മാർക്സ് കടംകൊണ്ടത് ഇടതുപക്ഷ ഹെഗലിയനായ ഫോയർ ബാഗിൽനിന്നാണ്. അദ്ദേഹം നിരീശ്വരവാദിയായിരുന്നു. നിരീശ്വരവാദത്തെ വിമർശിക്കാൻ അന്യവല്ക്കരണത്തെ സ്വീകരിക്കുകയായിരുന്നു അദ്ദേഹം.

ഫോയർബാഗ് പറയുന്നു–

> ദൈവത്തെ സൃഷ്ടിച്ചത് മനുഷ്യനാണ്. എന്നാൽ ദൈവത്തെ സൃഷ്ടിച്ചത് തങ്ങളാണെന്നറിയാതെ മനുഷ്യൻ ദൈവത്തിന്റെ പ്രതിബിംബത്തിൽ അന്യനും അടിമയുമായി മാറുന്നു. മനുഷ്യൻ സൃഷ്ടിച്ച ഉല്പന്നം അവനെത്തന്നെ അടിമയും അന്യനുമാക്കുന്ന കാഴ്ചയാണിത്. ഈ ദുരന്തപൂർണ്ണമായ അന്യമതവല്ക്കരണത്തെ തരണം ചെയ്യാൻ മനുഷ്യൻ സ്വയം തിരിച്ചറിഞ്ഞേ മതിയാവൂ. ദൈവം എന്ന ബാഹ്യശക്തിയെ സൃഷ്ടിച്ചത് മനുഷ്യൻ തന്നെയാണ്. അതുകൊണ്ടുതന്നെ മനുഷ്യന്റെ ഉല്പന്നമാണ് ദൈവം. അതിനാൽ മനുഷ്യൻ തന്നെയാണ് ദൈവം.

ഇതാണ് ഫോയർ ബാഗിന്റെ അന്യവല്ക്കരണം.

ഈ അന്യവല്ക്കരണത്തെ തൊഴിലാളി–മുതലാളിത്ത ബന്ധത്തിൽ പ്രതിഷ്ഠിക്കുകയായിരുന്നു മാർക്സ് ചെയ്തത്. മനുഷ്യൻ ഉല്പന്നങ്ങൾ ഉണ്ടാക്കുന്നു. അല്ലെങ്കിൽ തൊഴിലാളി ഉല്പന്നങ്ങൾ ഉണ്ടാക്കുന്നു. പക്ഷേ, അവന് ആ ഉല്പന്നം കടയിൽനിന്ന് വാങ്ങാൻ ത്രാണിയില്ല. ഉണ്ടാക്കിയ ഉല്പന്നം അവനെ ഭരിക്കുന്നു. അവന് അത് അപ്രാപ്യമായി മാറുന്നു. ഉല്പന്നം അവനെ ഭരിക്കുന്നു. ഉല്പന്നത്തിൽനിന്ന് അവൻ അന്യവല്ക്കരണം അനുഭവപ്പെടുന്നു. താനാണ് ആ ഉല്പന്നം നിർമ്മിച്ചതെന്ന് അവൻ മറക്കുന്നു. ഇത് തരണം ചെയ്താലേ അന്യവല്ക്കരണത്തിൽനിന്ന് തൊഴിലാളി രക്ഷപ്പെടുകയുള്ളൂ. അതിനാൽ തൊഴിലാളിയുടെ കർമ്മഫലമാണ് ഉല്പന്നമെന്ന് അവൻ തിരിച്ചറിഞ്ഞേ മതിയാവൂ. ഇതാണ് മാർക്സിന്റെ അന്യവല്ക്കരണം എന്ന സിദ്ധാന്തം. അതിനാൽ സാമൂഹ്യ–സാമ്പത്തിക അന്യവവ്ക്കരണത്തിൽനിന്ന് തൊഴിലാളി മോചിതനായാൽ മാത്രമേ അവന് മുതലാളിത്ത വർഗ്ഗത്തിനെതിരായി സമരം ചെയ്യാൻ കഴിയൂ. ഇതാണ് മാർക്സിന്റെ അന്യവല്ക്കരണം.

മാർക്സിന്റെ മറ്റൊരു കാഴ്ചപ്പാടാണ് 'വിപ്ലവം'. മുതലാളിത്തത്തിന്റെ പ്രതിസന്ധിഘട്ടത്തിൽ തൊഴിലാളികൾ വിപ്ലവത്തിലേക്ക് നയിക്കപ്പെടുന്നു. ഉല്പന്നത്തിനുമേലെ അദ്ധ്വാനശക്തിയുടെ അദ്ധ്വാന മൂല്യത്തിനായി തൊഴിലാളി നടത്തുന്ന ഇടപെടലാണ് വിപ്ലവം. ഉല്പന്നത്തെപ്പോലെ യന്ത്രം, ഫാക്ടറി എന്നിവയെയും തൊഴിലാളിക്ക് തരണം ചെയ്യേണ്ടതായുണ്ട്. വിപ്ലവത്തിലൂടെ അവർ തങ്ങളെ സ്വയം തിരിച്ചറിയുകയും, താനും

തന്റെ പ്രയത്നഫലമായി രൂപംകൊണ്ട ഉല്പന്നവും ഒന്നാണെന്ന ബോധത്തിൽ എത്തുകയും ചെയ്യുന്നു.

മാർക്സിന്റെ വർഗ്ഗം എന്ന ആശയം ഉല്പന്ന ബന്ധം എന്ന ആശയവുമായി ബന്ധപ്പെട്ടിരിക്കുന്നു. വർഗ്ഗത്തെ നിർണ്ണയിക്കുന്നത് അസംസ്കൃതവസ്തുക്കൾ, ഉപകരണങ്ങൾ തുടങ്ങിയവയുമായുള്ള അവയുടെ ബന്ധത്തിൽനിന്നാണ്. ഇവയുടെ ഉടമാവകാശം വർഗ്ഗ വൈരുദ്ധ്യം സൃഷ്ടിക്കുന്നു. തങ്ങൾക്ക് സ്വന്തമല്ലെങ്കിലും ഉല്പാദനശക്തിയിൽ തങ്ങൾക്കും അവകാശമുണ്ടെന്ന തിരിച്ചറിവാണ് ഈ വർഗ്ഗബോധത്തിന്റെ അടിത്തറ. ഉല്പാദനത്തിൽ മുതലാളി ഉല്പന്നത്തിനുമേൽ അവകാശവാദം ഉന്നയിക്കുമ്പോൾ വർഗ്ഗബോധം ഉണ്ടാവേണ്ടതും വർഗ്ഗസംഘർഷം ഉടലെടുക്കേണ്ടതും അനിവാര്യമാണെന്ന് മാർക്സ് വെളിപ്പെടുത്തി. ഈ വർഗ്ഗസംഘർഷം അവസാനിക്കണമെങ്കിൽ വിപ്ലവം കൂടിയേ മതിയാവൂ. അങ്ങനെ വർഗ്ഗവിപ്ലവത്തിലൂടെ സമൂഹത്തിൽ സോഷ്യലിസം സ്ഥാപിക്കാൻ ശാസ്ത്രീയമായ ഒരു വഴി വെട്ടിത്തെളിച്ചത് മാർക്സാണ്. അദ്ദേഹം ഒരേസമയം ദാർശനികനും അതിന്റെ പ്രയോക്താവുമാണ്.

'സമഗ്രത'യിൽ ആദ്യമായി ഇടപെട്ടത് അൽത്തൂസറാണെന്ന് നേരത്തേ പറഞ്ഞു. ഒരു ഹെഗലിയൻ മാർക്സിസ്റ്റിന്റെ ആദ്യത്തെ ഇടപെടലിനെ നാം അതിന്റെ പ്രാധാന്യത്തോടെ പഠിക്കുകതന്നെ വേണം. എന്നാൽ മാത്രമേ നമുക്ക് ജെയിംസണിൽ എത്തിച്ചേരാൻ കഴിയുകയുള്ളൂ.

അൽത്തൂസറിന്റെ അഭിപ്രായത്തിൽ മാർക്സിനെ ശരിയായി മനസ്സിലാക്കണമെങ്കിൽ അദ്ദേഹത്തിന്റെ പൂർവ്വഗാമിയായ ഹെഗലിനെ മനസ്സിലാക്കണമെന്നായിരുന്നു. മാർക്സ് പലതിനും കടപ്പെട്ടിരിക്കുന്നത് ഹെഗലിയൻ ആശയപരിസരത്തോടായിരുന്നു. പ്രധാനമായും ഹെഗലിന്റെ വൈരുദ്ധ്യാത്മകതയായിരുന്നു മാർക്സിന്റെ നട്ടെല്ല്.

ഹെഗൽ ചരിത്രത്തെ കണ്ടത് സമഗ്രതയിലായിരുന്നു. മനുഷ്യനെ വ്യക്തികളായി കാണുന്നതിനുപകരം ഭരണകൂടത്തിന്റെ പ്രഭുക്കളായി കാണുമ്പോൾ അതിന് സമഗ്രത കിട്ടും. ദൈവത്തെയും പ്രപഞ്ചത്തെയും സമീപിക്കേണ്ടതും സമഗ്രതയിൽവേണം. ഭരണകൂടം യുക്തിയാൽ നിയന്ത്രിതമാകയാൽ യുക്തിക്ക് സമഗ്രതയിൽ വളരെ വലിയൊരു സ്ഥാനം ലഭിക്കുന്നു. (വിമർശനാത്മക സിദ്ധാന്തത്തിൽ വൈരുദ്ധ്യാത്മകത = യുക്തി എന്ന് ഫ്രാങ്ക്ഫുർട്ട് ചിന്തകർ വിലയിരുത്തിയിരുന്നു. ഇത് ഈ ഘട്ടത്തിൽ ഓർമ്മിക്കുന്നത് നന്നായിരിക്കും. ഫ്രാങ്ക്ഫുർട്ട് ചിന്തകർ വൈരുദ്ധ്യാത്മകതയെ 20–ാം നൂറ്റാണ്ടിൽ വിമർശനാത്മക യുക്തി എന്ന് വിളിക്കണമെന്ന് നിർബ്ബന്ധം പിടിച്ചവരാണ്. അവരും ഹെഗലിയൻ മാർക്സിസ്റ്റുകൾ ആയിരുന്നു).

അഭിപ്രായവും നിരാകരണവും സങ്കലനവുമാണ് ഹെഗലിന്റെ വൈരുദ്ധ്യാത്മകവാദം എന്നുപറയുന്നത്. ഇവ ഏറ്റവും അവസാനം ആത്യന്തികജ്ഞാനത്തിലെത്തിച്ചേരുമെന്നും പറഞ്ഞു. ഇവ സംഭവിക്കു

ന്നത് അഭിപ്രായത്തിന്റെയും നിരാകരണത്തിന്റെയും സങ്കലനത്തിന്റെയും തീരാത്ത ശ്രേണിയുടെ സമഗ്രതയിലാണ്. അങ്ങനെ സമഗ്രതയിലാണ് വ്യക്തി അറിവ് നേടുന്നതെന്നും ഹെഗൽ വാദിക്കുന്നു.

ഈ സമഗ്രതയെ മാർക്സും ഭൗതികവാദപരമായി സ്വീകരിച്ചതിനാൽ അൽത്തൂസർ തന്റെ ചിന്താപദ്ധതിയുടെ പ്രഭവകേന്ദ്രമായി സമഗ്രതയെ വിലയിരുത്തുകയായിരുന്നു. സമഗ്രതയിൽനിന്ന് ദൈവത്തെയും മിസ്റ്ററിയെയും മാറ്റിനിർത്തിയാൽ അത് ഇന്നത്തെ മാർക്സിസ്റ്റുകൾക്ക് സ്വീകരിക്കാവുന്ന ഏറ്റവും നല്ല രീതിശാസ്ത്രമായിരിക്കുമെന്ന് അൽത്തൂസർ കരുതി.

For Marx എന്ന കൃതിയിൽ അൽത്തൂസർ സാമ്പ്രദായിക മാർക്സിസ്റ്റുകളെ കടന്നാക്രമിക്കുന്ന കാഴ്ച കാണാൻ സാധിക്കും. അടിത്തറ മേല്പുര(മേൽത്തട്ട്) ബന്ധത്തിൽ എല്ലാം അടിത്തറയായ സാമ്പത്തികമാണെന്ന് മാർക്സ് വിലയിരുത്തിയതായി സാമ്പ്രദായിക മാർക്സിസ്റ്റുകൾ പറഞ്ഞു. ഇതിൽ അസ്വസ്ഥനായ അൽത്തൂസർ 19-ാം നൂറ്റാണ്ടിലെ സാമ്പത്തിക അപഗ്രഥനത്തെ 20-ാം നൂറ്റാണ്ടിൽ പ്രയോഗിക്കുന്നതിന്റെ മണ്ടത്തരത്തെക്കുറിച്ച് പറഞ്ഞു. എല്ലാ അപഗ്രഥനവും സാമ്പത്തികമാകുമ്പോൾ പ്രത്യയശാസ്ത്രത്തിന് പ്രാധാന്യം നഷ്ടപ്പെടുന്നു എന്നും അദ്ദേഹം മനസ്സിലാക്കി. 20-ാം നൂറ്റാണ്ട് മുതലാളിത്ത ചിന്താഗതിയിൽ മാറ്റം വരുത്തുകയും പ്രത്യയശാസ്ത്രത്തിലൂടെയാണ് അവർ ഇന്ന് സമൂഹത്തെ ഭരിക്കുന്നതെന്നും അൽത്തൂസർ വിളിച്ചുപറഞ്ഞു. അതിനാൽ അടിത്തറയായ സാമ്പത്തികവിശകലനങ്ങളേക്കാൾ പ്രത്യയശാസ്ത്ര ചിന്തകൾക്കാണ് ഇനി പ്രാധാന്യം നല്കേണ്ടതെന്നും അദ്ദേഹം മനസ്സിലാക്കി. *For Marx* ൽ അൽത്തൂസർ പ്രത്യയശാസ്ത്ര മാർക്സിസത്തിന്റെ വക്താവായി മാറുന്ന കാഴ്ച നമുക്ക് കാണാൻ സാധിക്കും. എന്നാൽ സാമ്പത്തികത്തെ അദ്ദേഹം തള്ളിക്കളയുന്നുമില്ല. ഇവയെ സമഗ്രതയിൽ കാണുകയാണ് വേണ്ടത് എന്നദ്ദേഹം തിരിച്ചറിഞ്ഞു. അടിത്തറയും മേല്പുരയും സമഗ്രതയുടെ കാഴ്ചപ്പാടിൽ കണ്ട അദ്ദേഹം അതുവരെ തള്ളിക്കളഞ്ഞ പ്രത്യയശാസ്ത്രത്തെ പുനർജ്ജീവൻ നല്കി എന്നൊരു പ്രത്യേകതയാണ് *For Marx* എന്ന പുസ്തകത്തിനു നല്കേണ്ടത്.

അൽത്തൂസറിന്റെ ഈ പ്രത്യയശാസ്ത്രപഠനം ജെയിംസണിനെയും സ്വാധീനിച്ചു. നാം മറന്നുകിടന്ന പ്രത്യയശാസ്ത്ര അപഗ്രഥനരീതികൾ ശക്തിപ്പെടുത്തുന്നതിലൂടെ സംസ്കാര പഠനങ്ങളിൽ പുത്തൻ ഉണർവ്വ് നല്കാൻ മാർക്സിസ്റ്റ് പഠിതാക്കൾക്ക് ശക്തിയേകും എന്ന് ജെയിംസൺ തിരിച്ചറിഞ്ഞു. ടൈറ്റാനിക്കിനെക്കുറിച്ചുള്ള അദ്ദേഹത്തിന്റെ പഠനം (1998) ഈ തരത്തിൽ പ്രത്യയശാസ്ത്രപഠനമായിരുന്നു.

The Plotical Unconscious എന്ന പുസ്തകത്തിൽ ഇന്നുവരെയുള്ള സാഹിത്യ പഠനങ്ങളിൽ സാമ്പത്തികത്തിലൂടെ കടന്നുവന്ന പ്രത്യയശാസ്ത്ര പഠനങ്ങളായിരുന്നു കൂടുതലെന്നും പ്രത്യയശാസ്ത്രത്തെ സ്വതന്ത്രമാക്കുന്ന സമീപനങ്ങൾ കുറവായിരുന്നെന്നും അദ്ദേഹം വിലയിരുത്തി.

തന്റെ പുസ്തകം പ്രത്യയശാസ്ത്രത്തെ ഒരേസമയം സ്വതന്ത്രമാക്കുകയും അവയ്ക്ക് പുതിയമാനം നൽകിക്കൊണ്ട് സാമ്പത്തികത്തെയും പ്രത്യയശാസ്ത്രത്തെയും സമഗ്രതയിൽ കാണുന്ന രീതിശാസ്ത്രം സ്വീകരിക്കുകയുമാണ് ചെയ്യുന്നതെന്നും ജെയിംസൺ വാദിച്ചു. ഇതായിരുന്നു പ്രത്യയശാസ്ത്ര ഇടപെടലിൽ *The Political unconscious*ന്റെ കാലിക പ്രസക്തി. അൽത്തൂസർ ദർശനത്തിൽ ഇടപെട്ടപ്പോൾ, ജെയിംസൺ സാഹിത്യത്തിൽ ഇടപെടുകയായിരുന്നു. രണ്ടുപേരുടെയും ലക്ഷ്യം ഒന്നും മാർഗ്ഗം രണ്ടുമായിരുന്നുവെന്നർത്ഥം. ദാർശനിക വിദ്യാർത്ഥികൾക്ക് അൽത്തൂസർ പുതുമയേകിയപ്പോൾ സാഹിത്യ വിദ്യാർത്ഥികൾക്ക് ജെയിംസൺ പുതുമ നല്കി എന്ന് ചുരുക്കം.

ചരിത്രം മാർക്സിസ്റ്റുകൾക്ക് ഒഴിച്ചുകൂടാൻ കഴിയാത്ത ഒരു സംഗതിയാണ്. അൽത്തൂസർ ചരിത്രത്തിന്റെ പ്രാധാന്യത്തെ കുറച്ചു കണ്ടില്ല. ജെയിംസൺ തന്റെ *The Political Unconscious* എന്ന പുസ്തകത്തിൽ "എപ്പോഴും ചരിത്രവല്ക്കരിക്കുക" എന്ന് മുദ്രാവാക്യം മുഴക്കിക്കൊണ്ടിരുന്നു. മനുഷ്യൻ സ്വയം മനസ്സിലാക്കുന്നത് ചരിത്രത്തിലൂടെയാണെന്നായിരുന്നു ഫ്രെഡറിക് ജെയിംസണിന്റെ വാദം.

> ചരിത്രത്തെ ഒരു മതവിശ്വാസി കണക്കാക്കുന്നത് എല്ലാം ദൈവത്തിന്റെ വിധി എന്നായിരിക്കും. ഒരു സാമ്പ്രദായിക മാർക്സിസ്റ്റ് വർഗ്ഗസമരത്തിന്റെയും വൈരുദ്ധ്യാത്മക ഭൗതികവാദത്തിന്റെയും സമഗ്രതയിലായിരിക്കും ചരിത്രത്തെക്കാണുന്നത്. എന്നാൽ അൽത്തൂസർക്ക് ചരിത്രം എന്നത് ഒരിക്കലും അവസാനിക്കാത്ത ലക്ഷ്യമോ, വിഷയമോ ആയിരുന്നു. (The Political Unconscious; page 29)

ഫ്രെഡ്റിക് ജെയിംസണിന്റെ അഭിപ്രായത്തിൽ അൽത്തൂസറിന്റെ ഈ അലിഗറിക്കൽ ചരിത്രവീക്ഷണം മേല്പുര, അടിത്തട്ട് ബന്ധത്തെ പുനർനിർമ്മിച്ചു.

അത് ഇങ്ങനെയായിരുന്നു.

	സംസ്കാരം
	പ്രത്യയശാസ്ത്രം (ദർശനം, മതം, etc)
മേല്പുര	നിയമവ്യവസ്ഥ
	രാഷ്ട്രീയ പ്രത്യയശാസ്ത്രവും ഭരണകൂടവും
അടിത്തട്ട്	ഉല്പാദന ബന്ധങ്ങൾ (വർഗ്ഗങ്ങൾ)
	ഉല്പാദനത്തിന്റെ സാമ്പത്തികരീതി
	ഉല്പാദന ശക്തികൾ (ടെക്നോളജി, പ്രകൃതി ജനസംഖ്യ)

(The Political Unconscious : page: 32)

ഇത് ഹെഗലിയൻ മാർക്സിസ്റ്റുകളുടെ പുനർനിർമ്മിതിയാണെന്നും, മിക്ക ഹെഗലിയൻ മാർക്സിസ്റ്റുകളും ഈ വിധത്തിലാവും ചിന്തിക്കുക യെന്നും അൽത്തൂസറിനെ മാതൃകയാക്കി ജെയിംസൺ പ്രഖ്യാപിച്ചു. എന്നാൽ സാമ്പ്രദായിക മാർക്സിസ്റ്റുകൾ ഇന്നും പഴയപടി തുടരുക യാണെന്നും ജെയിംസൺ വാദിച്ചു. അതിനുശേഷം അൽത്തൂസർ കൊണ്ടുവന്ന മാർക്സിസത്തിന്റെ പുതിയ ഘടനയെ ജെയിംസൺ തന്റെ പുസ്തകത്തിൽ വരച്ചുകാട്ടുന്നു.

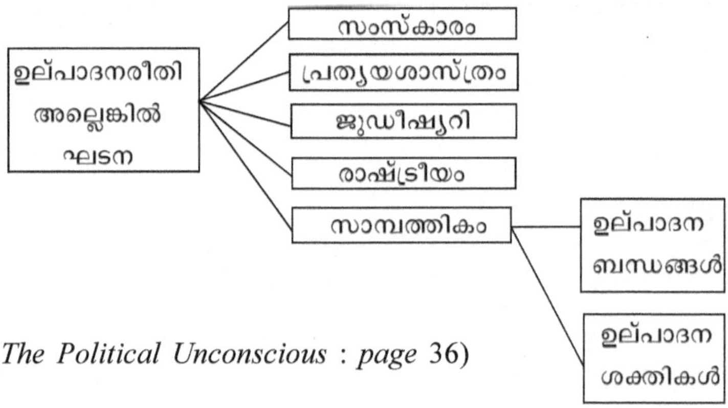

(*The Political Unconscious* : *page* 36)

ഇവിടെ സംസ്കാരത്തിനും പ്രത്യയശാസ്ത്രത്തിനും സാമ്പത്തിക മായി ബന്ധമുണ്ടെങ്കിലും അവ സ്വതന്ത്രമായാണ് പ്രവർത്തിക്കുന്നതെന്ന് കാണാം. സംസ്കാരത്തെയും പ്രത്യയശാസ്ത്രത്തെയും സാമ്പത്തികം അപ്പാടെ മൂടി മറയ്ക്കുന്നില്ല. (സാമ്പ്രദായിക മാർക്സിസ്റ്റുകൾ അങ്ങ നെയാണ് ചെയ്യുന്നതെന്നോർക്കുക). നേരെമറിച്ച് എല്ലാത്തിനും സ്വത ന്ത്രമായ അസ്തിത്വമുണ്ട്. അതേസമയം അവയ്ക്ക് സമഗ്രതയും ഉണ്ട്. ഇതാണ് അൽത്തൂസറിന്റെ ഏറ്റവും മഹത്തായ സംഭാവന. ഈ സംഭാ വനയെ ജെയിംസൺ *The Political Unconscious* എന്ന പുസ്തകത്തി ലൂടെ സാഹിത്യത്തിലേക്ക് പ്രതിഷ്ഠിക്കുകയും സാഹിത്യ വിദ്യാർത്ഥി കൾക്ക് പുതിയ അനുഭവം നല്കുകയും ചെയ്തു.

ജെയിംസണിന്റെ മാർക്സിസം

സോഷ്യലിസ്റ്റ് ചിന്താഗതിക്കോ, ലേബർ പാർട്ടികൾക്കോ സ്വാധീന മില്ലാത്ത അമേരിക്കയിലായിരുന്നു ജെയിംസണിന്റെ ജനനം. അദ്ദേഹം മാർക്സിസം പഠിച്ചത് യൂറോപ്യൻ സംസ്കാരത്തിൽനിന്നായിരുന്നു. ഫ്രഞ്ച്, ജർമ്മൻ ഭാഷാപഠനങ്ങൾ അദ്ദേഹത്തെ മാർക്സിസത്തിലേക്ക് അടുപ്പിച്ചു. അമേരിക്ക 'മാർക്സിസ' ത്തെ മുൻവിധികളോടെ എതിർത്തി രുന്ന രാജ്യമായിരുന്നതിനാൽ അവിടത്തെ ജനങ്ങൾക്ക് അദ്ദേഹം അവ

തരിപ്പിച്ച പാശ്ചാത്യ മാർക്സിയൻ ചിന്തകന്മാർ പുതുമയുള്ള വിഷയമായിരുന്നു. മാർക്സിനേക്കാൾ പില്ക്കാല മാർക്സിയന്മാരെ സ്നേഹിച്ച അദ്ദേഹം ലുക്കാച്ച്, അഡോർണോ, അൽത്തൂസർ, വാൾട്ടർ ബെഞ്ചമിൻ എന്നിവരാൽ ആകൃഷ്ടനായി. അതുകൊണ്ട് ഹെഗലിയൻ മാർക്സിസ്റ്റായിട്ടാണ് അദ്ദേഹം അറിയപ്പെടുന്നത്.

ടെറി ഈഗിൾട്ടണിന്റെ അഭിപ്രായത്തിൽ ജെയിംസണിനെ ഏറ്റവും ആകർഷിച്ച മാർക്സിയൻ ചിന്താപദ്ധതി പദാർത്ഥവല്ക്കരണവും ചരക്കുവല്ക്കരണവുമായിരുന്നു. പദാർത്ഥവല്ക്കരണത്തിൽ ലുക്കാച്ച് നല്കിയ സംഭാവനകളും ചരക്കുവല്ക്കരണത്തിൽ അഡോർണോ നടത്തിയ വൈരുദ്ധ്യാത്മകതയും ഹെഗലിയൻ കാഴ്ചപ്പാടിൽ ജെയിംസൺ സ്വീകരിക്കുകയായിരുന്നു. *Marxism and Form* (1971) എന്ന പുസ്തകവും *Late Marxism* (1990) എന്ന പുസ്തകവും ഇത്തരുണത്തിൽ ഉണ്ടായ ജെയിംസിന്റെ സൃഷ്ടികളാണ്.

ചരിത്രത്തെ സമഗ്രതയിൽ കാണുന്നത് മാർക്സിസ്റ്റുകളുടെ രീതിയാണെന്ന് മുൻപ് പറഞ്ഞു. ഇതിൽ അൽത്തൂസറിന്റെ സമീപനവും വിശദീകരിച്ചു. പക്ഷേ, ജെയിംസണിന്റെ രീതി എന്തായിരുന്നുവെന്ന് പൂർണ്ണമായും വ്യക്തമാക്കിക്കഴിഞ്ഞിരുന്നില്ല. ഇനി, അതെന്താണെന്ന് നമുക്ക് നോക്കാം. ഒരു ഉദാഹരണത്തിലൂടെയാണ് ജെയിംസൺ ചരിത്രത്തിന്റെ സമഗ്രതയെ വിശേഷിപ്പിക്കുന്നത്.

അമേരിക്കയിലെ വാഷിങ്ടൺ ഡി സി യിലെ ഒരു കാഴ്ചയാണിത്. ഒരു വെള്ളക്കാരൻ നല്ല രീതിയിൽ വേഷം ധരിച്ച് മൊബൈലിൽ സംസാരിച്ചുകൊണ്ട് ഒരു ഫാസ്റ്റ്–ഫുഡ് ഷോപ്പിൽ കയറുന്നു. അയാൾ വിദ്യാസമ്പന്നനാണ്. ഗവൺമെന്റ് ഉദ്യോഗസ്ഥനാണ്. അയാൾ വളരെ തിരക്കിലുമാണ്. അപ്പോൾ അതാ ഒരു വെയിറ്റർ കടന്നുവരുന്നു. അയാൾ കറുത്തവനാണ്. വിദ്യാഭ്യാസം വളരെ കുറവാണ്. താഴേക്കിടയിലുള്ള ജീവിതരീതിയാണ് നയിക്കുന്നത്.

ഈ സാഹചര്യത്തെ പലർ പല നിലയിലാണ് വീക്ഷിക്കുന്നത്. മുതലാളിത്ത സമൂഹത്തിൽ നടന്ന ഈ സംഭവത്തെ മുതലാളിത്ത ലോകം വിലയിരുത്തുന്നത് ഇങ്ങനെയാണ്. വെള്ളക്കാരൻ കഠിനമായി അദ്ധ്വാനിക്കുന്നതിനാൽ അയാൾക്ക് നല്ല രീതിയിൽ ജീവിക്കാൻ സാധിക്കുന്നു. കറുത്തവൻ അവന്റെ ജീവിതമാർഗ്ഗത്തിനൊത്ത് ജീവിക്കുന്നു.

ഒരു ഡെമോക്രാറ്റിക് പാർട്ടിക്കാരൻ ചിന്തിക്കുന്നത് മറ്റൊരു തരത്തിലായിരിക്കും. വർണ്ണമാണ് ഇവിടെ വില്ലനായി കടന്നുവരുന്നതെന്നാണ് ഡെമോക്രാറ്റിക്കുകളുടെ വാദം. കറുത്തവനും വെളുത്തവനുമെന്ന വർണ്ണവെറി അമേരിക്കയിൽ പ്രബലമാണ്. അതിനാലാണ് രണ്ടുപേർക്കും രണ്ടുതരം ജീവിതം നയിക്കേണ്ടി വരുന്നത്.

ഒരു മാർക്സിസ്റ്റ് ഈ ഘട്ടത്തിൽ മൂന്നാമതൊന്ന് സ്വീകരിക്കുന്നു. ഈ സന്ദർഭത്തെ ഒറ്റ തിരിഞ്ഞെടുത്ത് വിശകലനം ചെയ്യുന്നത് അബദ്ധമായിരിക്കുമെന്ന് മാർക്സിസ്റ്റ് പറയുന്നു. ഈ സംഭവത്തെ സമഗ്രതയിൽ

വേണം വിലയിരുത്താൻ. ഇത് അമേരിക്കയിലെ സാമൂഹ്യസ്ഥിതിയാണ് കാണിക്കുന്നത്. അവിടെ വെളുത്തവന് നല്ലതും സുഖപ്രദവുമായ ജീവിതം ലഭിക്കുമ്പോൾ, കറുത്തവന് ചീത്തയും ദരിദ്രവുമായ ജീവിതമാണ് മുതലാളിത്തം സംഭാവന ചെയ്യുന്നത്. ഇത് ഒരു വ്യവസ്ഥയുടെ കുഴപ്പമാണ്. ഈ വ്യവസ്ഥയ്ക്ക് മാറ്റമുണ്ടാകണമെന്നും എല്ലാവരും സമന്മാരാകുന്ന ഒരു അവസ്ഥ സംജാതമാവാൻ പ്രവർത്തിക്കണമെന്നും ഈ ഘട്ടത്തിൽ മാർക്സിസ്റ്റ് ചിന്തിക്കുന്നു.

നാലാമത്തെ വീക്ഷണം ജെയിംസണിന്റെ ചരിത്രത്തിന്റെ സമഗ്രതയിലുള്ള വീക്ഷണമാണ്. അത് ഇങ്ങനെയാണ്. ഈ വർണ്ണവെറി ഒരു സാംസ്കാരിക പരിസരമാണ്. ഈ സാംസ്കാരിക പരിസരത്തിൽ വെളുത്തവനും കറുത്തവനും സംസ്കാരത്തിന്റെ രണ്ടു ഘടനയിലാണ് ജീവിക്കുന്നത്. വർണ്ണവെറി കറുത്തവനെ ഒരിക്കലും വിജയത്തിലെത്തിക്കാൻ സഹായിക്കുന്നില്ല. എന്നാൽ വെളുത്തവന് ഇത് വേണ്ടുവോളം കിട്ടുന്നുണ്ട് താനും. അമേരിക്കയുടെ സാമൂഹ്യ പരിസരത്തിൽ ഒരിക്കലും ഒരു കറുത്തവന് നീതി ലഭിക്കുകയില്ല. അതേസമയം, വെളുത്തവൻ എല്ലാ സുഖസൗകര്യത്തിലും സുഷുപ്തിയിലും ജീവിക്കുന്നു. അവൻ ചോദിക്കാതെ അവന് നീതി ഭരണകൂടം ഉറപ്പാക്കുന്നു.

ഫ്രെഡ്റിക് ജെയിംസണും ഇവിടെ ഈ ഉദാഹരണത്തെ ഒറ്റയ്ക്ക് വ്യാഖ്യാനിക്കാതെ സമഗ്രതയിലാണ് വീക്ഷിക്കുന്നതെന്ന് കാണാം. അതേസമയം, പരമ്പരാഗത മാർക്സിയന്മാരിൽനിന്ന് വിപരീതമായി അതിനെ സാംസ്കാരികമായി വിലയിരുത്തുന്നു. സംസ്കാര പഠനത്തിന്റെയും, അധഃസ്ഥിത പഠനത്തിന്റെയും കരുത്ത് ഫ്രെഡ്റിക് ജെയിംസണെ പരമ്പരാഗത മാർക്സിയന്മാരിൽനിന്ന് വ്യത്യസ്തനാക്കുന്നു. 20-ാം നൂറ്റാണ്ടിന്റെ ഉത്തരാർത്ഥത്തിൽ ഉദയം ചെയ്ത ഈ ചിന്താപദ്ധതികൾ മാർക്സിസത്തിൽ പ്രതിഷ്ഠിച്ചതുകൊണ്ടാണ് അദ്ദേഹം വ്യത്യസ്തനാവുന്നത്. അങ്ങനെ ചരിത്രത്തിന്റെ സമഗ്രതയ്ക്ക് സാംസ്കാരിക മാനമാണ് ഉള്ളതെന്നാണ് ജെയിംസൺ ഇതിലൂടെ പ്രഖ്യാപിക്കുന്നത്. ഇതാണ് സമഗ്രത എന്ന സിദ്ധാന്തത്തിൽ അദ്ദേഹം വരുത്തിയ പരിഷ്കരണങ്ങൾ. ഇതിലൂടെ ഫ്രെഡ്റിക് ജെയിംസൺ ഒരു സംസ്കാര വിമർശകനാണെന്ന് നാം മനസ്സിലാക്കുന്നു.

സംസ്കാരപഠനത്തിൽ മാർക്സിയൻ കാഴ്ചപ്പാട് എന്താണെന്ന് ഈ ഘട്ടത്തിൽ മനസ്സിലാക്കിയിരിക്കണം. പാരമ്പര്യ മാർക്സിസ്റ്റുകളെപ്പോലെ സാമ്പത്തികവുമായി ബന്ധപ്പെടുത്തി കലയെ വിശദീകരിക്കുന്ന രീതി ഇന്നത്തെ ഹെഗലിയൻ മാർക്സിസ്റ്റുകൾ തള്ളിക്കളയുന്നു. അവർ സംസ്കാരത്തെ പ്രത്യയശാസ്ത്രവുമായി ബന്ധപ്പിച്ച് ഒരു സംസ്കാരം നിർമ്മിക്കുന്ന പ്രത്യയശാസ്ത്രത്തെക്കുറിച്ച് ചിന്തിക്കുന്നു. ഇന്നത്തെ മാർക്സിസ്റ്റുകൾക്ക് സംസ്കാരപഠനമെന്നാൽ പ്രത്യയശാസ്ത്രപഠനം എന്നാണ് അർത്ഥം. ഏതൊരു സൃഷ്ടിക്കും കലയ്ക്കും വർഗ്ഗത്തിനും വർണ്ണത്തിനും ഭാഷയ്ക്കും മാധ്യമത്തിനും വിദ്യാഭ്യാസത്തിനും ഒരു

ഒളിഞ്ഞിരിക്കുന്ന പ്രത്യയശാസ്ത്രം മുന്നോട്ടുവയ്ക്കാനുണ്ടാവും. ഈ ഒളിഞ്ഞിരിക്കുന്ന പ്രത്യയശാസ്ത്രത്തെ പുറത്തുകൊണ്ടുവന്ന് അപഗ്രഥിക്കുകയാണ് ഒരു ഹെഗലിയൻ മാർക്സിസ്റ്റ് ചെയ്യേണ്ടതെന്ന് ഫ്രെഡ്റിക് ജെയിംസൺ വാദിക്കുന്നു.

മാത്രമല്ല, ഏതൊരു സംസ്കാരത്തെയും പഠിക്കുമ്പോൾ അവയെ ഒറ്റതിരിച്ച് പഠിക്കുന്നത് മാർക്സിയൻ സമീപനമല്ല. അവയെ സമഗ്രതയിൽ പരിഗണിക്കുകയും, അതിനുശേഷം അതിന്റെ പ്രത്യയശാസ്ത്രം അനാവരണം ചെയ്യുകയും വേണം. ഇതാണ് സംസ്കാരപഠനത്തിൽ മാർക്സിസം മുന്നോട്ടു വയ്ക്കുന്ന രീതിശാസ്ത്രം. ഇനി ജെയിംസണിനെ ആകർഷിച്ച മാർക്സിയൻ ചിന്താപദ്ധതിയായ പദാർത്ഥവല്കരണത്തെപ്പറ്റി ചിന്തിക്കുന്നു. ജോർജ് ലുക്കാച്ചിന്റെ പദാർത്ഥവല്കരണത്തെക്കുറിച്ചുള്ള അപഗ്രഥനങ്ങളാണ് ജെയിംസണിനെ ആ മേഖലയിലേക്ക് ആകർഷിച്ചതെന്ന് പറഞ്ഞു. ഹംഗറിയിൽ ജനിച്ച ലുക്കാച്ചും ഒരു ഹെഗലിയൻ മാർക്സിസ്റ്റ് ആയിരുന്നു. *History and Class Consciousness* (1923) എന്ന പുസ്തകത്തിലാണ് പദാർത്ഥവൽക്കരണത്തിന് അദ്ദേഹം പുതിയ നിർവ്വചനം നല്കിയത്.

വ്യക്തിയുടെ രൂപാന്തരീകരണം, ഒരു വസ്തുവിന്റെ അമൂർത്തമായ ആശയം എന്നിങ്ങനെയാണ് Reification എന്ന പദാർത്ഥവല്കരണത്തിന്റെ വാച്യാർഥം. മാർക്സ് അതിന് അർത്ഥം നല്കിയത് ഒരു സമൂഹത്തിന്റെ രോഗങ്ങൾ എന്നാണ്. മാനവികന്റെ ശേഷിയും സർഗ്ഗാത്മകതയും മുതലാളിത്തത്തിന്റെ നിയന്ത്രണത്തിൽനിന്ന് രക്ഷപ്പെട്ട് സ്വന്തം അസ്തിത്വത്തിൽ എത്തിച്ചേരാൻ ആഗ്രഹിക്കുന്നു. മുതലാളിത്തത്തിന്റെ നിയന്ത്രണം മാനവനെ അവന്റെ അസ്തിത്വത്തിൽനിന്ന് ആട്ടിപ്പായിക്കുന്നു. ഈ മുതലാളിത്തത്തിന്റെ നിയന്ത്രണവും അതിൽനിന്ന് രക്ഷനേടാനുള്ള മാനവികന്റെ ത്വരയുമാണ് പദാർത്ഥവല്കരണംകൊണ്ട് മാർക്സ് അർത്ഥമാക്കുന്നത്. മറ്റൊരർത്ഥത്തിൽ മുതലാളിത്തം മനുഷ്യനെപദാർത്ഥമാക്കാൻ ശ്രമിക്കുന്നു. ഇതിനെയാണ് പദാർത്ഥവല്കരണം എന്നുപറയുന്നത്. ഇത് ഒരു സമൂഹത്തെ സംബന്ധിച്ച് ഒരു രോഗം തന്നെയാണ്.

ലുക്കാച്ചിന് പദാർത്ഥവല്കരണം കുറച്ചുകൂടി പ്രധാനമായൊരു സിദ്ധാന്തമായിരുന്നു. സമകാലിക സമൂഹത്തിലെ ഏറ്റവും വലിയ പ്രശ്നമായിട്ടാണ് ലുക്കാച്ച് പദാർത്ഥവല്കരണത്തെ കണ്ടത്. ഇത് രണ്ട് രീതിയിൽ പ്രവർത്തിക്കുന്നു. മുതലാളിത്തം എല്ലാത്തിനെയും ചരക്കുവല്കരിച്ചു. എല്ലാത്തിനും എക്സ്ചേഞ്ച് മൂല്യം വന്നു. എല്ലാ സാധനവും പൈസകൊടുത്ത് വാങ്ങാനും വില്ക്കാനും കഴിയുമെന്നായി. മനുഷ്യന്റെ അസ്തിത്വം പോലും വാങ്ങാനും വില്ക്കാനും കഴിയുമെന്ന നില സംജാതമായി. രണ്ടാമതായി, മുതലാളിത്തം മനുഷ്യന്റെ അസ്തിത്വം വരെ ചരക്കാക്കി. ആളുകൾക്ക് തമ്മിൽ സാമൂഹ്യ പ്രതിബദ്ധത നഷ്ടപ്പെട്ടു. നീതിബോധം നഷ്ടപ്പെട്ടു. പകരം അവിടേക്ക് വലിപ്പമുള്ള ടിവിയും D V Dയും കയറിവന്നു. മനുഷ്യൻ മെഷീനുകളെപ്പോലെ ജീവിക്കാൻ തുടങ്ങി.

ഇതാണ് ലുക്കാച്ച് കണ്ട സമകാലിക ലോകത്തെ പദാർത്ഥവല്കരണം.

ഇവിടെ ഫ്രെഡ്റിക് ജെയിംസൺ ഇങ്ങനെ പ്രഖ്യാപിക്കുന്നു: “1930ൽ ലുക്കാച്ച് പദാർത്ഥവല്കരണത്തെക്കുറിച്ച് എഴുതുമ്പോൾ അത് പ്രധാനപ്പെട്ട ഒരു അപഗ്രഥനം തന്നെയായിരുന്നു. എന്നാൽ എന്റെ അഭിപ്രായത്തിൽ അത് നല്കിയ പ്രാധാന്യത്തിന്റെ നാലുമടങ്ങ് പ്രാധാന്യം ഇന്നത്തെ ഉത്തരാധുനിക പരിസരത്തിലുണ്ട്. ചരക്കുവല്കരണം പില്ക്കാല മുതലാളിത്തം എന്നത്തേക്കാളും പ്രബലമായി ഇന്ന് അവതരിപ്പിക്കുന്നു. കലകളെയും സംസ്കാരത്തെയും പോലും ഇന്ന് മുതലാളിത്തം ചരക്കുവല്ക്കരിക്കുന്നു. മനുഷ്യന്റെ സർഗ്ഗാത്മകതയെപ്പോലും ഇന്ന് വിലയ്ക്കു വാങ്ങാം. മനുഷ്യന്റെ ആനന്ദം ആനന്ദോപാധികളാൽ ചരക്കുവല്കരിക്കപ്പെട്ടു.

ജീവിതത്തിന്റെ സർവ്വമേഖലകളിലേക്കും കടന്നുകയറിയ ഈ പദാർത്ഥവല്കരണത്തെ ചെറുക്കേണ്ടത് കലകളിലൂടെയാവണമെന്നാണ് ഫ്രെഡ്റിക് ജെയിംസണിന്റെ വാദം. മറ്റൊരർത്ഥത്തിൽ, പദാർത്ഥവൽക്കരണം ചെറുക്കാൻ ആദ്യം കഴിയുക ഒരുപക്ഷേ, കലകൾക്കായിരിക്കും. അതുകൊണ്ടുതന്നെ കലയിൽ ആവും ആദ്യത്തെ ചെറുത്തുനിൽപ്പ് ഉണ്ടാവുക എന്ന് ജെയിംസൺ പറയുന്നു.

കലയ്ക്ക് എങ്ങനെ ഒരു ചെറുത്തുനില്പ് വരുത്താൻ കഴിയും? അഡോർണോയിൽനിന്ന് ഊർജ്ജം ഉൾക്കൊണ്ടുകൊണ്ടാണ് ഇവിടെ ജെയിംസൺ ഇതിന് മറുപടി പറയുന്നത്. അഡോർണോയുടെ അഭിപ്രായത്തിൽ സംസ്കാരത്തെ മലിനപ്പെടുത്തിയത് മുതലാളിത്തമാണ്. അതിനുശേഷം അവർ സംസ്കാരത്തെ സംസ്കാര വാണിജ്യമാക്കി മാറ്റി. കല കേവല ആനന്ദത്തെ വെല്ലുവിളിക്കുകയും തടയുകയും ചെയ്യുന്നു. നാം പ്രതീക്ഷിക്കുന്നതിനപ്പുറമുള്ള ആനന്ദമാണ് കല നമുക്ക് തരുന്നത്. അതുകൊണ്ട് കേവല ആനന്ദത്തെ അത് പ്രോത്സാഹിപ്പിക്കുന്നില്ല. ഉത്തമ കലകൾ വാണിജ്യത്തിന്റെ കയറ്റിറക്കങ്ങൾക്ക് അനുസരിച്ചല്ല ചലിക്കുന്നത്. മിക്കപ്പോഴും വാണിജ്യതാല്പര്യങ്ങളെ ഹനിക്കുന്ന കല ഉത്തമ ആനന്ദത്തിനുവേണ്ടി പ്രവർത്തിക്കുന്നു. ഉദാഹരണത്തിന് റിയലിസം ജീവിതത്തിന്റെ അപ്രിയ സത്യങ്ങളെയാണ് വെളിച്ചത്തു കൊണ്ടുവന്നത്. ഓക്കാനിക്കാൻ തോന്നുന്ന സന്ദർഭങ്ങളും പരിസരങ്ങളുമാണ് റിയലിസം സൃഷ്ടിച്ചത്. ഇത് വാണിജ്യത്തെ തകർക്കുന്നതായിരുന്നു. അങ്ങനെ, ഉത്തമകലയ്ക്ക് വാണിജ്യത്തിനപ്പുറം ചെന്ന് ഉത്തമ ആനന്ദം സൃഷ്ടിക്കാൻ കഴിയുമെന്ന് അഡോർണോ വിലയിരുത്തി. സർഗ്ഗാത്മകതയുടെ വേദന അനുഭവിക്കുന്ന കലാകാരന് വാണിജ്യ താല്പര്യങ്ങൾക്കപ്പുറം അവന്റെ ആവിഷ്കാര സ്വാതന്ത്ര്യമായിരിക്കും അവനെ ഭരിക്കുക. ഇതുതന്നെ ഒരു ചെറുത്തുനില്പാണെന്ന് അഡോർണോ പറയുന്നു.

ജെയിംസണിനെ സ്വാധീനിച്ച ലുക്കാച്ചിന്റെ പദാർത്ഥവല്കരണ അപഗ്രഥനം ഇവിടെ തീരുകയാണ്. ഇനി, ജെയിംസണെ സ്വാധീനിച്ച അഡോർണോയുടെ വൈരുദ്ധ്യാത്മകതയുടെ അപഗ്രഥനമാണ് ചിന്താവിഷയം.

വൈരുദ്ധ്യാത്മകത എന്താണെന്ന് നാം കണ്ടുകഴിഞ്ഞു. ജെയിംസണെ സംബന്ധിച്ചിടത്തോളം വൈരുദ്ധ്യാത്മകത ചിന്തയുടെ മെറ്റാക്രിട്ടിക്കൽ രീതിയാണ്. അല്ലെങ്കിൽ ചിന്തയെക്കുറിച്ചുള്ള ചിന്തയാണ് വൈരുദ്ധ്യാത്മകത. സമകാലിക സമൂഹത്തിന്റെ അപഗ്രഥനരീതിയാണ് വൈരുദ്ധ്യാത്മകത എന്ന് ജെയിംസൺ പറയുന്നു.

അഡോർണോ വൈരുദ്ധ്യാത്മകതയെക്കുറിച്ച് ചർച്ച ചെയ്യുന്ന വേളകളിൽ ഉപയോഗിച്ച ഒരു പദമാണ് 'തിരിച്ചറിവ്'. ഒന്നിൽനിന്ന് മറ്റൊന്നിനെ വേർതിരിക്കുന്നതാണ് തിരിച്ചറിവ്. പില്ക്കാല മുതലാളിത്തം തിരിച്ചറിവ് നമ്മിൽനിന്ന് എടുത്തു മാറ്റിക്കളഞ്ഞു. പണം ഉത്തരാധുനിക സമൂഹത്തിൽ മാനവികന്റെ എല്ലാ തിരിച്ചറിവുകളെയും നശിപ്പിച്ചു. ഇന്നത്തെ സമൂഹം 'തിരിച്ചറിവ്' (identity) ഒരു പ്രതിസന്ധിയായി മനസ്സിലാക്കുന്നു. അഡോർണോയെ പിൻപറ്റി ഇതൊരു മനഃശാസ്ത്ര പ്രശ്നം കൂടിയാണെന്ന് ജെയിംസൺ തിരിച്ചറിയുന്നു. നെഗറ്റീവ് ഡയലക്ടിക്സിലൂടെ മാത്രമെ ഈ പ്രതിസന്ധിയെ തരണം ചെയ്യാൻ കഴിയു എന്ന് അഡോർണോ പറയുന്നു. ഉത്തരാധുനിക സമൂഹത്തിൽ പോസിറ്റീവായി ചിന്തിക്കണമെങ്കിൽ നിരാകരണം ഒരു മാർഗ്ഗമായി അവലംബിച്ചേ മതിയാവൂ. ഇതാണ് നെഗറ്റീവ് ഡൈലക്ടിക്സിലൂടെ അഡോർണോ അർത്ഥമാക്കുന്നത്.

പരസ്യത്തിന്റെ ആകർഷണത്തിൽ കുടുങ്ങി 50 രൂപയുടെ സാധനം എടുത്ത വ്യക്തിയെക്കുറിച്ച് ഓർക്കുക. 25 രൂപയേ അയാളുടെ കൈയിലുള്ളൂ. പരസ്യമാണ് 50 രൂപയിലേക്ക് അദ്ദേഹത്തിന്റെ ആഗ്രഹം നീട്ടിയത്. ഈ ഘട്ടത്തിൽ പരസ്യത്തിന്റെ ആകർഷണീയതയെ നിരാകരിക്കുവാനുള്ള ശേഷി അയാൾ ആർജ്ജിച്ചാൽ മാത്രമേ ഈ കാലത്ത് അയാൾ പോസിറ്റീവായി ചിന്തിക്കുന്നു എന്നുപറയാൻ കഴിയൂ. ഇതാണ് നെഗറ്റീവ് ഡയലക്ടിക്സിലൂടെ അഡോർണോ അർത്ഥമാക്കിയത്. (ഡയലക്ടിക്സ് എന്നാൽ വൈരുധ്യാത്മകതയാണെന്ന് ഓർക്കുമല്ലോ.)

സത്യ മൊഹന്തി എന്ന വിമർശകൻ ഫ്രെഡ്റിക് ജെയിംസണിന്റെ മൊത്തം കൃതികളെപ്പറ്റി പഠിക്കുന്ന വേളയിൽ അപഗ്രഥനത്തെപ്പറ്റിയും ചരിത്രത്തെപ്പറ്റിയും ജെയിംസൺ നടത്തിയ വെളിപാടുകളാണ് അദ്ദേഹത്തിന്റെ ഏറ്റവും വലിയ സംഭാവന എന്ന് പറയുകയുണ്ടായി. ഇത് എത്രത്തോളം ശരിയാണെന്ന് ഇനി പരിശോധിക്കാം. ആദ്യമായി അപഗ്രഥനത്തെപ്പറ്റി അദ്ദേഹത്തിന്റെ സംഭാവനയെന്താണെന്ന് നോക്കാം.

നിങ്ങളുടെ രാജ്യത്തെക്കുറിച്ച് നിങ്ങൾക്ക് ഒരു അഭിപ്രായം ഉണ്ടായിരിക്കും. ശ്രേഷ്ഠമായ രാജ്യം എന്നോ, വർണ്ണവെറിയൻ രാജ്യമെന്നോ, പാവപ്പെട്ടവന്റെ രാജ്യമെന്നോ, ഏറ്റവും വലിയ ജനാധിപത്യ രാജ്യമെന്നോ മറ്റും മറ്റും. നിങ്ങളിൽ ഈ അഭിപ്രായം ഉണ്ടായത് നിങ്ങളുടെ രാജ്യത്തിൽ പ്രബലമായി നില്ക്കുന്ന പ്രത്യയശാസ്ത്ര ബോധത്തിന്റെ പിൻബലത്തിൽ നിന്നാണ്. മാർക്സിസ്റ്റുകൾ പറയുന്നത് നിങ്ങളുടെ അപഗ്രഥനം ചോദ്യം ചെയ്യപ്പെടണമെന്നാണ്. വിമർശനാത്മക അപഗ്രഥനത്തിലൂടെ

നിങ്ങൾ സ്വയം നിങ്ങളുടെ അപഗ്രഥനത്തെ വിലയിരുത്തണം. അപഗ്രഥനത്തെ അപഗ്രഥിക്കുന്ന ഒരു രാഷ്ട്രീയം ഓരോ വ്യക്തിയും വികസിപ്പിച്ചെടുക്കണം. അപഗ്രഥനത്തെ അപഗ്രഥിക്കുന്നതാണ് അപഗ്രഥനത്തിന്റെ രാഷ്ട്രീയം.

അപഗ്രഥനത്തിന്റെ രാഷ്ട്രീയം ചരിത്രത്തെ കൂടുതൽ വ്യക്തതയോടെ തിരിച്ചറിയാൻ സഹായിക്കുമെന്ന് ഫ്രെഡ്റിക് ജെയിംസൺ പറയുന്നു. ചരിത്രം എന്നുപറയുന്നത് ഒരു അപഗ്രഥനമാണ്. അതേസമയം അപഗ്രഥനം ചരിത്രത്തിലേക്കുള്ള ഒരു തിരിച്ചുപോക്കാണ്. ചരിത്രം മറിച്ചുനോക്കിയാണ് നാം ഒരു അപഗ്രഥനത്തിലെത്തിച്ചേരുന്നത്. അതുകൊണ്ട് എല്ലാത്തിനെയും ചരിത്രവല്കരിക്കുക. ചരിത്രവും അപഗ്രഥനവും പരസ്പരം ബന്ധപ്പെട്ടിരിക്കുന്നു. ചരിത്രത്തിൽനിന്ന് അപഗ്രഥനത്തെയോ, അപഗ്രഥനത്തിൽനിന്ന് ചരിത്രത്തെയോ മുറിച്ചുമാറ്റാൻ കഴിയില്ല. ഇതാണ് ചരിത്രവും അപഗ്രഥനവും തമ്മിലുള്ള ബന്ധം.

ഫ്രോയ്ഡും ലക്കാനും

20-ാം നൂറ്റാണ്ടിലെ മാർക്സിസ്റ്റുകളെ പൊതുവെ ആകർഷിച്ച് മാർക്സിയൻ അല്ലാത്ത മനഃശാസ്ത്രജ്ഞനായിരുന്നു സിഗ്മണ്ട് ഫ്രോയ്ഡ്(1856–1939). ഫ്രോയ്ഡിനെ മനോവിശ്ലേഷണത്തിന്റെ പിതാവ് എന്ന് വിളിക്കുന്നു. ഫ്രോയ്ഡിന്റെ മനോവിശ്ലേഷണം മാർക്സിസവുമായി കൂട്ടിയോജിപ്പിച്ചാൽ മാർക്സിയൻ രീതിശാസ്ത്രത്തിന് കൂടുതൽ കരുത്തുകിട്ടുമെന്ന് ചിന്തിച്ചതുകൊണ്ടാണ് മിക്ക പില്ക്കാല മാർക്സിയന്മാരും അതിന് ഒരുമ്പെട്ടത്. എറിക് ഫ്രോം എന്ന വിമർശനാത്മക സൈദ്ധാന്തികൻ ഇത്തരത്തിൽ ഫ്രോയിഡിനെയും മാർക്സിനെയും ഒന്നിപ്പിച്ച ലോകപ്രശസ്ത മാർക്സിയൻ ആയിരുന്നു. ഫ്രോയ്ഡിന്റെ മനോവിശ്ലേഷണ പിൻഗാമിയായിരുന്നു ലക്കാൻ. ഫ്രോയ്ഡിന്റെ അബോധ മനസ്സിനെ കൂടുതൽ വികസിപ്പിച്ച് അതിന് പുതിയ മുഖം നല്കിയ മനോവിശ്ലേഷകനായിരുന്നു ലക്കാൻ. ഫ്രോയ്ഡും ലക്കാനും മാർക്സും *The Political Unconscious* ൽ ഒന്നിക്കുന്നു. ജെയിംസണിന്റെ ഈ പുസ്തകത്തിലേക്ക് പ്രവേശിക്കാൻ ഫ്രോയ്ഡിനെയും ലക്കാനെയും മനസ്സിലാക്കിയേ മതിയാവൂ. ആ തരത്തിലുള്ള ഒരു അന്വേഷണമാണ് ഇനി നടത്താൻ പോകുന്നത്. ആദ്യം ഫ്രോയ്ഡിനെക്കുറിച്ച് ചിന്തിക്കാം.

ന്യൂറോളജി ഡോക്ടറായിട്ടായിരുന്നു ഫ്രോയ്ഡ് തന്റെ ഔദ്യോഗിക ജീവിതം ആരംഭിച്ചത്. മനഃശാസ്ത്രവും അദ്ദേഹത്തിന്റെ വിഷയമായിരുന്നു. ഈ ഘട്ടത്തിൽ 'ഹിസ്റ്റീരിയ' ചികിത്സിച്ചു മാറ്റുവാനായി പല രോഗികളും അദ്ദേഹത്തെ സമീപിച്ചു. ഞരമ്പുകളെ ബാധിക്കുന്ന രോഗത്തിനപ്പുറം ഇത് മനഃശാസ്ത്ര രോഗമാണെന്ന് അദ്ദേഹം വേഗം തിരിച്ചറിഞ്ഞു. ബാല്യകാലത്തിലെ മനോ-ലൈംഗിക ജീവിതവും പലതരം കോംപ്ലക്സുകളുമാണ് ഹിസ്റ്റീരിയയ്ക്കു കാരണമാകുന്നതെന്ന്

അദ്ദേഹം മനസ്സിലാക്കി. അദ്ദേഹം 'സംസാര-ചികിത്സ' എന്ന ഒരു പുതിയ ചികിത്സാപദ്ധതി നടപ്പിലാക്കി. രോഗി തന്റെ പ്രശ്നങ്ങൾ സംസാരിക്കുമ്പോൾ അതിലൂടെ രോഗിയുടെ അബോധമനസ്സ് തിരിച്ചറിയുന്ന ഡോക്ടർ വേണ്ട നിർദ്ദേശങ്ങൾ നല്കി രോഗം ഭേദമാക്കുന്നതാണ് ഈ ചികിത്സാരീതി. ഈ ചികിത്സാരീതി കൂടുതൽ ഭംഗിയായി വികസിപ്പിച്ചതാണ് മനോവിശ്ലേഷണം. അങ്ങനെ മനോവിശ്ലേഷണത്തിന്റെ പിതാവായി സിഗ്മണ്ട് ഫ്രോയ്ഡ് അറിയപ്പെടുന്നു.

ഫ്രോയ്ഡിന്റെ ഏറ്റവും വലിയ കണ്ടുപിടിത്തമാണ് അബോധമനസ്സ്. ഫ്രോയ്ഡിന്റെ അഭിപ്രായത്തിൽ മനുഷ്യന്റെ മനസ്സിനെ മൂന്നായി തരംതിരിക്കാം. ഇദ്, ഈഗോ, സൂപ്പർ ഈഗോ എന്നിങ്ങനെയാണവ. "ഞാൻ ഞാനാണ്" എന്നതാണ് ഈഗോ. സാധാരണക്കാർ പറയുന്ന അഹംഭാവം എന്ന അർത്ഥം ഈഗോയ്ക്കില്ല. അത് തെറ്റിദ്ധാരണയാണ്. "ഞാൻ ഞാനാണ്" എന്നു മാത്രമേ അതിന് അർത്ഥമുള്ളൂ. മനസ്സിന്റെ ഉള്ളിലെ പൊലീസുകാരനാണ് സൂപ്പർ ഈഗോ. തെറ്റു ചെയ്യുമ്പോൾ അതു ചെയ്യാൻ പാടില്ലായിരുന്നുവെന്ന് ചിന്തിക്കുന്നത് സൂപ്പർ ഈഗോ ആണ്. നമ്മുടെ അമിതമായ ആഗ്രഹങ്ങളെ തടയിടുന്നതും സൂപ്പർ ഈഗോ ആണ്. ഇനി ഇദ് ആണ്. ഇദ് എന്നുപറഞ്ഞാൽ അബോധമനസ്സ് എന്നാണ് അർത്ഥം. നാം അടിച്ചമർത്തിയ വികാരങ്ങളുടെ വിളനിലമാണ് അബോധമനസ്സ്. ജൈവവാസന, ലൈംഗിക മോഹം എന്നിവ നാം അബോധമനസ്സിലേക്ക് അടിച്ചമർത്തുന്നു. ജൈവവാസനകളുടെ വിളനിലമാകയാൽ അവിടെ യുക്തി പ്രവർത്തിക്കുന്നില്ല. ജൈവവാസനകൾ അബോധമനസ്സിൽനിന്ന് പുറത്തുവരുമ്പോൾ സൂപ്പർ ഈഗോ എന്ന പൊലീസുകാരൻ അതിനെ കടിഞ്ഞാണിട്ട് നിയന്ത്രിക്കുന്നു. സൂപ്പർ ഈഗോ രൂപപ്പെടുന്നത് ബാല്യകാലത്താണ് കുട്ടി വിശന്നു കരയുമ്പോൾ അവന് ഒരു നേരത്തെ ആഹാരം കിട്ടാതെ വരുന്നു. അവൻ തന്റെ വിശപ്പ് നിയന്ത്രിച്ച് അടുത്ത അത്താഴത്തിനുവേണ്ടി കാത്തിരിക്കുന്നു. ഈ നിയന്ത്രണമാണ് സൂപ്പർ ഈഗോ ആയി മാറുന്നത്. ഫ്രോയിഡിന്റെ അഭിപ്രായത്തിൽ ഒരു വ്യക്തിക്ക് അവന്റെ അബോധമനസ്സിനെ നേരിട്ട് നിയന്ത്രിക്കാൻ കഴിയില്ല എന്നാണ്. വായ് പിഴവിലൂടെയും വിലകുറഞ്ഞ ലൈംഗിക തമാശകളിലൂടെയും അബോധം അറിയാതെ പുറത്തുവരുന്നു. ഇവയെ അപഗ്രഥിച്ചാൽ ആ സമയത്തെ അവന്റെ അബോധത്തെ നമുക്ക് നേരിട്ട് മനസ്സിലാക്കാൻ സാധിക്കും.

സ്വപ്നവും അബോധത്തിന്റെ കണ്ണാടിയാണ്. സ്വപ്നത്തെ അപഗ്രഥിക്കുക വഴി വ്യക്തിയുടെ അബോധത്തിലേക്ക് മറ്റൊരാൾക്ക് എത്തിച്ചേരാമെന്ന് സിഗ്മണ്ട് ഫ്രോയിഡ് അഭിപ്രായപ്പെടുന്നു.

ഫ്രോയ്ഡ് വ്യക്തിയുടെ അബോധമനസ്സാണ് പഠിച്ചത്. അദ്ദേഹം സമൂഹത്തിന് അബോധമുണ്ടെന്നും അത് അപഗ്രഥിക്കപ്പെടണം എന്നും ബോധവാനായിരുന്നില്ല. അല്ലെങ്കിൽ വേണ്ടത്ര ശ്രദ്ധ നല്കിയില്ല. സമൂഹത്തിന്റെ അബോധവും പ്രത്യയശാസ്ത്രവും അടുത്തബന്ധം പുലർത്തു

ന്നതായി പില്ക്കാല മാർക്സിസ്റ്റുകൾ തിരിച്ചറിഞ്ഞു. ഈ തിരിച്ചറിവിൽനിന്നാണ് അവർ ഫ്രോയ്ഡിനെയും മാർക്സിനെയും ഒന്നിപ്പിച്ച് പഠിക്കാൻ തീരുമാനിച്ചത്.

ഫ്രെഡ്റിക് ജെയിംസൺ അൽത്തൂസറിനെപ്പോലെ പ്രത്യയശാസ്ത്രത്തെ സ്വതന്ത്രമാക്കുകയും എന്നാൽ സാമ്പത്തികവുമായി സമഗ്രതയിൽ ബന്ധിപ്പിക്കുകയും ചെയ്തുവെന്ന് പറഞ്ഞുവല്ലോ. ഇനി ജെയിംസൺ ഈഗോയിൽനിന്ന് ഇദിനെ സ്വതന്ത്രമാക്കാൻ ശ്രമിക്കുന്നു. അതേസമയം സമഗ്രതയിൽ അതിനെ ഈഗോയുമായി ബന്ധിപ്പിക്കാൻ ശ്രമിക്കുന്നു.

സാഹിത്യത്തെയും സിനിമയെയും പഠിക്കുമ്പോൾ പ്രത്യയശാസ്ത്രപഠനം തെരഞ്ഞെടുക്കുന്ന ജെയിംസൺ അതിനെ സമഗ്രതയിൽ സാമ്പത്തികവുമായി ബന്ധിപ്പിക്കാമെന്ന് പറയുന്നു. പക്ഷേ, സാമ്പത്തികഘടകം നേർത്തതും ഉള്ളിലുള്ള വസ്തുതയാണിത്. ഉദാഹരണമായി, സാഹിത്യത്തിൽ സാമ്പത്തികം അന്തർദ്ധാരയിലാണ് പ്രവർത്തിക്കുന്നത്. എന്നാലും അതിന് സമഗ്രതയിൽ പ്രാധാന്യമുണ്ട്. ആ സാമ്പത്തികത്തെ ഫ്രോയിഡിന്റെ 'നാവ് പിഴവി'ലൂടെ മാത്രമേ രംഗത്തു കൊണ്ടുവരാൻ സാധിക്കൂ എന്ന് ജെയിംസൺ വാദിക്കുന്നു.

അബോധ മനസ്സിലേക്ക് പ്രവേശിക്കാൻ ഏറ്റവും സുഗമമായ മാർഗ്ഗം സ്വപ്നാപഗ്രഥനമാണെന്ന് ഫ്രോയ്ഡ് പറയുന്നു. സ്വപ്നത്തെ അപഗ്രഥിക്കുമ്പോൾ അതിന് ബാഹ്യാർത്ഥവും അന്തരാർത്ഥവും ഉണ്ടെന്ന് ഫ്രോയ്ഡ് പറയുന്നു. ബാഹ്യാർത്ഥത്തെ കണക്കിലെടുക്കാതെ അന്തരാർത്ഥം വായിക്കുമ്പോഴേ നമുക്ക് അബോധ മനസ്സിലേക്ക് കടക്കാൻ കഴിയുകയുള്ളൂ.

ഒരുദാഹരണം നോക്കാം. ഫ്രോയ്ഡ് കണ്ടൊരു സ്വപ്നമാണിത്.

> ഞാൻ നില്ക്കുന്നതിനു പിറകിലായി ഒരു ഒഴിഞ്ഞ വീടുണ്ട്. അവയുടെ കതകുകൾ അടച്ചിട്ടിരിക്കുന്നു. ഇടുങ്ങിയ വഴിയിലൂടെ എന്റെ ഭാര്യ എന്നെ നയിച്ച് ആ വീടിന്റെ വാതിൽ തുറക്കുന്നു.

സ്വപ്നത്തിന്റെ ബാഹ്യാർത്ഥമെടുത്താൽ ഇവിടെ ഒന്നും മനസ്സിലാവില്ല. ഇടുങ്ങിയ വഴി സെക്സിന്റെ സിംബലാണെന്നു പറയുന്ന ഫ്രോയ്ഡ്, തനിക്ക് തന്റെ ഭാര്യയോട് ലൈംഗികബന്ധം പുലർത്താൻ ആഗ്രഹമുണ്ട് എന്നതാണ് ഈ സ്വപ്നത്തിന്റെ അന്തരാർത്ഥം എന്നുപറയുന്നു. ഇങ്ങനെ മാത്രമേ സ്വപ്നത്തിലെ അബോധം നമുക്ക് മനസ്സിലാക്കാൻ കഴിയൂ. ബാഹ്യാർത്ഥത്തിന് ഇവിടെ ഒരു പ്രസക്തിയുമില്ലെന്ന് വ്യക്തമാണല്ലോ!

ഫ്രോയ്ഡിനെ ഉദ്ധരിച്ച് ജെയിംസൺ പറയുന്നു.

> സംസ്കാരവും വായിക്കേണ്ടത് ഇങ്ങനെയാണ്. സംസ്കാരത്തിന് ബാഹ്യാർത്ഥവും അന്തരാർത്ഥവുമുണ്ട്. ബാഹ്യാർത്ഥത്തെ വായി

ച്ചാൽ നമുക്ക് എവിടെയും ചെന്നെത്താൻ കഴിയില്ല. അന്തരാർത്ഥം വായിക്കുന്നതിലൂടെ സംസ്കാരത്തെ നമുക്ക് പൂർണ്ണമായും മന സ്സിലാക്കാൻ സാധിക്കും. അന്തരാർത്ഥ വായനയെ പ്രത്യയശാ സ്ത്രവായന എന്നുവിളിക്കാം. രണ്ട് വായനയിലൂടെയും സംസ്കാ രത്തിന്റെ അബോധത്തിലാണ് നാം എത്തിച്ചേരുക.

ഇനി ഫ്രോയിഡിന്റെ മറ്റൊരു സിദ്ധാന്തത്തിലേക്ക് കടക്കാം. 'ദമനം' ആണ് അത്. ദമനം മനുഷ്യന്റെ ഒരു പ്രതിരോധ പ്രവർത്തനമാണ്. വിശ്വ സിക്കാൻ കഴിയാത്തതും വേദനിപ്പിക്കുന്നതുമായ അനുഭവങ്ങളെ ബോധ മനസ്സ് (ego) അബോധമനസ്സിലേക്ക് തള്ളുന്നു. ഇതിനെയാണ് ദമനം എന്നുപറയുന്നത്. മറ്റൊരർത്ഥത്തിൽ, അബോധ മനസ്സിലേക്ക് അടിച്ച മർത്തുന്ന വേദനിപ്പിക്കുന്ന വികാരത്തെയാണ് ദമനം എന്നുപറയുന്നത്. ഈ വേദനിപ്പിക്കുന്ന വികാരം പേടിയായി അണപൊട്ടി പുറത്തുവരു മ്പോൾ വ്യക്തി ന്യൂറോസിസ് രോഗിയായി മാറുന്നു.

വ്യക്തി ദമനം ചെയ്യുന്നതുപോലെ ദരിദ്രരാജ്യങ്ങൾ വികസിത രാജ്യ ങ്ങൾക്കു മുമ്പിൽ തങ്ങളുടെ ആഗ്രഹങ്ങൾ ദമനം ചെയ്യുന്നതായി ജെയിം സൺ വാദിക്കുന്നു. പടിഞ്ഞാറു നോക്കികളായ ഇന്ത്യക്കാർ കലയിൽ തങ്ങളുടെ അസ്തിത്വത്തെ ദമനം ചെയ്ത് പടിഞ്ഞാറൻ സാഹിത്യ ത്തിന്റെ പിറകേ പായുന്നു. ഇതെല്ലാം സാംസ്കാരിക ദമനമാണെന്ന് ജെയിംസൺ പറയുന്നു. അമേരിക്കയ്ക്കു മുമ്പിൽ ആഗ്രഹങ്ങൾ ദമനം ചെയ്യുന്ന ഇന്ത്യ സാംസ്കാരിക ദമനത്തിന് ഏറ്റവും ഉദാഹരണമാണ്.

ഇനി ജയിംസണെ സ്വാധീനിച്ച മറ്റൊരു മനോവിശ്ലേഷകനെക്കുറിച്ച് പരാമർശിക്കാം. അദ്ദേഹമാണ് ലക്കാൻ. ഘടനാവാദകാലത്തെ മനോവി ശ്ലേഷകനായ ലക്കാൻ.

ഫ്രഞ്ച് മനോവിശ്ലേഷകനായിരുന്നു ലക്കാൻ. ഫ്രോയ്ഡിന്റെ മനോ വിശ്ലേഷണത്തെ ഭാഷാശാസ്ത്രത്തിലും ഘടനാവാദത്തിലും ബന്ധിപ്പി ക്കുകയായിരുന്നു ലഥാൻ ചെയ്തത്. ഫെർഡിനാന്റ് ഡി സൊസ്സ്യൂർ ആണ് ഘടനാവാദത്തിന്റെ പിതാവ്. അദ്ദേഹം വാക്കുകളെ ചിഹ്നങ്ങൾ എന്നുവിളിച്ചു. അതിനുശേഷം ചിഹ്നങ്ങൾ രണ്ടുതരം ഉണ്ടെന്നും സൂചിതം, സൂചകം എന്നിവയാണ് അവയെന്നും പറഞ്ഞു.

മരം എന്നുപറയുമ്പോൾ നമ്മുടെ മനസ്സിൽ മരത്തിന്റെ ചിത്രം പതി ഞ്ഞുവരും. അതിനെ സൂചിതം എന്നുവിളിക്കുന്നു. മരത്തെ വർണ്ണത്തിൽ പിരിച്ചെഴുതുന്നത് സൂചകം.

സൂചകത്തിലൂടെ കേൾക്കുന്ന കാര്യം നേരിട്ട് മനസ്സിലാവില്ല. മ്+അ+രം എന്നുകേൾക്കുമ്പോൾ അർത്ഥം മനസ്സിലാവില്ല. അതിനെ ഘടനയിൽ ബന്ധിപ്പിക്കുമ്പോൾ അതിന് അർത്ഥം കൈവരുന്നു. അങ്ങനെ അത് സൂചിതമായി മാറുന്നു. ഘടനാവാദവുമായി ബന്ധപ്പെട്ട

മറ്റൊരു പഠനശാഖയാണ് ചിഹ്നശാസ്ത്രം. ചിഹ്ന ശാസ്ത്രകാരന്മാർ പറയുന്നത് ഒരു ചിഹ്നത്തിന് അന്തരാർത്ഥവും ഉല്പാദിപ്പിക്കാൻ കഴിയുമെന്നാണ്. ട്രാഫിക് ലാമ്പിൽ ചുവപ്പു ലൈറ്റ് കത്തുമ്പോൾ കാർ നിർത്തണമെന്നതും പച്ചലൈറ്റ് കത്തുമ്പോൾ കാർ എടുക്കണമെന്നതും ഒരു അന്തരാർത്ഥമാണ്. അപ്പോൾ അതിനെ ഇങ്ങനെ വരയ്ക്കാം.

സൂചകം (ചുവപ്പ് ലൈറ്റ്)
സൂചിതം (കാർ നിർത്തണം)

ഈ ചിഹ്നവും അത് ഉല്പാദിപ്പിക്കുന്ന അർത്ഥവും മനസ്സിലാക്കപ്പെടുന്നത് ഒരു ഘടനയ്ക്കുള്ളിലാണ്. പന്നി എന്നു കേൾക്കുമ്പോൾ പന്നിയുടെ ചിത്രം മനസ്സിൽ വരുന്നു. ചില മതങ്ങൾക്ക് പന്നി വൃത്തികെട്ട മൃഗമായതിനാൽ 'വൃത്തിയില്ലാത്തവൻ' എന്ന അർത്ഥവും അവരിൽ ഉല്പാദിപ്പിക്കും. ഇത് നേരത്തേ പറഞ്ഞതുപോലെ ഘടനയ്ക്കുള്ളിലാണ് പൂർണ്ണത നേടുന്നത്. അതുപോലെ പന്നി എന്നു കേൾക്കുമ്പോൾ പട്ടി, പശു എന്നിവയുടെ ചിത്രം നമ്മുടെ മനസ്സിൽ പതിയുന്നില്ല. പന്നി എന്നുകേട്ടാൽ പന്നിയുടെ ചിത്രമാണ് പതിയുന്നത്. അതുകൊണ്ട് പന്നി എന്ന പദം പട്ടി, പശു എന്നീ പദങ്ങളിൽനിന്ന് വേറിട്ടു നില്ക്കുന്നു. മറ്റൊരർത്ഥത്തിൽ സൂചക/സൂചിത ബന്ധത്തിലൂടെ ഉല്പാദിപ്പിക്കപ്പെടുന്ന അർത്ഥമാണ് ചിഹ്നം ഉല്പാദിപ്പിക്കുന്നത്. സൂചക/സൂചിത ബന്ധത്തിൽ വ്യംഗ്യാർത്ഥമുണ്ടെങ്കിൽ അതും ചിഹ്നം മനസ്സിൽ ഉല്പാദിപ്പിക്കുക തന്നെ ചെയ്യും.

അങ്ങനെ വരുമ്പോൾ ഒരു വാക്കിന് അനേകം ദ്വയാർത്ഥങ്ങൾ സൂചക/സൂചിത ബന്ധത്തിലൂടെ തുറക്കപ്പെടുമെന്ന് അപനിർമ്മാതാക്കൾ പറയുന്നു. ലക്കാൻ ഇതിന്റെ ചുവടുപിടിച്ച് 'ഈഗോ' എന്നുപറയുമ്പോൾ, ഈഗോയ്ക്ക് ഈഗോ ആയി മാത്രം നിലനില്ക്കാനും ഈഗോയ്ക്ക് ഈഗോ അല്ലാതെ പല അർത്ഥങ്ങളിൽ നിലനില്ക്കാൻ കഴിയുമെന്നും പറയുന്നു. കുറച്ചുകൂടി കടത്തി ലക്കാൻ ഈഗോയ്ക്ക് സ്ഥിരമായ ഒരു അർത്ഥമില്ലെന്നും അതിന്റെ സ്ഥാനം അസ്ഥിരമാണെന്നും പറഞ്ഞു. ഇത് മുൻനിർത്തി സാഹിത്യത്തിൽ പുനർവായനകൾ ഇങ്ങനെയാണ് ഉണ്ടാവുന്നതെന്ന് ലക്കാൻ സമർത്ഥിക്കുന്നു. എഴുതിക്കഴിഞ്ഞ ഒരു പുസ്തകം അച്ചടിക്കുന്നു. അച്ചടിച്ച പുസ്തകത്തിൽ പിന്നെ മാറ്റമുണ്ടാകുന്നില്ല. എന്നാൽ വാക്കുകൾ അനേകം ദ്വയാർത്ഥങ്ങൾ സൃഷ്ടിക്കുന്നു. വാക്കുകൾ നിയതമായ അർത്ഥങ്ങൾക്കപ്പുറം അനേകം അർത്ഥം ഉല്പാദിപ്പിക്കുമ്പോൾ പുനർവായനകൾ ഉണ്ടാകുന്നു.

ഒരു മനുഷ്യൻ അവന്റെ വളർച്ചയിൽ മൂന്ന് ഘട്ടത്തിലൂടെ സഞ്ചരിച്ചാണ് വളരുന്നതെന്ന് ലക്കാൻ പറയുന്നു. ഇമാജിനറി, സിംബോളിക്, റിയൽ എന്നിങ്ങനെയാണ് ആ മൂന്ന് ഘട്ടങ്ങൾ. ഇനി ഇവ എന്തൊക്കെയാണെന്ന് നോക്കാം.

ഇമാജിനറി ഇമേജുമായി ബന്ധപ്പെട്ടിരിക്കുന്നു. കുട്ടി 6 മുതൽ 18

മാസം വരെ പ്രായമുള്ള സമയമാണ് ഇമാജിനറി കാലം. കുട്ടി കണ്ണാടിയിൽ തന്റെ സ്വന്തം പ്രതിബിംബം തിരിച്ചറിയുന്നതാണ് ഇത്. ഈ തിരിച്ചറിവ് അവന്റെ ജീവിതകാലം മുഴുവൻ നിലനില്ക്കുമെന്ന് ലക്കാൻ പറയുന്നു. ഭാഷയിലെ സിംബലുകളോടുള്ള തിരിച്ചറിവല്ലെങ്കിലും ഇത് ഇമേജിന്റെയും ഫാന്റസിയുടെയും ലോകമാണെന്ന് ലക്കാൻ പറയുന്നു. സിംബോളിക് ഘട്ടത്തിൽ എത്തുമ്പോൾ മാത്രമേ വ്യക്തി ഈഗോയിലേക്ക് കടക്കുകയുള്ളൂ. ഇമാജിനറിയുടെ ഈ ഘട്ടത്തിൽ അന്യനിൽനിന്ന് ഞാൻ വ്യത്യസ്തനാണെന്ന നേരിയ തിരിച്ചറിവു മാത്രമെ കുട്ടിയിൽ ഉണ്ടാകുന്നുള്ളൂ.

ഭാഷയിലേക്ക് കടക്കുമ്പോൾ മാത്രമേ വ്യക്തി സിംബോളിക് ഘട്ടത്തിലേക്കു കടക്കുന്നുള്ളൂ. ഈ ഘട്ടത്തിൽ ഈഗോ ഉദയം ചെയ്യുന്നു. ഇമാജിനറി ഘട്ടത്തിൽനിന്ന് കുട്ടി രക്ഷനേടുന്നത് സിംബോളിക് ഘട്ടത്തിലാണ്. പേര് തിരിച്ചറിയാത്ത ഇമാജിനറി ഘട്ടത്തിൽനിന്ന് പേര് തിരിച്ചറിയുന്ന സിംബോളിക് ഘട്ടത്തിലേക്ക് കുട്ടി പ്രവേശിക്കുന്നു. ഭാഷയുടെ ഘടനയിലൂടെയാണ് ഈ വളർച്ച. ഭാഷയാണ് കുട്ടിയെ ഇമാജിനറി അവസ്ഥയിൽനിന്ന് സിംബോളിക് അവസ്ഥയിലേക്ക് വളർത്തുന്നത്. തിരിച്ചറിവിന്റെ കാലഘട്ടമാണ് സിംബോളിക് കാലഘട്ടം. ബോധം വ്യക്തിത്വം കർത്തൃത്വം എന്നിവ ഉദയം ചെയ്യുന്നത് ഈ ഘട്ടത്തിലാണ്. ഒരു സർറിയലിസ്റ്റിക് പെയിന്റിങ് കാണുമ്പോൾ പ്രേക്ഷകന് ഒന്നും മനസ്സിലാവില്ല. അതിനെ വിശദീകരിച്ചു കഴിയുമ്പോൾ വ്യക്തമായ ഒരു ആസ്വാദനം നടത്താൻ കഴിയും. ആദ്യം കാണുമ്പോൾ ഒന്നും വ്യക്തമല്ലാത്ത അവസ്ഥ ഇമാജിനറിഘട്ടവും വിശദീകരിച്ചുകഴിഞ്ഞ് വ്യക്തതയുണ്ടാകുന്ന കാഴ്ച സിംബോളിക്ഘട്ടം എന്ന് വേണമെങ്കിൽ ഇതിനെ വിശദീകരിക്കാം.

അവസാനഘട്ടം റിയൽ ആണ്. മനഃശാസ്ത്ര ലോജിക്കുകളെ തിരിച്ചറിയുന്ന ഈ ഘട്ടം പക്വതയുടെ ഘട്ടമാണ്. സിംബോളൈസേഷന് അപ്പുറവും ഭാഷയ്ക്കപ്പുറവും ആണ് ഇതിന്റെ സ്ഥാനം. സിംബോളൈസേഷനെ ഈ ഘട്ടം പ്രതിരോധിക്കുന്നു. അമ്മയിൽനിന്ന് പൂർണ്ണമായും മുക്തമാവുന്ന അവസ്ഥ എന്ന് ഈ ഘട്ടത്തെ വിലയിരുത്താം. വ്യക്തി ലൈംഗിക ശരീരമാകുന്നതും ഉപഭോക്തൃ വസ്തുവാകുന്നതും ഈ ഘട്ടത്തിലാണ്.

ഈ മൂന്ന് ഘട്ടത്തെ കുറച്ചുകൂടി വിശദമാക്കേണ്ടിയിരിക്കുന്നു. ഗർഭപാത്രത്തിൽ ശിശു അമ്മയുടെ ശരീരവുമായി ചേർന്നുകിടക്കുന്നു. പ്രസവിച്ച് കുറച്ചുമാസം കഴിയുന്നതുവരെ അമ്മയും കുഞ്ഞും ഒരു ശരീരം പോലെ വർത്തിക്കുന്നു. മുലയൂട്ടൽ ചിലപ്പോഴൊക്കെ മതിയാക്കുമ്പോൾ ശിശുവിന് തന്റെ ശരീരം ചിതറുന്നതുപോലെ തോന്നുന്നു. മുലയൂട്ടുമ്പോൾ അമ്മയും ശിശുവും വീണ്ടും ഒരു ശരീരമാകുന്നു. മുലയൂട്ടൽ നിർത്തുന്ന ഘട്ടത്തിൽ ശിശു തന്നെ തിരിച്ചറിയുന്നത് ചിതറിയ ശരീരമായിട്ടാണ്. ഈ മുലയൂട്ടൽ ഘട്ടത്തെ ലക്കാൻ 'കണ്ണാടിഘട്ടം' എന്നു

വിളിക്കുന്നു. 6 മുതൽ 18 മാസം വരെയുള്ള ഘട്ടമാണ് കൃത്യമായി പറഞ്ഞാൽ 'കണ്ണാടിഘട്ടം'. ഈ ഘട്ടത്തിൽ കുട്ടി കണ്ണാടിയിലൂടെയാണ് അവനെ തിരിച്ചറിയുന്നത്. ഇത് ശരിയായ തിരിച്ചറിവല്ല. മറിച്ച് തെറ്റായ തിരിച്ചറിവാണ്. യഥാർത്ഥത്തിൽ കുട്ടി തന്റെ ഇമേജിനെയാണ് തിരിച്ചറിയുന്നത്. അല്ലാതെ കുട്ടി സ്വയം തിരിച്ചറിയുന്നില്ല. ഇതിനെ ഇമാജിനറി ഘട്ടം എന്നുംവിളിക്കുന്നു. ശിശു ഇമേജിലൂടെ സ്വയം തിരിച്ചറിയുന്നതു കൊണ്ടാണ് ഇതിനെ ഇമാജിനറിഘട്ടം എന്നുവിളിക്കുന്നത്.

ഭാഷയിലേക്ക് കടക്കുന്നതോടെ കുട്ടി സിംബോളിക് ഘട്ടത്തിലേക്ക് കടക്കുകയായി. ഭാഷയുടെ ഘടന പഠിക്കുന്നതോടെ കുട്ടിക്ക് ഈഗോ വികസിക്കുന്നു. അർത്ഥം മനസ്സിലാക്കാനുള്ള ശ്രമമാണ് കുട്ടി ആദ്യം നടത്തുന്നത്. സിംബോളിക് ഓർഡർ മനസ്സിലാക്കുന്ന കുട്ടി സംസ്കാരത്തെയും സാഹിത്യത്തെയും തിരിച്ചറിയുന്നു. ഒപ്പം താനൊരു വ്യക്തിയാണെന്നും മനസിലാക്കുന്നു. മൂന്നാമത്തെയും അവസാനത്തെയും ഘട്ടം 'റിയൽ' ആണ്. ഇവിടെ 'അന്യ'നെ വ്യക്തി അഭിമുഖീകരിക്കുന്നു. അമ്മയിൽനിന്ന് പൂർണ്ണമായി മുക്തിനേടുന്ന വ്യക്തി 'അന്യ'നിൽ നിന്ന് സ്വയം തിരിച്ചറിയുന്നു. അന്യന്റെ ആഗ്രഹം തിരിച്ചറിയുന്നു. ആഗ്രഹം സൂചിതമാണ്. ആഗ്രഹിക്കപ്പെടുന്ന വസ്തു സൂചകം. ഒരു സ്ത്രീ സുന്ദരനായ ഒരു പുരുഷനെ ഇഷ്ടപ്പെടുന്നു. അവിടെ ആഗ്രഹം സൂചിതവും പുരുഷൻ സൂചകവുമാണ്.

ജെയിംസണ് ലക്കാനെ ഇഷ്ടപ്പെട്ടത് പുനർവായനയെക്കുറിച്ച് അദ്ദേഹം നല്കിയ സംഭാവനയും, ചരിത്രത്തെ 'റിയലി'ൽ പ്രതിഷ്ഠിച്ചതുമാണ്.

ഇനി ജെയിംസൺ ഫ്രോയിഡിനെയും ലക്കാനെയും പുനർവായിക്കുന്ന കാഴ്ച കാണാൻ പോവുകയാണ്. ഇനി അതിലേക്ക് നമ്മുടെ ശ്രദ്ധ തിരിക്കാം.

ജെയിംസൺ ഇമാജിനറിയെ കാഴ്ചയുടെ കാലമെന്നും, സിംബോളിക്കിനെ വാക്കിന്റെ കാലമെന്നും വേർതിരിച്ചു. കാഴ്ചയുടെ കാലം ഘടനാവല്കൃതമാണ്. എന്നാൽ, വാക്കുകളുടെ കാലം താരതമ്യേന ഘടനയിൽനിന്ന് സ്വതന്ത്രമാണ്. ആദ്യത്തേത് 'ചീത്ത'യും രണ്ടാമത്തേത് 'നല്ലതു'മാണെന്ന് അദ്ദേഹം വിലയിരുത്തി. എന്നാൽ, അത് ഒന്ന് മറ്റൊന്നിൽ സ്വാധീനം ചെലുത്തുന്നു. ഇമാജിനറിയെ സാഹിത്യത്തിൽ ചിതറിയ പാഠമായും, സിംബോളിക്കിനെ പാഠത്തിന്റെ സുഘടിത പാഠമായും അദ്ദേഹം വിലയിരുത്തി. സിംബോളിക് ഘട്ടത്തെ ദമനത്തിന്റെ ഘട്ടമായും ഇമാജിനറിയെ സ്വാതന്ത്ര്യത്തിനുവേണ്ടിയുള്ള വിപ്ലവത്തിന്റെ ഘട്ടമായും അദ്ദേഹം വിലയിരുത്തി.

വിമർശനത്തിൽ 'ചരിത്ര'ത്തിന് വളരെ പ്രാധാന്യമുണ്ടെന്ന് ഫ്രെഡ്റിക് ജെയിംസൺ പറയുന്നു. ജോസഫ് കോൺറാഡിന്റെ നോവലായ *Heart of Darkness* പഠനവിഷയമായി എടുക്കുന്ന ജെയിംസൺ 19-ാം നൂറ്റാണ്ടിലെ കോംഗോയുടെ ചരിത്രം മാത്രമല്ല കോൺറാഡിന്റെ

ജീവിതകാലവും പരിഗണനയിലെടുക്കേണ്ടതാണെന്ന് പറയുന്നു. അതു മാത്രമല്ല, ചരിത്രത്തിന്റെ രേഖകളും കഥപറച്ചിലിന്റെ ചരിത്രവും ഇവിടെ പാനവിഷയമാക്കേണ്ടതാണ്. സിംബോളിക് ഘട്ടത്തിലാണ് ലക്കാൻ ചരിത്രത്തെ ഉൾപ്പെടുത്തിയിരിക്കുന്നത്. പാഠത്തിന്റെ രൂപത്തിൽ ഇവ മനസ്സിലാക്കപ്പെടണം. ജെയിംസണിന്റെ അഭിപ്രായത്തിൽ, എല്ലാ പാഠത്തിനും അതിന്റേതായ ചരിത്രമുണ്ടെന്നാണ്. നമ്മുടെ ബോധമനസ്സിനപ്പുറം എല്ലാ മനുഷ്യർക്കും യഥാർത്ഥ ലോകത്തെക്കുറിച്ച് ഒരു ബോദ്ധ്യം ഉണ്ടായിരിക്കും. എന്നാൽ, നമ്മുടെ യഥാർത്ഥ ലോകവും അയഥാർത്ഥ ലോകവും വേർതിരിക്കാനുള്ള കഴിവ് സിംബോളിക് ഘട്ടത്തിനാവും കഴിയുക. യഥാർത്ഥ ലോകത്തെ തിരിച്ചറിയുവാൻ നമ്മെ സഹായിക്കുന്നത് ചരിത്രവും സംസ്കാരവും സാഹിത്യവുമാണ്. എന്നാൽ 200 വർഷത്തെ ചരിത്രമുള്ള മുതലാളിത്തം ചരിത്രത്തിലൂടെയും സംസ്കാരത്തിലൂടെയും യഥാർത്ഥ ലോകം തിരിച്ചറിയാൻ കഴിയില്ലെന്നും, യഥാർത്ഥ ലോകം വാണിജ്യവും ഫാക്ടറിയുമാണെന്ന് നമ്മെ പഠിപ്പിക്കുന്നു. ഈ പുതിയ അപഗ്രഥനം ഉത്തരാധുനിക ലോകത്തെ വിഴുങ്ങിയിരിക്കുകയാണ്. ഇതിൽനിന്ന് രക്ഷനേടണമെങ്കിൽ യഥാർത്ഥലോകം ചരിത്രവും സംസ്കാരവുമാണെന്ന് നാം ഒന്നുകൂടി തിരിച്ചറിയണം. ഇതാണ് ചരിത്രത്തെക്കുറിച്ചുള്ള ഫ്രെഡ്റിക് ജെയിംസണിന്റെ അപഗ്രഥനം.

ദി പൊളിറ്റിക്കൽ അൺകോൺഷ്യസ്

മാർക്സിസവും ഫ്രോയിഡീയനിസവുമാണ് *The Political Unconscious* എന്ന പുസ്തകത്തിന് വിഷയമായതെന്ന് നാം നേരത്തേ പറഞ്ഞുകഴിഞ്ഞു. മാർക്സിസത്തിന്റെ വൈരുദ്ധ്യാത്മക ഭൗതികവാദവും ഫ്രോയിഡീയനിസത്തിന്റെ മനോവിശ്ലേഷണവുമാണ് ഇവിടെ ഒന്നിക്കുന്നത്. ഫ്രോയിഡിനേക്കാൾ ജെയിംസണെ ആകർഷിച്ചത് ലക്കാൻ ആയിരുന്നു.

Marxism and Form എന്ന പുസ്തകത്തിൽ ഫ്രെഡ്റിക് ജെയിംസൺ സാഹിത്യകൃതിയിൽ ഉള്ളടക്കത്തേക്കാൾ അതിന്റെ രൂപത്തിൽ ശ്രദ്ധ കേന്ദ്രീകരിക്കണമെന്ന് അഭിപ്രായപ്പെട്ടിരുന്നു. ആഖ്യാനകലയിൽ ആകൃഷ്ടനായ ജെയിംസൺ *The Political Unconscious* എന്ന പുസ്തകത്തിലും ഈ നിലപാട് സ്വീകരിക്കുന്നുണ്ട്. അതുപോലെ ഉള്ളടക്കത്തേക്കാൾ കൃതി മുന്നോട്ടു വയ്ക്കുന്ന പ്രത്യയശാസ്ത്രമാവണം വിമർശകർ അപഗ്രഥിക്കേണ്ടതെന്നും അദ്ദേഹം പ്രസ്താവിക്കുന്നു. ഈ പുസ്തകത്തിൽ അദ്ദേഹം മൂന്ന് സിദ്ധാന്തങ്ങളാണ് പ്രധാനമായും മുന്നോട്ട് വയ്ക്കുന്നത്.

1. ആഖ്യാനം
2. മദ്ധ്യസ്ഥത
3. ചരിത്രം എന്നിവയാണ് അവ. ഇനി അവ എന്താണെന്ന് നോക്കാം.

The Political Unconscious എന്ന പുസ്തകം ആരംഭിക്കുന്നത്

'അപഗ്രഥന'ത്തെക്കുറിച്ച് ഒരു നീണ്ട ചർച്ചയുമായിട്ടാണ്. അതിൽ മാർക്സിസവും ഫ്രോയിഡിയനിസവും കടന്നുവരുന്നു. തുടർന്നുവരുന്ന അദ്ധ്യായങ്ങളിൽ 'മാജിക്കൽ നറേറ്റീവ്സി'നെക്കുറിച്ചും, 19-ാം നൂറ്റാണ്ടിലെ നോവലിസ്റ്റുകളായ ബൽസാക്ക്, ജോർജ് ഗിസിങ് എന്നിവരെക്കുറിച്ചും ആധുനിക നോവലിസ്റ്റായ ജോസഫ് കോൺറാഡിനെക്കുറിച്ചും ചർച്ച ചെയ്യുന്നു.

Marxism and Form എന്ന പുസ്തകത്തിന്റെ തുടർച്ചയാണ് The *Political Unconscious*. രണ്ടു പുസ്തകത്തിലും അൽത്തൂസറിന്റെ ചിന്താഗതികളെ പ്രകടമായും ചർച്ചയ്ക്കെടുക്കുന്നു. *The Political Unconscious* ന്റെ ആദ്യ അദ്ധ്യായവും അൽത്തൂസറിയൻ ചിന്താഗതികൾ തന്നെയാണ് ചർച്ചയ്ക്കെടുക്കുന്നത്. എന്നാൽ ഈ അദ്ധ്യായത്തിൽ ജെയിംസൺ തന്റേതായൊരു സംഭാവന നല്കുന്നുണ്ട്. ചരിത്രത്തെക്കുറിച്ചും മദ്ധ്യസ്ഥതയെക്കുറിച്ചുമുള്ള അദ്ദേഹത്തിന്റെ സിദ്ധാന്തങ്ങൾ ആണവ.

ഈ അദ്ധ്യായത്തിൽ അദ്ദേഹം ഏറ്റവും കൂടുതൽ മുഴക്കുന്ന ഒരു മുദ്രാവാക്യമാണ് 'Always Historicize' എന്നത്. ഇവിടെ ചരിത്രം എന്നതുകൊണ്ട് ജെയിംസൺ അർത്ഥമാക്കുന്നത് ലക്കാന്റെ 'റിയൽ' ആണ് ചരിത്രത്തെ പാഠത്തിന്റെ രൂപത്തിൽ കാണാനാണ് ജെയിംസൺ ഇവിടെ ഇഷ്ടപ്പെടുന്നത്. ബൽസാക്കിനെയും ഗിസിങ്ങിനെയും കണക്കിലെടുക്കുന്ന അദ്ദേഹം 18-ാം നൂറ്റാണ്ടിനെയും 19-ാം നൂറ്റാണ്ടിനെയും ഒരു ഘടനയിൽ ബന്ധിപ്പിക്കുന്നുണ്ട്. ബൂർഷ്വാ സാഹിത്യത്തിന്റെയും നോവലിന്റെയും ഉദയമായിട്ടാണ് ഈ കാലഘട്ടങ്ങളെ ഘടനാവല്ക്കരിച്ചിരിക്കുന്നത്. ആ മുതലാളിത്തം ആദ്യകാല മുതലാളിത്തത്തിൽനിന്ന് ഇൻഡസ്ട്രിയൽ മുതലാളിത്തത്തിലേക്കും അവിടെ നിന്ന് ഇംപീരിയൽ മുതലാളിത്തത്തിലേക്കും പിന്നീട് പില്ക്കാല മുതലാളിത്തത്തിലേക്കും വികസിച്ചു. മുതലാളിത്തത്തിന്റെ ഈ ചരിത്ര വികാസം കലയെയും സംസ്കാരത്തെയും ബാധിച്ചുകൊണ്ടാണ് വികസിച്ചത്.

എല്ലാ പാഠത്തിലും ചരിത്രമുണ്ട്. പക്ഷേ, തെളിവുകൾ അപൂർവ്വമാണ്-ഇതാണ് Political Unconscious എന്നു പറയുന്നത്. എല്ലാ പാഠത്തിലും ചരിത്രമുണ്ടെങ്കിൽ ആ ചരിത്രത്തെ വെളിച്ചത്തു കൊണ്ടുവരികയും അപഗ്രഥിക്കുകയുമാണ് ഒരു വിമർശകന്റെ ലക്ഷ്യം. എല്ലാ പാഠത്തിലും ചരിത്രമുള്ളതുകൊണ്ടാണ് അദ്ദേഹം സാഹിത്യത്തെ തന്റെ പഠനവിഷയമായി തെരഞ്ഞെടുത്തത്. പാഠത്തിലുള്ള ചരിത്രത്തിന് മദ്ധ്യസ്ഥത വഹിക്കുന്നത് സമകാലിക സമൂഹമാണ്. ഇനി മദ്ധ്യസ്ഥത എന്ന സിദ്ധാന്തം എന്താണെന്ന് നോക്കാം.

മദ്ധ്യസ്ഥത പലതരത്തിൽ സംഭവിക്കുന്നുണ്ട്. പ്രാചീന ഗ്രീക്ക് ഭാഷയിൽ എഴുതിയിരിക്കുന്ന ഹോമറിന്റെ *ഇലിയഡ്* ഇന്ന് നമുക്ക് അതേ ഭാഷയിൽ വായിച്ച് മനസ്സിലാക്കാൻ കഴിയില്ല. എന്നാൽ വിവർത്തനത്തിലൂടെ നമുക്ക് അത് മനസ്സിലാക്കാൻ കഴിയുന്നു. ഇവിടെ വിവർത്തനം മദ്ധ്യ

സ്ഥത വഹിക്കുന്നതായി കാണാം. മാർക്സിന്റെ അഭിപ്രായത്തിൽ വരും കാലങ്ങളിൽ സമൂഹത്തെ മദ്ധ്യസ്ഥത വഹിക്കുന്നത് പണം ആയിരിക്കുമെന്നാണ്. ഇന്ന് പണം കർത്താവിനെ വസ്തുവുമായി ബന്ധിപ്പിക്കുന്നു. മനുഷ്യനെ വസ്തുക്കളുമായി ബന്ധിപ്പിക്കുന്നു. *Political Unconscious* ൽ ജെയിംസൺ പറയുന്നത് ആഖ്യാനങ്ങൾ, കഥകൾ, പ്ലോട്ടുകൾ എന്നിവ വ്യക്തിയനുഭവത്തെ സമൂഹത്തിന്റെ സമഗ്രതയുമായി ബന്ധിപ്പിക്കുന്നു. ഇതിൽ ആഖ്യാനമാണ് മദ്ധ്യസ്ഥത വഹിക്കുന്നത്. ചരിത്ര–സാമൂഹ്യ യാഥാർത്ഥ്യങ്ങളെ തിരിച്ചറിയാൻ ഇന്ന് ഒരു വ്യക്തി കൈയിലെടുക്കേണ്ട മദ്ധ്യസ്ഥൻ സാഹിത്യമാണെന്നാണ് ജെയിംസണിന്റെ വാദം. ഇതാണ് ജെയിംസന്റെ മദ്ധ്യസ്ഥത എന്ന സിദ്ധാന്തത്തിന്റെ പൊരുൾ.

കലയെ സമൂഹവുമായി ബന്ധിപ്പിക്കുന്നതും രാഷ്ട്രീയ ഘടനയെ സാമ്പത്തികഘടയുമായി ബന്ധിപ്പിക്കുന്നതും ക്ലാസിക്കൽ വൈരുദ്ധ്യാത്മക സങ്കേതമായ മദ്ധ്യസ്ഥതയാണെന്നാണ് ജെയിംസണിന്റെ വാദം. അതുകൊണ്ടുതന്നെ വൈരുദ്ധ്യാത്മകത = മദ്ധ്യസ്ഥത എന്ന നിർവ്വചനത്തിൽ നമുക്കെത്തിച്ചേരാമെന്ന് അദ്ദേഹം പറയുന്നു.

മദ്ധ്യസ്ഥത സിംബോളിക് ഘട്ടത്തെയല്ല കാണിക്കുന്നതെന്നും മറിച്ച്, അത് റിയൽ ഘട്ടത്തെയാണ് കാണിക്കുന്നതെന്നും ജെയിംസൺ പറയുന്നു. കാരണം, മദ്ധ്യസ്ഥത സമഗ്രതയാണ്. സമഗ്രതയാകട്ടെ റിയലും.

മറ്റൊരു മദ്ധ്യസ്ഥതയും ഈ പുസ്തകത്തിൽ നടത്തുന്നുണ്ട്. ഹെഗലിയൻ ചിന്താഗതിയും അൽത്തൂസറിയൻ ചിന്താഗതിയും ഇവിടെ കൂട്ടിയോജിപ്പിക്കാൻ ശ്രമിക്കുന്നു. ഹെഗലിയൻ 'സമഗ്രത'യുടെ വലിയൊരു വിമർശകനാണ് അൽത്തൂസർ. അങ്ങനെ സമഗ്രതയുടെ കാര്യത്തിൽ ഹെഗലും അൽത്തൂസറും വിപരീതദിശയിലാണ് സഞ്ചരിക്കുന്നത്. ജെയിംസൺ രണ്ടുപേരുടെയും അഭിപ്രായത്തെ ഇങ്ങനെ സമന്വയിപ്പിക്കുന്നു– "സമൂഹം എന്നാൽ സമഗ്രതയാണ്." കലയെയും സാമ്പത്തികത്തെയും ഒരേ ഘടനയിൽപ്പെടുത്തിക്കൊണ്ടാണ് സമഗ്രത എന്നാൽ സമൂഹമാണെന്ന് ജെയിംസൺ പറഞ്ഞത്. അൽത്തൂസർ ഈ ചിന്താഗതിക്ക് തീർത്തും എതിരായിരുന്നു. കല ഉപരിഘടനയെയും സമ്പത്ത് അടിസ്ഥാനഘടനയെയുമാണ് പ്രതിനിധീകരിക്കുന്നത് എന്നാണ് അൽത്തൂസറിന്റെ വാദം. എന്നാൽ ജെയിംസൺ ഇവ രണ്ടിനെയും പിരിക്കാമെന്നതുപോലെ യോജിപ്പിക്കാനും സാദ്ധ്യതയുണ്ടെന്ന് പറയുന്നു.

ഇനി ജെയിംസൺ ഹെഗലിനെയും അൽത്തൂസറിനെയും ഒരുമിച്ച് ചേർക്കാൻ ശ്രമിക്കുന്നു. അദ്ദേഹം പറയുന്നു.

"സമഗ്രതയെന്നത് ലക്കാന്റെ റിയൽ പോലെയാണ്." മാർക്സിസ്റ്റ് 'സമഗ്രത' കാണാൻ സാധിക്കുന്നത് മറ്റെവിടെക്കാളും ചരിത്രത്തിലാണ്. 'പാഠ'ത്തിന്റെ രൂപത്തിലാണ് ഇന്ന് ചരിത്രം നമ്മുടെ മുമ്പിൽ എത്തുന്നത്. അതുകൊണ്ട് ചരിത്രമാണ് സമഗ്രതയെന്ന് തീർത്തും പറയാൻ

കഴിയുമെന്ന് ജെയിംസൺ വാദിക്കുന്നു.

ആഖ്യാനം വ്യക്തിക്കും സമൂഹത്തിനും മദ്ധ്യസ്ഥത നില്ക്കുന്നു എന്ന് പറഞ്ഞു. ഇനി നോർത്രോവ് എഫ്രൈയുടെ 'റൊമാൻസ്' എന്ന ആശയം പരിഗണിക്കാം. സാഹിത്യരൂപം കാലവുമായി ബന്ധപ്പെട്ടിരിക്കുന്നു എന്ന സിദ്ധാന്തമാണ് 'റൊമാൻസ്' പറയുന്നത്. ജെയിംസണിന്റെ അഭിപ്രായത്തിൽ ഒരു കഥ എന്നുപറയുന്നത് അനേകം സംഭവങ്ങളുടെയും വിശദീകരണങ്ങളുടെയും മറ്റുള്ള പാഠങ്ങളുമായുള്ള ബന്ധവുമാണ്. അതുകൊണ്ടുതന്നെ പാഠം ഒരു അബോധമാണ്. ആ അബോധത്തിന്റെ സമഗ്രതയാണ് ഒരു പുസ്തകം. ഈ അബോധം മനുഷ്യന്റെ യഥാർത്ഥ ജീവിതത്തെ പ്രതിനിധീകരിക്കുന്നു. അതുകൊണ്ടുതന്നെ ജെയിംസൺ ആഖ്യാനം ഒരു സാമൂഹ്യ സിംബോളിക് ആക്ട് (Narrative as a socially symbolic Act) ആണെന്നു പറയുന്നു. *The Political Unconscious* എന്ന ഈ പുസ്തകത്തിന്റെ ഈ വെബ്സൈറ്റിൽക്കൂടിയാണ് Narrative as a socially symbolic Act എന്നത്.

ഇനി 'റൊമാൻസ്' എന്താണെന്ന് വിശദമാക്കാൻ സമയമായി. നോവൽ പഠിക്കുന്ന വിദ്യാർത്ഥികൾ 'റൊമാൻസി'നെപ്പറ്റി ഒരുപക്ഷേ, കേട്ടിരിക്കും. ലാറ്റിൻഭാഷയിലാണ് റൊമാൻസ് ഉണ്ടാകുന്നത്. അലക്സാണ്ടർ ചക്രവർത്തിയുടെയും ആർതർ രാജാവിന്റെയും വീരേതിഹാസങ്ങൾ പറഞ്ഞാണ് റൊമാൻസ് ഉണ്ടായത്. പ്രാദേശികനായകന്മാരുടെ വീരേതിഹാസങ്ങൾ അത്ഭുതത്തോടെ ചിത്രീകരിക്കുന്ന കഥയെ ചുരുക്കത്തിൽ റൊമാൻസ് എന്ന് വിളിക്കാം. 15 ഉം 16 ഉം നൂറ്റാണ്ടുകളിലാണ് ആദ്യ റൊമാൻസുകൾ ഉണ്ടാകുന്നത്. വാൾട്ടർ സ്കോട്ടിനെപ്പോലുള്ളവർ 19-ാം നൂറ്റാണ്ടിലും ഇത് ആവർത്തിച്ചു. ഇതിനെയാണ് 'റൊമാൻസ്' എന്നുവിളിക്കുന്നത്.

ഇവിടെ ഫ്രെഡ്റിക് ജെയിംസൺ 'റൊമാൻസി'നെ എന്തുകൊണ്ട് തെരഞ്ഞെടുത്തു എന്ന് വിശദീകരിക്കാം. മാർക്സിയൻ സിദ്ധാന്തങ്ങളെ മാർക്സിയൻ വിമർശകർ വിലയിരുത്തുന്നത് ഇങ്ങനെയാണ്-

> ഏറ്റവും അവസാനം ഒരു ശുഭ പര്യവസായിയായി സിദ്ധാന്തങ്ങൾ മാറുന്നു. സമത്വ തുല്യമായൊരു ലോകം ഭാവന ചെയ്ത് മാർക്സ് ഒരു ശുഭാന്ത്യം തന്റെ സിദ്ധാന്തത്തിനു നല്കി.

അങ്ങനെ ശുഭാന്ത്യം വരുമ്പോൾ മാർക്സിസം ആഖ്യാനപരമായി ഒരു കോമഡിയോ റൊമാൻസോ ആയി മാറിയതായി വിമർശകർ വിലയിരുത്തുന്നു. അതുകൊണ്ടുതന്നെ മാർക്സിയൻ ചരിത്ര വീക്ഷണം ഒരു റൊമാൻസ് ആണ്. (എല്ലാ റൊമാൻസും ശുഭപര്യവസായിയാണെന്ന് ഇവിടെ ഓർക്കുക.)

ഈ വിമർശനത്തെ ജെയിംസൺ കണക്കിലെടുക്കുന്നതുകൊണ്ടാണ് 'റൊമാൻസ്' എന്തെന്ന് ഇവിടെ വിശദീകരിച്ചത്. ജെയിംസൺ പറയുന്നു- "മാർക്സിസം ഒരു റൊമാൻസ് തന്നെയാണ്. അതിൽ ലജ്ജി

ക്കേണ്ടതായി ഒന്നുമില്ല." പരമ്പരാഗത മാർക്സിയന്മാർ 'റിയലിസത്തെയാണ് ഏറ്റവും ശ്രേഷ്ഠമായ പ്രസ്ഥാനമായി വിലയിരുത്തിയത്. സ്റ്റാലിൻ കുറച്ചുകൂടി കടന്ന് അതിനെ 'സോഷ്യലിസ്റ്റ് റിയലിസ' മാക്കി. പക്ഷേ, അതിനേക്കാൾ എത്രയോ മെച്ചമാണ് റൊമാൻസ്. ജെയിംസൺ റിയലിസ്റ്റുകളെ പഠിക്കാതെ വാൾട്ടർ സ്കോട്ടിനെയും ബൽസാക്കിനെയും ഡ്രിസെറിനെയുമാണ് പഠിക്കുന്നത്. ഇവർ റിയലിസ്റ്റുകൾ അല്ല.അവർ ഒരുവിധത്തിൽ പറഞ്ഞാൽ ഉല്പാദിപ്പിച്ചത് ഒരുതരം റൊമാൻസ് തന്നെയായിരുന്നു. ഇന്നത്തെ മാജിക്കൽ റിയലിസവും സയൻസ് ഫിക്ഷനും ഒരുതരത്തിൽ റൊമാൻസുകൾ തന്നെയാണ്. അതുകൊണ്ട് റൊമാൻസ് ഒരു ചീത്ത പ്രസ്ഥാനമായി ജെയിംസണിന് തോന്നുന്നില്ല. ശുഭപര്യവസായിയായ രാഷ്ട്രീയമാണ് മാർക്സിസം. അല്ലെങ്കിൽ ശുഭപര്യവസായിയായ ചരിത്രമാണ് മാർക്സിസം. അതുകൊണ്ട് മാർക്സിസത്തിന് ഒന്നും നഷ്ടപ്പെടാനില്ല. ഒരുപക്ഷേ, ഇന്നത്തെ പ്രസ്ഥാനം റൊമാൻസിന്റേതായെന്നും വരാം.

റൊമാൻസിനെ രണ്ടുതരത്തിലാണ് വായിക്കേണ്ടതെന്ന് ഈ ഘട്ടത്തിൽ ജെയിസംൺ പറയുന്നു.

1. ഡയക്രോണിക്

2. സിൻക്രോണിക് എന്നീ തരത്തിൽ റൊമാൻസുകളെ വായിക്കണം. റൊമാൻസുകളുടെ ചരിത്രം നോക്കിയാൽ അതിന് ഒരു വികാസം കണ്ടെത്താൻ കഴിയും. അതുപോലെ ഈ കഥകളെയെല്ലാം ഒരുമിച്ചെടുത്താൽ അവയെ 'റൊമാൻസ്' എന്ന പട്ടികയിൽപ്പെടുത്താനും കഴിയും. റൊമാൻസുകളെ കാലത്തിനനുസരിച്ച് പഠിക്കുന്നതിനെ ഡയക്രോണിക് വായന എന്ന് വിളിക്കാം. ഒന്ന് മറ്റൊന്നിൽനിന്ന് എങ്ങനെ വ്യത്യാസപ്പെട്ടിരിക്കുന്നുവെന്ന് കാലഗണനയുടെ അടിസ്ഥാനത്തിൽ പഠിക്കാമെന്നാണ് ഇത് വാദിക്കുന്നത്. ഓരോ കാലഘട്ടത്തിലെയും റൊമാൻസിന് ആ കാലഘട്ടത്തിന്റെ പ്രത്യേകതകൾ വഹിക്കാൻ കഴിയും. ഇങ്ങനെ കാലഘട്ടത്തിന്റെ അടിസ്ഥാനത്തിൽ റൊമാൻസുകളെ പഠിക്കുന്നതിനെ ഡയക്രോണിക് വായന എന്നു വിളിക്കുന്നു.

ഓരോ കാലഘട്ടത്തെയും എടുക്കുമ്പോൾ റൊമാൻസുകൾ വ്യത്യസ്ത സ്വഭാവം കാണിക്കും. എന്നാൽ തന്നെയും ഈ വ്യത്യാസങ്ങളെയും സാജാത്യങ്ങളെയും കണക്കിലെടുക്കാതെ അവയെ മൊത്തത്തിൽ റൊമാൻസ് എന്ന ഗണത്തിൽ പഠിക്കാനും കഴിയും. ഈ വായനയെ സിൻക്രോണിക് വായന എന്നുപറയുന്നു. സാജാത്യ–വൈജാത്യങ്ങൾക്കപ്പുറം ഒരു ഏകതാനത പുലർത്തുന്ന പഠനങ്ങളെ സിൻക്രോണിക് വായന എന്നുപറയുന്നു. ഒത്തു പഠിക്കുക എന്നതാണ് ഇതിന്റെ മൗലികമായ ഉദ്ദേശ്യം.

നോർത്രോപ്പ് ഫ്രൈ റൊമാൻസുകളെ ഡയക്രോണിക്കായി പഠിച്ചപ്പോൾ, അഡോർണോ തന്റെ പഠനം സിൻക്രോണിക് രീതിയിൽ ഉപയോഗിച്ചു. ഫ്രൈയുടെ ഡയക്രോണിക് വായനയിൽ ചരിത്രത്തെ നിരാ

കരിക്കുന്നതായി കണ്ട ജെയിംസൺ ചരിത്രത്തെ നിരാകരിച്ചത് വലിയൊരു മണ്ടത്തരമായിപ്പോയി എന്ന് വിലയിരുത്തി.

ചരിത്രത്തെ നിരാകരിക്കുന്ന ഡയക്രോണിക് വായനയ്ക്കു പകരമായി ചരിത്രത്തെയും സാമൂഹ്യ-സാമ്പത്തിക-സാംസ്കാരിക പഠനങ്ങളെ പ്രോത്സാഹിപ്പിക്കുന്ന ഡയക്രോണിക് വായനയാവണം ഇനി വികസിപ്പിച്ചുവരേണ്ടതെന്ന് അദ്ദേഹം പറഞ്ഞു. സിൻക്രോണിക് വായന സമഗ്രതയെ കണക്കിലെടുക്കുന്നതിനാൽ അത് ഹെഗലിയൻ വായനയാണെന്ന് ജെയിംസൺ പറയുന്നു.

ചുരുക്കത്തിൽ, രണ്ടു വായനകൾക്കും സമകാലിക പ്രാധാന്യമുണ്ട്. പക്ഷേ, ഡയക്രോണിക് വായന നടത്തുമ്പോൾ അത് മിത്തിന്റെയും കഥയുടെയും പുരോഗതിയോ അധഃപതനമായോ വായിച്ചാൽ അത് അപ്രസക്തമാകും. മറിച്ച്, അവയെ സാമൂഹ്യ-സാമ്പത്തിക-സാംസ്കാരിക പരിസരത്തിൽ വായിക്കണം. അതുകൊണ്ട് നോർത്രോപ്പിന്റെ അബദ്ധജഡിലമായ ഡയക്രോണിക് വായനയ്ക്കുപകരം സാമൂഹ്യ-സാംസ്കാരിക-സാമ്പത്തിക വിശകലനങ്ങൾ ഏറ്റെടുക്കുന്ന ഡയക്രോണിക് വായനകളെ പ്രോത്സാഹിപ്പിക്കുകയാണ് വേണ്ടതെന്ന് ജെയിംസൺ വാദിക്കുന്നു. സിൻക്രോണിക് വായനയും ഹെഗലിയൻ പരിസരത്തിൽ നില്ക്കുന്നതിനാൽ അതും ഇടതുപക്ഷ വായന തന്നെയാണ്. ഇടതുപക്ഷ ഡയക്രോണിക്-സിൻക്രോണിക് വായനകൾക്കേ ഇനി പ്രസക്തിയുള്ളൂവെന്നാണ് ഇതിലൂടെ ജെയിംസൺ പ്രഖ്യാപിക്കുന്നത്.

അതുകൊണ്ട് സാമൂഹ്യ-സാംസ്കാരിക-സാമ്പത്തിക വിശകലനങ്ങൾ നടത്തുന്ന ഡയക്രോണിക് വായന ഒരു തരത്തിൽ സിൻക്രോണിക് വായന തന്നെയാണെന്ന് ജെയിംസൺ പറയുന്നു. മിത്തിക്കൽ ഡയക്രോണിക് വായനയ്ക്കപ്പുറം അതിന് സാമൂഹ്യപ്രതിബദ്ധതയും ചരിത്രത്തിന്റെ സമഗ്രതയും അവകാശപ്പെടാൻ കഴിയും. അങ്ങനെ ജെയിംസണിന്റെ പുതിയ ഡയക്രോണിക് വായനയും സിൻക്രോണിക് വായനയും ഒരുതരത്തിൽ ഒത്തു വികസിപ്പിക്കാൻ കഴിയുന്ന വായകളായി പുരോഗമിക്കുന്നു.

മോഡേണിസവും ജെയിംസണും

സാഹിത്യ പ്രസ്ഥാനത്തിൽ ഫ്രെഡ്റിക് ജെയിംസണെ ഏറ്റവും കൂടുതൽ ആകർഷിച്ചത് 19-ാം നൂറ്റാണ്ടിലെ റിയലിസവും 20-ാം നൂറ്റാണ്ടിന്റെ ആദ്യപാദത്തിലെ മോഡേണിസവും 20-ാം നൂറ്റാണ്ടിന്റെ ഉത്തരപാദത്തിലെ ഉത്തരാധുനികതയുമായിരുന്നു. 19-ാം നൂറ്റാണ്ടിന്റെ അപഗ്രഥനം *The Political Unconscious* എന്ന പുസ്തകത്തിലും മോഡേണിസത്തിന്റെ അപഗ്രഥനം *Fables of Aggression* എന്ന പുസ്തകത്തിലും ഉത്തരാധുനികതയുടെ അപഗ്രഥനം *Post Modernism or The Cultural Logic of Late Capitalism* എന്ന പുസ്തകത്തിലുമാണ് അദ്ദേഹം നിർവ്വഹിച്ചിരിക്കുന്നത്.

ഇങ്ങനെ മൂന്നായി വിഭജിക്കുന്ന കാലത്തെ സാമ്പത്തിക–ചരിത്രപരമായി വിലയിരുത്തുകയും ഇത് മുതലാളിത്തത്തിന്റെ വികാസത്തിന്റെ മൂന്ന് ഘട്ടമാണെന്ന് വിലയിരുത്തുകയും ചെയ്തു. ഈ കാലഘട്ടത്തിൽ ചരിത്രപരമായി പല മാറ്റങ്ങളും മുതലാളിത്തത്തിന് സംഭവിച്ചു. 19–ാം നൂറ്റാണ്ടിലെ സാഹിത്യം മുതലാളിത്തത്തിന്റെ ഉദയത്തിന്റെ സാഹിത്യമാണ്. മുതലാളിത്തത്തിന്റെ ഉത്ഭവത്തിന്റെ മുഖമാണ് അന്നത്തെ സാഹിത്യത്തിൽ കാണാൻ സാധിക്കുന്നത്. മുതലാളിത്തം ഭരിക്കുന്ന ഒരു ചിന്താഗതിയായി മാറിത്തുടങ്ങിയ കാലമാണിത്. മോഡേണിസ്റ്റ് സാഹിത്യം വ്യവസായവല്ക്കൃത മുതലാളിത്തത്തിന്റെ സാമൂഹ്യഘടന വരച്ചു കാണിച്ചു. ഫാക്ടറിയും അന്യവല്കരിക്കപ്പെട്ട മനുഷ്യനും സാഹിത്യത്തിൽ സ്ഥാനം പിടിച്ചത് ഈ കാലഘട്ടത്തിലായിരുന്നു. ഉത്തരാധുനികതയായപ്പോഴാകട്ടെ ചിതറിയ പ്രസ്ഥാനങ്ങളുടെയും സംരംഭങ്ങളുടെയും കാലമായി സമൂഹം മാറി. ആഴമില്ലായ്മ സാഹിത്യത്തെ ബാധിച്ചു.

എന്നാൽ, ഇവിടെ നാം പഠിക്കാൻ പോകുന്നത് മോഡേണിസത്തെക്കുറിച്ചാണ്. അല്ലെങ്കിൽ ആധുനികതയെക്കുറിച്ച്. എന്താണ് ആധുനികത? എന്ന് നാം ആദ്യമായി അന്വേഷിക്കാൻ പോകുന്നു.

20–ാം നൂറ്റാണ്ടിന്റെ ആദ്യപാദത്തിലുണ്ടായ ആധുനികതയെ പല വിമർശകരും പല രീതിയിലാണ് അപഗ്രഥിച്ചിരിക്കുന്നത്. ഉത്തരാധുനികതയോടെ ആധുനികത അവസാനിച്ചുവെന്നും, ഉത്തരാധുനികതയിലും ആധുനികത പടർന്നു പിടിക്കുന്നുവെന്നും വാദങ്ങൾ ഉണ്ട്. ജോസഫ് കോൺറാഡിൽ ആരംഭിക്കുന്ന ആധുനികത ഡി എച്ച് ലോറൻസ്, വെർജീനിയ വുൾഫ്, ഡോറോത്തി റിച്ചാർഡ്സൻ, ടി എസ് എലിയറ്റ്, എസ്രാ പോണ്ട്, ബെർട്രോൾട്ട് ബ്രഹത് എന്നിവരിലേക്ക് നീണ്ടു. 'റിയലിസ' ത്തിന്റെ എതിർ പ്രസ്ഥാനമായി ഉദയംകൊണ്ട 'ആധുനികത' സാഹിത്യത്തിൽ പുതിയ ഭാവുകത്വത്തിന് വഴിതെളിച്ചു. പരമ്പരാഗത മൂല്യങ്ങളെ കടപുഴക്കി കളയുന്നതിലായിരുന്നു ആധുനികർ ശ്രദ്ധ കേന്ദ്രീകരിച്ചിരുന്നത്. "പുതുമ" യ്ക്ക് വേണ്ടി നിലകൊണ്ട ഈ സാഹിത്യ പ്രസ്ഥാനം ആഴമുള്ള സാഹിത്യ സമീപനങ്ങളുടെ പ്രസ്ഥാനമായിരുന്നു. ഹിറ്റ്ലറിന്റെയും മുസ്സോളിനിയുടെയും ഫാസിസ്റ്റ് പ്രവണതകളുടെ സാഹിത്യ പ്രസ്ഥാനമായിട്ടാണ് ആധുനികതയെ ഈ ഘട്ടത്തിൽ ഫ്രെഡ്റിക് ജെയിംസൺ വായിക്കുന്നത്. ആധുനികതയെ ഫാസിസ്റ്റ് ആധുനികത എന്ന് വിളിക്കാനായിരുന്നു ജെയിംസണ് താല്പര്യം. ഫാസിസത്തിന്റെ രാഷ്ട്രീയ–ചരിത്ര പരിസരമാണ് ആധുനികത എന്ന് ജെയിംസൺ പറയുന്നു.

വിൻഹം ലെവിസ് എന്ന ആധുനികനെ പഠിച്ചുകൊണ്ടാണ് *Fables of Aggression*നിൽ ജെയിംസൺ ആധുനികതയെ വിലയിരുത്തുന്നത്. വിൻഹം ലെവിസ് ഒരു ഫാസിസ്റ്റ് ആയിരുന്നു. *Tars, The Apes of God* എന്നീ പുസ്തകങ്ങളെഴുതിയ ലെവിസ് എപ്പോഴും ഒരു അസംതൃപ്തനായ മനുഷ്യനായിരുന്നു. അദ്ദേഹം തന്റെ അസ്തിത്വം കണ്ടെത്തിയത്

ഫാസിസത്തിലായിരുന്നു. ഹിറ്റ്ലറിനെയും മുസ്സോളിനിയെയും അദ്ദേഹം ആരാധനാ മുഖത്തോടെ വീക്ഷിച്ചു. അതിലൈംഗികത അദ്ദേഹത്തെ ഹരം പിടിപ്പിച്ച വസ്തുതകളിൽ ഒന്നായിരുന്നു. അതിലൈംഗികതയും ഫാസിസവും ഒന്നിച്ചാൽ ലെവിസ് ആയി എന്ന് ഈ ഘട്ടത്തിൽ ജെയിംസൺ വാദിക്കുന്നു. ഇവ രണ്ടിനെയും കണക്കിലെടുത്ത് ഫാസിസവും ലൈംഗികതയുമാണ് ആധുനികതയുടെ മുഖമുദ്രയെന്ന് ഫ്രെഡ്റിക് ജെയിംസൺ വിലയിരുത്തുന്നു. ഫാസിസത്തോടുള്ള ആരാധനയും, സ്ത്രീയെ ലൈംഗികമായി മാത്രം കാണുന്ന വീക്ഷണവുമാണ് ആധുനികത പുലർത്തിയത്.

ഉത്തരാധുനികതയും ഫ്രെഡ്റിക് ജെയിംസണും

ജെയിംസണിന്റെ അഭിപ്രായത്തിൽ ഉത്തരാധുനികത ഒരു സാമൂഹ്യ-രാഷ്ട്രീയ പരിസരമാണ്. മുതലാളിത്തം എന്നും വളർച്ചയുടെ പാതയിലായിരുന്നു. ഈ മുതലാളിത്തത്തിന്റെ ഏറ്റവും പുതിയ മുഖമാണ് പില്ക്കാല മുതലാളിത്തം. ഈ പില്ക്കാല മുതലാളിത്തത്തിന്റെ സാമൂഹ്യ-രാഷ്ട്രീയ-സാംസ്കാരിക പരിസരമാണ് ഉത്തരാധുനികത. ആദ്യകാലത്ത് മുതലാളിത്തത്തിന് സാമ്പത്തിക യുക്തിയായിരുന്നു ഉണ്ടായിരുന്നത്. മാറിയ പരിസരത്തിൽ മുതലാളിത്തം സാംസ്കാരിക യുക്തിയിലാണ് ശ്രദ്ധിക്കുന്നത്. കാരണം ഇന്നത്തെ ഏറ്റവും വലിയ വ്യവസായം സംസ്കാരം ആണെന്നതുതന്നെ. അതുകൊണ്ടാണ് ഉത്തരാധുനികതയെ വിശദീകരിക്കുന്ന പുസ്തകത്തിന് *Post Modernism or the Cultural Logic Late Capitalism* എന്ന പേര് ഫ്രെഡ്റിക് ജെയിംസൺ ഇട്ടത്.

ആധുനികതയ്ക്കുശേഷം വന്ന സമൂഹത്തെ ഉത്തരാധുനിക സമൂഹം എന്ന് വിശേഷിപ്പിക്കാം. 19-ാം നൂറ്റാണ്ടിലുള്ള റിയലിസത്തിന്റെ അന്ത്യം ആധുനികതയോടെ കഴിഞ്ഞു. എന്നാൽ 19-ാം നൂറ്റാണ്ടിലെ റിയലിസം പുതിയ ഭാവത്തിൽ ആവിർഭവിക്കുന്നതാണ് ഉത്തരാധുനികതയുടെ സവിശേഷതയെന്ന് ജെയിംസൺ പറയുന്നു. 19-ാം നൂറ്റാണ്ടിന്റെ റിയലിസം തീർത്തും സാമ്പത്തിക യുക്തിയിൽ ഉത്ഭവിച്ചതായിരുന്നു. ഫാക്ടറി, കൂലി, തൊഴിൽ എന്നിവ ചർച്ച ചെയ്ത ഈ റിയലിസം സാമ്പത്തിക യുക്തിയാണ് അന്വേഷിച്ചതെങ്കിൽ ഉത്തരാധുനിക റിയലിസം സാംസ്കാരിക യുക്തിയാണ് അന്വേഷിക്കുന്നത്. പുതിയ റിയലിസത്തെ തിരിച്ചറിയാൻ സാംസ്കാരിക വിശകലനങ്ങളിലൂടെ മാത്രമേ കഴിയൂ. അതുകൊണ്ടുതന്നെ റിയലിസത്തിന്റെ സാംസ്കാരിക യുക്തിയാണ് ഇന്ന് അന്വേഷിക്കേണ്ടത്. സാഹിത്യപഠനം അങ്ങനെ സാംസ്കാരിക പഠനമായി മാറുന്നു.

എന്നാൽ ഇന്നത്തെ ഉത്തരാധുനിക സംസ്കാരം അതിനുമുമ്പുള്ള സംസ്കാരത്തിൽ നിന്ന് വ്യത്യാസപ്പെട്ടിരിക്കുന്നതായി ജെയിംസൺ പറയുന്നു. പണ്ട് ഉന്നത സംസ്കാരം-നിമ്നസംസ്കാരം എന്ന വേർതിരിവ് പ്രബലമായിരുന്നു. എന്നാൽ ഉത്തമം അധമം എന്ന വേർതിരിവിനപ്പുറം

സംസ്കാരത്തിന് പല കൊടുക്കൽ വാങ്ങൽ നൽകാൻ കഴിയുമെന്ന് ജെയിംസൺ പറയുന്നു. ചുരുക്കത്തിൽ, സംസ്കാരം ഉത്തമ/അധമ വേർതിരിവിനെ തള്ളിക്കളഞ്ഞുകൊണ്ടാണ് ഇന്ന് അതിന്റെ സ്ഥാനമുറപ്പിക്കുന്നത്. മറ്റൊരർത്ഥത്തിൽ സാഹിത്യത്തിന്റെ സംസ്കാരം അന്വേഷിക്കുമ്പോൾ പുതിയ പഠിതാവ് ഉത്തമ/അധമ വേർതിരിവുകളെയല്ല അന്വേഷിക്കുന്നത്. മറിച്ച്, അവയുടെ സാംസ്കാരിക രാഷ്ട്രീയമാണ് അന്വേഷിക്കുന്നത്.

“ആഴമില്ലായ്മ”യാണ് ഉത്തരാധുനികതയുടെ മറ്റൊരു പ്രത്യേകതയായി ജെയിംസൺ ചൂണ്ടിക്കാട്ടുന്നത്. ആധുനികസാഹിത്യം ഗഹനതയുടേതായിരുന്നു. ഗഹനമായ ചിന്ത, ഗഹനമായ ആശയം, ഗഹനമായ അപഗ്രഥനം എന്നിങ്ങനെ എല്ലാം ഗഹനതയിൽ കാണാനായിരുന്നു ആധുനികതാവാദികൾ ശ്രദ്ധിച്ചത്. ആധുനികതയുടെ വിപരീത പ്രസ്ഥാനമായ ഉത്തരാധുനികത അതുകൊണ്ടുതന്നെ ‘ആഴമില്ലായ്മ’യുടെ പ്രസ്ഥാനമായേ മതിയാവൂ എന്ന് ജെയിംസൺ പറയുന്നു. ഇവിടെ ഉത്തരാധുനികതയെ ആധുനികതയുടെ വിപരീതപ്രസ്ഥാനമായാണ് ജെയിംസൺ വീക്ഷിക്കുന്നതെന്ന് പ്രത്യേകം ശ്രദ്ധിക്കുക. അതു തന്നെയായിരുന്നു ഉത്തരാധുനികതയോടുള്ള ജെയിംസണിന്റെ സമീപനവും.

സിക്കിസോഫ്രേനിയയാണ് ഉത്തരാധുനികതയുടെ മറ്റൊരു മുഖമായി ജെയിംസൺ വിലയിരുത്തുന്നത്.

മനോരോഗ- ക്ലിനിക്കൽ വിശദീകരണമല്ല സ്കിസോഫ്രേനിയയെക്കുറിച്ച് ജെയിംസൺ നല്കുന്നത്. ദേശാന്തര ചിന്ത നശിച്ച കപട ദേശീയബോധവും എക്സെൻട്രിസിറ്റിയും ഏകാന്തതയും ഈ സിക്സോഫ്രേനിയയുടെ സവിശേഷതയാണ്. “എല്ലാവരും എന്നെയാണ് ശ്രദ്ധിക്കുന്നത്” എന്ന തോന്നലാണ് മനോരോഗത്തിൽ സിക്സോഫ്രേനിയ എന്നാൽ. എല്ലാം എന്നിൽ കേന്ദ്രീകരിക്കുകയാണ് സ്കിസോഫ്രേനിയ രോഗികൾ ചെയ്യുന്നത്. എല്ലാ അറിവും എന്നെ കേന്ദ്രീകരിച്ചാണ് വികസിക്കുന്നതെന്ന സ്കിസോഫ്രേനിയ രോഗികൾ ചിന്തിക്കുന്നു. ഫ്രെഡ്റിക് ജെയിംസണെ സംബന്ധിച്ച് സാംസ്കാരിക സ്കേസോഫ്രേനിയയാണ് ഇന്ന് നടക്കുന്നത്. വ്യക്തിക്കുവേണ്ടി സംസ്കാരത്തെ ചുരുക്കി സംസ്കാരമെന്നാൽ വ്യക്തിയായി മാറുന്ന അവസ്ഥയാണ് ഇന്ന് സംജാതമായിരിക്കുന്നത്. വ്യക്തിയുടെ ആനന്ദത്തിനുവേണ്ടി സംസ്കാരത്തെ അവനുവേണ്ടി പാകപ്പെടുത്തിക്കൊടുക്കാൻ ഇന്നത്തെ മുതലാളിത്തം ശ്രദ്ധിക്കുന്നു. സംസ്കാരത്തിന്റെ ഈ ‘ഞാൻ’ കേന്ദ്രീകൃത അവസ്ഥയാണ് സ്കിസോഫ്രേനിയ കൊണ്ട് ഫ്രെഡ്റിക് ജെയിംസൺ അർത്ഥമാക്കുന്നത്.

എന്നാൽ ആധുനികതാവാദം ഉദ്ഘാടനം ചെയ്ത ‘ബൂർഷ്വാ ഈഗോ’ അല്ല ഈ ‘ഈഗോ’. വ്യക്തിവാദത്തിന്റെ അരാജകവാദിയായിരുന്നു ആധുനികതാവാദം. എന്നാൽ ഇന്നത്തെ ‘സ്കിസോഫ്രേനിയ ഈഗോ’ ‘സാംസ്കാരിക ഈഗോ’ യാണ്. അത് ‘ബൂർഷ്വാ ഈഗോ’ യിൽനിന്ന് തീർത്തും കടകവിരുദ്ധമാണ്.

ഭരതവാക്യം

ഘടനാവാദാനന്തര പരിസരത്തിൽ ഉയർന്നുവന്ന മാർക്സിയൻ ആയിരുന്നു ഫ്രെഡ്റിക് ജെയിംസൺ. അദ്ദേഹം മാർക്സിസത്തെ പുനർ വായിക്കുകയും തന്റെ സംഭാവനകൾ അടയാളപ്പെടുത്തുകയും ചെയ്തു. 20–ാം നൂറ്റാണ്ടിന്റെ ഉത്തരാർദ്ധത്തിൽ പ്രബലമായ ഹെഗലിയൻ മാർക്സിസത്തിന്റെ വക്താവായ അദ്ദേഹം ഹെഗലിൽനിന്ന് മാർക്സിനെ വായിക്കുന്ന സമീപനം സ്വീകരിച്ചു. 21–ാം നൂറ്റാണ്ടിന്റെ മാർക്സിസവും ഇതിന്റെ തുടർച്ചയാണ്. ഇതിനെ ആന്റി മാർക്സിസമായി കാണേണ്ടതില്ല. മുതലാളിത്തം വളർന്ന പുതിയ പരിസരമാണ് 20–ാം നൂറ്റാണ്ടിന്റെ ഉത്തരാർദ്ധവും 21–ാം നൂറ്റാണ്ടും. ആ പരിസരത്തെ വിശകലനം ചെയ്യാൻ പുതിയ രീതിശാസ്ത്രം കണ്ടെത്തിയേ മതിയാവൂ. ആ പുതിയ രീതിശാസ്ത്രമാണ് ഹെഗലിയൻ മാർക്സിസം . അതിനെ അനിവാര്യതയായി കാണുന്നതിനുപകരം പിൻതിരിപ്പൻ സമീപനമാണെന്നുപറയുന്നത് തീർത്തും പ്രതിലോമകരമാണ്.

കടപ്പാട്

ഫ്രെഡ്റിക് ജെയിംസൺ എന്ന ഈ ലേഖനത്തിന് ആഡം റോബർട്ട്സിന്റെ *ഫ്രെഡ്റിക് ജെയിംസൺ* എന്ന പുസ്തകത്തിനോട് അതിയായ കടപ്പാടുണ്ട്. ഈ ഘട്ടത്തിൽ ആ പുസ്തകത്തോടുള്ള എന്റെ കടപ്പാട് പ്രകടിപ്പിക്കേണ്ടത് അനിവാര്യതയാണ്..

സാംസ്കാരിക വായനകൾ

11

ഭരണനിർമ്മിതിയായി മാറുന്ന ഇടവേളകൾ

സ്വാതന്ത്ര്യം ആഘോഷിക്കപ്പെടാനുള്ളതാണ്. എല്ലാ കെട്ടുപാടുകളിൽനിന്നുമുള്ള രക്ഷയത്രേ സ്വാതന്ത്ര്യം. എന്നാൽ സ്വാതന്ത്ര്യം ഒരു പേടിയായി മാറുന്നത് സ്വാതന്ത്ര്യം എന്ന ആശയം മുന്നോട്ടു വയ്ക്കുന്ന വൈരുദ്ധ്യമാണ്. മണ്ണാനും പുലയനും കിട്ടുന്ന ഒരു ദിവസത്തെ സ്വാതന്ത്ര്യം മറ്റൊരു വർഗ്ഗത്തിന് പേടിയായി മാറുന്നത് ഇതുകൊണ്ടാണ്.

മിഖായേൽ ബാക്തീൻ മുന്നോട്ടുവയ്ക്കുന്ന 'കാർണിവൽ' എന്ന ആശയം സ്വാതന്ത്ര്യത്തിന്റെ ചിഹ്നമാണ്. പക്ഷേ, ആ ആഘോഷം ഇടവേളയുടെ സൃഷ്ടിയാണ്. അതുകൊണ്ട് ആ സ്വാതന്ത്ര്യത്തിന് പൂർണ്ണമായ നിലനില്പില്ല. പൂർണ്ണ നിലനില്പില്ലാത്ത സ്വാതന്ത്ര്യം അസ്വാതന്ത്ര്യമാണ്. പുലപ്പേടിയും, മണ്ണാപ്പേടിയും ഇടവേളകളുടെ സ്വാതന്ത്ര്യമായതിനാൽ അതിന് പൂർണ്ണ സ്വാതന്ത്ര്യത്തെ പ്രതിനിധീകരിക്കാൻ കഴിയില്ല. ഫ്യൂഡലിസ്റ്റ് ഭരണകൂടമാണ് ഈ രണ്ട് പേടികളെയും ഇടവേളയാക്കിയത്. നൂറ്റാണ്ടുകൾ പലതുകഴിഞ്ഞപ്പോൾ ഫ്യൂഡലിസം മുതലാളിത്തമായി മാറുകയും ആ മുതലാളിത്തം പില്ക്കാല മുതലാളിത്തത്തിന് വഴിമാറിക്കൊടുക്കുകയും ചെയ്തു. ഈ പുത്തൻ മുതലാളിത്തം സൃഷ്ടിച്ച ഇടവേളകളിലൊന്നിന്റെ പ്രതീകമാണ് അമ്യൂസ്മെന്റ് പാർക്ക് എന്ന വിനോദകേന്ദ്രം. ഈ ഇടവേളകളെ പ്രത്യയശാസ്ത്രമാക്കി മാറ്റിയെടുത്തുകൊണ്ടാണ് ഫ്യൂഡലിസവും ഇന്നിന്റെ മുതലാളിത്തവും അതിന്റെ സ്ഥാനം അരക്കിട്ടുറപ്പിച്ചത്.

ഇടവേളകളിൽ ലഭിക്കുന്ന സ്വാതന്ത്ര്യത്തിലൂടെ പൊതുജനത്തെ "താൻ പൂർണ്ണസ്വതന്ത്രനായിക്കഴിഞ്ഞു" എന്ന് വിശ്വസിപ്പിക്കേണ്ടത് ഭരണകൂടത്തിന്റെ ആവശ്യകതയാണെന്ന ഗ്രാംഷിയൻ നിരീക്ഷണം ഇവിടെ പ്രസക്തമാണ്. ഇടവേളകൾ സൃഷ്ടിക്കുന്നതിലൂടെ മാത്രമേ ഒരു ഭര

ണകൂടത്തിന് നിലനില്ക്കാൻ കഴിയൂ. ഇങ്ങനെ ഇടവേളകൾ സൃഷ്ടിക്കാതിരുന്നാൽ താൻ അസ്വതന്ത്രനാണെന്ന ബോധം പൊതുജനങ്ങളിൽ പ്രത്യക്ഷമായി അനുഭവപ്പെടുകയും അവർ ഭരണകൂടത്തിനെതിരെ തിരിയുകയും ചെയ്യും. അതുകൊണ്ട് അങ്ങനെയൊരു പ്രതിസന്ധി വരാതിരിക്കാൻ ഭരണകൂടം മുൻകൂട്ടി തയ്യാറെടുക്കുന്നു. ഫ്യൂഡലിസ്റ്റ് കാലഘട്ടത്തോളം വ്യാപ്തിയുണ്ട് ഭരണകൂടത്തിന്റെ ഈ ഇടവേള രാഷ്ട്രീയത്തിന്. ബ്രാഹ്മണ്യം ഒരു കാലഘട്ടത്തിൽ അടിച്ചമർത്തപ്പെട്ടവന് കപട സ്വാതന്ത്ര്യം നല്കിക്കൊണ്ട് അവന്റെ മുഴുവൻ സ്വാതന്ത്ര്യത്തെയും ഹനിച്ചതെങ്ങനെ എന്ന് ചിന്തിക്കുന്നിടത്താണ് മണ്ണാപ്പേടിയുടെയും പുലപ്പേടിയുടെയും ഉത്ഭവം. അതുകൊണ്ടുതന്നെ കേരളത്തിലെ ഫ്യൂഡലിസ്റ്റ് സമൂഹം പൊതുജനത്തെ നിയന്ത്രിച്ചതെങ്ങനെ എന്നതിന് തെളിവ് കൂടിയാണത്. ഇവിടെ ഭരണകൂടം പുലയനും മണ്ണാനും "താൻ അളവിൽ കഴിഞ്ഞ് ആഘോഷിക്കുക" എന്ന് ചിന്തിക്കാൻ തക്കവണ്ണം സ്വാതന്ത്ര്യം നല്കുന്നു. അതേസമയം അളവിൽ കൂടുതലുള്ള സ്വാതന്ത്ര്യം കുറ്റമാണെന്ന തോന്നലുളവാക്കുകയും ചെയ്യുന്നു. അടിയാളനെ സംബന്ധിച്ചിടത്തോളം ഭരണകൂടം ഏല്പിച്ച ബോധമനസ്സിൽ സ്വാതന്ത്ര്യത്തെപ്പറ്റി ഒരു സങ്കല്പമുണ്ട്. ഒറ്റ രാത്രികൊണ്ട് ബ്രാഹ്മണന്റെ ഭരണകൂടം മാറുകയും അവിടെ അടിയാളന്റെ ഭരണകൂടം ഉദയം കൊള്ളുകയും ചെയ്യുന്നു. അങ്ങനെ ഒറ്റദിവസത്തെ ആയുസ്സുമാത്രമുള്ള അടിയാളന്റെ ഭരണകൂടത്തിന് ബ്രാഹ്മണന്റെ ഭരണകൂടം മാതൃകയായിത്തീരുന്നു. ആ ഭരണകൂടത്തിന്റെ പ്രത്യയശാസ്ത്രമാകട്ടെ വിദ്യാഭ്യാസമില്ലാത്ത അടിയാളന് അപ്രാപ്യമാണുതാനും. അതുകൊണ്ട് അടിയാളന് ലഭിക്കുന്ന ഒരു ദിവസത്തെ സ്വാതന്ത്ര്യം ഒരു ഭരണകൂടമാക്കി ഉയർത്താൻ കഴിയാതെ പോകുന്നു. ഭരണകൂടമില്ലാത്ത സ്വാതന്ത്ര്യം അവന് കുറ്റബോധമായി തോന്നുന്നു. ഭരണകൂടമില്ലെങ്കിൽ ഒരാൾക്ക് സ്വാതന്ത്ര്യം പൂർണ്ണമായും ആസ്വദിക്കാൻ കഴിയില്ലെന്ന ബോധം പൊതുജനങ്ങളിൽ സൃഷ്ടിക്കുന്നിടത്താണ് ഫ്യൂഡലിസ്റ്റ് – മുതലാളിത്ത ഭരണകൂടത്തിന്റെ വിജയം.

ബ്രാഹ്മണർ ചാതുർവർണ്ണ്യം കൊണ്ടുവന്നതോടെ ത്രൈവർണ്ണികർക്കും അതിനുപുറത്തുള്ള സാമാന്യജനങ്ങൾക്കും സംസ്കാരത്തിൽ തൊഴിലിന്റെ അടിസ്ഥാനത്തിൽ സ്ഥാനം നല്കി. ഓരോ വർഗ്ഗത്തിനും അനുവദിച്ചിട്ടുള്ള സ്വാതന്ത്ര്യത്തിനനുസരിച്ചേ അവരവർ നീങ്ങാവൂ എന്ന വ്യവസ്ഥ വന്നു. എന്നാൽ മണ്ണാപ്പേടി, പുലപ്പേടി എന്നീ സമ്പ്രദായത്തിലൂടെ ഈ സ്വാതന്ത്ര്യം തകിടം മറിക്കപ്പെടുകയാണുണ്ടായത്. ഒരു ദിവസത്തേക്ക് ബ്രാഹ്മണ ഫ്യൂഡൽ ഭരണകൂടം അടിയാളനെ ത്രൈവർണ്ണികരുടെ നിലയിലേക്ക് ഉയർത്തുകയും അതിലൂടെ അടിയാളന്റെ സ്വാതന്ത്ര്യം എന്ന അസ്തിത്വത്തെ മണിക്കൂറുകൾകൊണ്ട് തകർക്കുകയും ചെയ്തു. തന്റെ സ്വാതന്ത്ര്യ സങ്കല്പത്തിനപ്പുറം കടക്കുന്നത് ആപത്താണെന്ന കുറ്റബോധവും ഇടവേള നല്കിയ പുത്തൻ സ്വാതന്ത്ര്യത്തിന്റെ മധുരം നുകരുക എന്ന ആവേശവും വിരുദ്ധദ്വന്ദ്വങ്ങളിലായി അവ

നിൽ പ്രത്യക്ഷപ്പെടുകയുംചെയ്തു.

ഒരു വ്യക്തിയെ ഒരു സംസ്കാരത്തിൽനിന്ന് ഒരുദിവസം ആരംഭിക്കുകയും അവസാനിക്കുകയും ചെയ്യുന്ന മറ്റൊരു സംസ്കാരത്തിലേക്ക് പെട്ടെന്ന് പറിച്ച് നടുമ്പോൾ അയാളിൽ ശൂന്യതയായിരിക്കും അനുഭവപ്പെടുക. ഇടവേളയുടെ ഈ സ്വാതന്ത്ര്യം യഥാർത്ഥത്തിൽ ഒരു അസ്വാതന്ത്ര്യമാണെന്ന് അടിയാളൻ തിരിച്ചറിയുന്നില്ല. ഇവിടെ ആത്യന്തികമായി ജയിക്കുന്നത് ഫ്യൂഡലിസ്റ്റ് ഭരണകൂടമാണ്. ഇടവേളകളിൽ അവർ കാട്ടുന്ന പ്രതിഷേധങ്ങളെ അവരറിയാതെ ചെറുക്കാനുള്ള മുൻകരുതലുകൾ ഭരണകൂടം നേരത്തേതന്നെ എടുത്തിട്ടുണ്ടായിരിക്കും. അതുകൊണ്ട് അവരുടെ പ്രതിഷേധങ്ങൾ ഭരണകൂടത്തിന് തലവേദനയായി മാറുന്നില്ല.

ഫ്യൂഡലിസത്തിലേക്ക് തിരിച്ചുപോകാൻ ആഗ്രിഹിക്കുന്ന ബി ജെ പി പോലുള്ള മതതീവ്രവാദികൾ മൺമറഞ്ഞുപോയ സംസ്കാരങ്ങളുടെ പിടിയിലാണ്. ഭാരതത്തിന്റെ സംസ്കാരം ഋഷിസംസ്കാരമാണെന്ന സമൂഹത്തിലെ ഒരു വിഭാഗം ജനങ്ങളെ വിശ്വസിപ്പിച്ചുകൊണ്ടാണ് അവർ തങ്ങളുടെ പ്രത്യയശാസ്ത്രത്തെ ഉറപ്പിച്ചത്. രാഷ്ട്രീയത്തെ മതവുമായി കൂട്ടിയിണക്കി അവർ തങ്ങളുടെ ഭരണകൂടത്തിന് ഒരു ദൈവിക പരിവേഷം നല്കുകയുണ്ടായി. അങ്ങനെ സ്വാഭാവികമായി പരിവർത്തനം നേടേണ്ട ഇന്ത്യൻ സംസ്കാരത്തെ അവർ കുറച്ചുകാലത്തേക്കെങ്കിലും തടഞ്ഞുനിർത്തി. ത്രിശൂല വിതരണത്തിന് പിന്നിലുള്ള രാഷ്ട്രീയം ഇതിന്റെ അനുപൂരകമാണ്. 'ത്രിശൂല'മെന്നത് ഹിന്ദു വർഗ്ഗീയവാദം മുന്നോട്ടുവയ്ക്കുന്ന അധികാരത്തിന്റെ പ്രത്യയശാസ്ത്ര ചിഹനമാണ്. ഭരണകൂടം 'ആയുധം' വർഗ്ഗീയവാദികളുടെ കൈകളിൽ ഏല്പിക്കുന്നതോടെ തന്നെ നയിക്കുന്ന ഭരണകൂടം താൻ തന്നെയാണെന്ന ബോധം അനുയായികളിൽ പരത്തുന്നു. ഭരണകൂടത്തിൽ ജനങ്ങൾക്ക് ഇടപെടാനുള്ള സൗകര്യത്തെ ഹനിച്ച് മതത്തിലേക്ക് അവരുടെ ശ്രദ്ധ മാറ്റുകയാണ് ഇതിലൂടെ അവർ ചെയ്യുന്നത്. അല്പസ്വാതന്ത്ര്യം നല്കിക്കൊണ്ട് അവരുടെ മുഴുവൻ രാഷ്ട്രീയ സ്വാതന്ത്ര്യത്തെയും ഹനിക്കുകയെന്ന ഇടവേള രാഷ്ട്രീയത്തിന്റെ മുഖം തന്നെയാണ് ഈ മത മൗലിത തീവ്രവാദി ഭരണകൂടവും പുലർത്തിപ്പോരുന്നത്. ഈ വ്യവസ്ഥിതിയെ 'നവഫ്യൂഡലിസ്റ്റ് വ്യവസ്ഥിതി' എന്നുവിളിക്കാം. കേരളത്തിലെ മുതലാളിത്തഭരണകൂടം ഈ നവഫ്യൂഡലിസ്റ്റ് വ്യവസ്ഥിതിയോട് ഉദാരമനോഭാവമാണ് പുലർത്തിപ്പോന്നത്. ത്രിശൂലവിതരണത്തോടുള്ള ആന്റണിയുടെ നിലപാട് ഇതിന് ഉദാഹരണമാണ്.

ഇന്നത്തെ മുതലാളിത്തം ഇടവേളയെ വിനോദവുമായി ബന്ധപ്പെടുത്തി അതിന് ഒരു പുതിയ മുഖം നല്കി. കേരളത്തിന് അടുത്തകാലത്തായി മാത്രം പരിചിതമായ അമ്യൂസ്മെന്റ് പാർക്കിനെ ഇതുമായി ബന്ധിപ്പിക്കുന്നതിൽ അപാകതയില്ല. ഇറുകിപ്പിടിച്ച വേഷമിട്ട് വെള്ളത്തിൽ തിമിർത്തുല്ലസിക്കുന്ന പുതിയ തലമുറ എതിർലിംഗത്തിന്റെ

മുന്നിൽ അർധനഗ്നരാവാൻ ആഗ്രഹിക്കുന്ന ഓരോ പുരുഷന്റെയും സ്ത്രീയുടെയും ആനന്ദ–സ്വാതന്ത്ര്യ–പൂർത്തീകരണമാണ്. മണ്ണാപ്പേടിക്കും പുലപ്പേടിക്കും പൂർണ്ണനഗ്നത സ്വപ്നതുല്യമായ ഒരു ആഗ്രഹമായിരുന്നുവെങ്കിൽ പുതിയ മുതലാളിത്തം അർദ്ധനഗ്നതയിലൂടെ ആ സ്വപ്നത്തെ സാക്ഷാല്ക്കരിക്കുകയാണ് ചെയ്യുന്നത്. ഇവിടെ അവർ തങ്ങളുടെ ആനന്ദ–സ്വാതന്ത്ര്യത്തിന്റെ പൂർണ്ണകർത്താവ് താനാണെന്ന് വിശ്വസിക്കുന്നു. പൊതുജനങ്ങളുടെ ഈ തെറ്റായ വിശ്വാസമാണ് ഭരണകൂടത്തിനാവശ്യം. ഫ്യൂഡലിസ്റ്റ് മുതലാളിത്തവ്യവസ്ഥ സൃഷ്ടിച്ച ഈ ഇടവേളകൾ താൻ ഇത്രയും കാലം ജീവിച്ചിരുന്ന ജീവിതചര്യ (സംസ്കാരം) ക്കെതിരാണെന്ന തോന്നലുളവാക്കുന്നു. ഫ്രോയ്ഡ് മുന്നോട്ടുവച്ച 'സംസ്കൃതമനസ്സ്' (Super Ego) എന്ന സങ്കല്പം ഇതിനുദാഹരണമാണ്. ലൈംഗികതയുമായി ബന്ധപ്പെടുത്തിയാണ് അദ്ദേഹം ഈ സിദ്ധാന്തം അവതരിപ്പിച്ചതെങ്കിലും അതിന് സാംസ്കാരികമായ ഒരു അടിത്തറയുണ്ട്. ഓരോ ഭരണകൂടവും അവരവർക്ക് ചേർന്ന നിലയിൽ സംസ്കാരത്തിന്റേതായ ഒരു സംസ്കൃത മനസ്സ് സൃഷ്ടിക്കുന്നു. 'അളവിൽ കവിഞ്ഞ ആനന്ദം' അപകടമാണെന്ന് സംസ്കാരത്തിന്റെ സംസ്കൃത മനസ്സിലൂടെ ഭരണകൂടങ്ങൾ പൊതുജനങ്ങളിൽ ഭീതി സൃഷ്ടിക്കുന്നു. "അധികം ചിരിക്കണ്ട.....കരയും" –എന്ന് കാരണവർ കൊച്ചുമോനോട് പറയുമ്പോൾ അത് സംസ്കൃതമനസ്സിന് സംസ്കാരത്തിന് മേലുള്ള ആധിപത്യത്തെയാണ് കാണിക്കുന്നത്. അങ്ങനെ ഇടവേളകളിൽ താൻ അളവിൽക്കവിഞ്ഞ് ആഘോഷിച്ചു എന്ന് പൊതുജനങ്ങളിൽ ഭരണകൂടം ബോധം സൃഷ്ടിക്കുകയും തങ്ങളുടെ സംസ്കാരത്തിന്റെ നിലനില്പിന് കൂടുതൽ ചിട്ടകൾ ആവശ്യമാണെന്ന തെറ്റായ ധാരണയിൽ അവരെ കൊണ്ടുചെന്നെത്തിക്കുകയും ചെയ്യുന്നു. പൊതുജനങ്ങളുടെ ഈ സ്വാതന്ത്ര്യ ചിട്ടയാണ് നവഫ്യൂഡലിസ്റ്റ്–മുതലാളിത്ത വ്യവസ്ഥയെ നിലനിർത്തിക്കൊണ്ടുപോകുന്നത്. അങ്ങനെ ഇടവേളകൾ നിരന്തരമായി ഭരണകൂടത്തിന്റെ നിയന്ത്രണയന്ത്രമായി മാറുന്നു.

12

ഫെമിനിസത്തിന്റെ വർഗ്ഗ–ലിംഗ സമരവും കുടുംബശ്രീയും

എന്റെ മുന്നിലുള്ളത് ജമാൽ കൊച്ചങ്ങാടി പരിഭാഷപ്പെടുത്തിയ *ക്ലാസിക്ക് അഭിമുഖങ്ങൾ* ഒലീവ് പബ്ലിക്കേഷന്റെ പുസ്തകമാണ്. ഇതിൽ ജോൺ ഗെറാസിക്ക് സിമോൺ ദി ബുവർ നല്കുന്ന അഭിമുഖം കാണാം. അതിൽ ഇങ്ങനെ കാണുന്നു "അതുകൊണ്ടുതന്നെ ഫെമിനിസ്റ്റുകൾ യഥാർത്ഥ ഇടതുപക്ഷക്കാരാണ്. പരമ്പരാഗതമായി നാം രാഷ്ട്രീയ ഇടതുപക്ഷമെന്നു വിളിക്കുന്നവരേക്കാൾ ഇടതുപക്ഷമാണവർ." (പേജ് 316) വലതുപക്ഷത്തിൽ നിന്നുകൊണ്ട് ലിംഗസമരം സാദ്ധ്യമാവില്ലെന്നും ഇടതുപക്ഷത്തോടു ചേർന്നാൽ മാത്രമേ ലിംഗസമരം വിജയംവരിക്കുകയുള്ളൂ എന്ന് അവർ വിലയിരുത്തുന്നു.

വലതുപക്ഷത്തിന്റെ ലിംഗസമരം എന്തുകൊണ്ട് നിരർത്ഥകമാണെന്ന് സിമോൺ ദി ബുവർ ഈ അഭിമുഖത്തിൽ വിശദീകരിക്കുന്നുണ്ട്. അതിങ്ങനെയാണ്:

> വലതുപക്ഷ വനിതകൾ വിപ്ലവം കാംക്ഷിക്കുന്നില്ല. അവർ പുരുഷന്മാർക്കുവേണ്ടി അർപ്പിക്കപ്പെട്ട ഭാര്യമാരും അമ്മമാരുമാണ്. ഇനിയവർ സമരക്കാരായിരുന്നാൽ തന്നെ, സിംഹഭാഗവും കൈക്കലാക്കാൻ ആഗ്രഹിക്കുന്നവരാണ്. കൂടുതൽ സമ്പാദിക്കുക, പാർലമെന്റിലേക്ക് കൂടുതൽ സ്ത്രീകളെ തിരഞ്ഞെടുക്കുക, ഒരു വനിത പ്രസിഡന്റായിക്കാണുക, ഇതൊക്കെ മതി അവർക്ക്. അടിസ്ഥാനപരമായി അസമത്വത്തിൽ വിശ്വസിക്കുന്നവരാണ് അവർ– മുകളിലെത്തണമെന്ന ആഗ്രഹമുണ്ടെന്നുമാത്രം. ഈ ആവശ്യങ്ങൾ നിറവേറ്റുന്നിടത്തോളം അവർ വ്യവസ്ഥിതിയോട് ഇണങ്ങിച്ചേരുന്നു. തീർച്ചയായും കാപ്പിറ്റലിസം സ്ത്രീകളെ സൈന്യത്തിലും പൊലീസിലും ചേരാൻ അനുവദിക്കും. കൂടുതൽ വനിതകളെ

ഗവൺമെന്റിൽ ഉൾപ്പെടുത്തുന്നതിനുള്ള ബുദ്ധിയും അതിനുണ്ട്. കപട സോഷ്യലിസം ഒരു സ്ത്രീയെ പാർട്ടിയുടെ ജനറൽ സെക്രട്ടറിയാക്കാൻ അനുവദിച്ചേക്കും. അവയെല്ലാം സാമൂഹ്യ സുരക്ഷിതത്വവും പെയ്ഡ് വെക്കേഷനും പോലുള്ള പരിഷ്കാരങ്ങൾ മാത്രം. (പേജ് 315)

എന്നാൽ ഇടതുപക്ഷത്തിന്റെ പുരുഷമേധാവിത്തം അവിടെത്തന്നെ തുടരുന്നതിനാൽ ഇടതുപക്ഷത്തിനെതിരെ തിരിയേണ്ടതായുണ്ടെന്ന് അവർ പറയുന്നു.

പലവിധത്തിലും വർഗ്ഗസമരത്തുനിന്ന് ലിംഗസമരത്തെ വളർത്തിക്കൊണ്ടുവരാൻ കഴിയും. കഴിഞ്ഞിട്ടുമുണ്ട്. കഴിഞ്ഞ കുറേ വർഷങ്ങളായി ഫ്രാൻസിലെ വ്യവസായശാലകൾ ആകെ പണിമുടക്കിലാണ്; ഇവിടെ ജോലി ചെയ്യുന്നതാവട്ടെ മുഴുവൻ സ്ത്രീകളും. ഓരോ സമരത്തിലും സ്ത്രീകൾ പുതിയ ബോധമുൾക്കൊള്ളുക മാത്രമല്ല സ്വന്തം ശക്തിയിൽ കൂടുതലായി വിശ്വാസമർപ്പിക്കുകയും ചെയ്തു. ലിപ്പിൽ (LIP) പെണ്ണുങ്ങൾ ഫാക്ടറി പിടിച്ചെടുത്തു. പൊലീസിന്റെ ഭീഷണികൾക്ക് വഴങ്ങി തിരിച്ചുകൊടുക്കുവാൻ തയ്യാറായില്ല. ആദ്യഘട്ടത്തിൽ ഭർത്താക്കന്മാർ തങ്ങളുടെ ഭാര്യമാരുടെ വിപ്ലവവീര്യത്തിൽ ഊറ്റം കൊള്ളുകയായിരുന്നു. അവർ ഭക്ഷണം കൊണ്ടുവന്നുകൊടുത്തും മറ്റും സമരരംഗത്തെ പെണ്ണുങ്ങളെ കൂടുതൽ ഉത്തേജിപ്പിച്ചു. എന്നാൽ പുരുഷന് തുല്യമായ വേതനം തങ്ങൾക്കും വേണമെന്നാവശ്യപ്പെട്ടപ്പോൾ പ്രശ്നങ്ങൾ ഉയരുകയായി. ലിപ്പിൽ കുറച്ചു പുരുഷന്മാർ മാത്രമേ ജോലിക്കുണ്ടായിരുന്നുള്ളൂ. പൊലീസ് ആക്രമണത്തിൽനിന്ന് ഫാക്ടറിയെ രക്ഷിക്കാൻ ഷിഫ്റ്റ് സമ്പ്രദായമേർപ്പെടുത്താൻ സമരക്കാർ തീരുമാനിച്ചു. അതായത് നൈറ്റ് ഡ്യൂട്ടി. ഇതോടെ, സമരക്കാരികളുടെ ഭർത്താക്കന്മാർ തളർന്നുപോയി. നിങ്ങൾ പണിമുടക്കുകയോ പിക്കറ്റു ചെയ്യുകയോ എന്തുവേണമെങ്കിലും ചെയ്തോളൂ. പക്ഷേ, പകൽ മാത്രം. രാത്രിയിലില്ല. രാത്രിപ്പണിയോ! ഇല്ലില്ല–സ്വാഭാവികമായും പെണ്ണുങ്ങൾ ഇതിനെ ചെറുത്തു. സമത്വത്തിന് വേണ്ടി സമരം ചെയ്യുന്ന അവരത് കൈവിടാൻ തയ്യാറായില്ല. അങ്ങനെ അവർക്ക് ദ്വിമുഖസമരം വേണ്ടിവന്നു. മുതലാളിമാർക്കും പൊലീസിനും ഗവൺമെന്റിനുമെതിരായ വർഗ്ഗസമരം ഒരുവശത്ത്; സ്വന്തം ഭർത്താക്കന്മാർക്കെതിരായ ലിംഗസമരം മറ്റൊരുവശത്ത്. ലിപ്സമരത്തിനുശേഷം പെണ്ണുങ്ങളാകെ മാറിപ്പോയി. ഇനി ഭർത്താവിനെ മുതലാളിയായി കാണാൻ അനുവദിക്കില്ല. എല്ലാ യജമാനന്മാർക്കുമെതിരാണ് ഞങ്ങൾ എന്നവർ പറയാൻ തുടങ്ങി –(പേജ് : 324,325)

ഇതിൽനിന്ന് 3 കാര്യങ്ങൾ വ്യക്തം.

1. ഫെമിനിസ്റ്റുകൾ യഥാർത്ഥത്തിൽ ഇടതുപക്ഷക്കാരാണ്. പക്ഷേ, പരമ്പരാഗതമായി ഇടതുപക്ഷം എന്നുവിളിക്കുന്നവരേക്കാൾ ഇടതുപക്ഷം.
2. വലതുപക്ഷത്തിൽ നിന്നുകൊണ്ട് ഫെമിനിസത്തിന് പ്രവർത്തിക്കാൻ കഴിയില്ല.
3. വർഗ്ഗസമരത്തോടൊപ്പം ലിംഗസമരം കൊണ്ടുപോകാമെങ്കിലും പുരുഷാധിപത്യം ഇതിന് എതിര് നില്ക്കുന്നു.

ഫെമിനിസത്തിന് ഇടതുപക്ഷത്തോടുള്ള ബന്ധം ആദ്യം അസ്തിത്വപ്രശ്നത്തിലേക്കുള്ള ആദ്യത്തെ ചവിട്ടുപടിയായിരുന്നുവെന്നും അവിടെ അവൾ അസ്തിത്വം നേടിയപ്പോൾ പാർട്ടിക്കുള്ളിലെ പുരുഷാധിപത്യത്തിനെതിരെ തിരിയുകയായിരുന്നുവെന്ന് ചുരുക്കം. ഇടതുപക്ഷത്തോട് നിരന്തരം ഇടപെട്ടുകൊണ്ട് വർഗ്ഗസമരത്തോടൊപ്പം ലിംഗസമരവും സാധിക്കുക എന്നുള്ളതാണ് ഇനിയുള്ള ലക്ഷ്യമെന്നും ബൂവർ പറയുന്നു. കേരളത്തിലെ ബോൾഷെവിക്ക് പാർട്ടിയായ സി പി ഐ (എം) ഈ വാദത്തെ സ്വാഗതം ചെയ്യുന്നു എന്നുള്ളതിന് ഉദാഹരണമാണ് സ്ത്രീകൾക്ക് സ്വതന്ത്രമായ സംഘടന വേണമെന്നുള്ള നിലപാടും അതിലേക്കുള്ള ചുവടുവയ്പ്പും. ജനാധിപത്യ മഹിളാ അസോസിയേഷന്റെ പ്രവർത്തനവും അവരുടെ രാഷ്ട്രീയ ഇടപെടലുകളും സ്ത്രീയെ പാർട്ടിക്കുള്ളിൽ ലിംഗ സമത്വത്തിനുവേണ്ടി പോരാടാൻ അവസരമൊരുക്കിക്കൊടുക്കുന്നു.

സ്ത്രീകളുടെ വ്യത്യസ്ത അവസ്ഥകളെ പ്രത്യേകിച്ച് ലിംഗസമത്വത്തെ ആദ്യമായി അപഗ്രഥിച്ചത് ഫ്രെഡറിക്ക് ഏംഗൽസ് ആണ്. അദ്ദേഹത്തിന്റെ *കുടുംബം, സ്വകാര്യസ്വത്ത്, ഭരണകൂടം എന്നിവയുടെ ഉത്ഭവം* എന്ന പുസ്തകത്തിലാണ് സ്ത്രീകൾക്ക് മാന്യമായ സ്ഥാനം നല്കുന്നത്. അദ്ദേഹം ഇങ്ങനെ എഴുതുന്നു:

> പ്രാചീന കമ്യൂണിസ്റ്റ് സ്വഭാവമുള്ള പൊതുഭവനത്തിൽ സ്ത്രീകൾക്ക് പരമാധികാരം ഉണ്ടായിരുന്നു. സമൂഹത്തിന്റെ ആരംഭത്തിൽ സ്ത്രീ പുരുഷന്റെ അടിമയായിരുന്നുവെന്ന ധാരണ പതിനെട്ടാം നൂറ്റാണ്ടിലെ 'ജ്ഞാനോദയകാലം' പടച്ചുവിട്ട പമ്പര വിഡ്ഢിത്തമാണ്. കാടത്തത്തിലും അപരിഷ്കൃതാവസ്ഥയുടെ താഴ്ന്ന ഘട്ടത്തിലും മദ്ധ്യഘട്ടത്തിലും പൂർണ്ണമായും ഉന്നതഘട്ടത്തിൽ ഭാഗികമായും സ്വാതന്ത്ര്യവും വളരെ ബഹുമാന്യവുമായ സ്ഥാനമാണ് സ്ത്രീക്കുണ്ടായിരുന്നത്.

സെനേക്കാ ഇറോക്വേയ് ഗോത്രങ്ങൾക്കിടയിൽ വളരെക്കാലം കഴിച്ചുകൂട്ടിയ ആർതർ റൈറ്റ് യുഗ്മ കുടുംബത്തിൽ സ്ത്രീകൾക്കുള്ള സ്ഥാനത്തെക്കുറിച്ച് പറയുന്നതിങ്ങനെയാണ്....

> സാധാരണയായി കുടുംബം ഭരിച്ചിരുന്നത് സ്ത്രീജനങ്ങളാണ്.

മറ്റെല്ലായിടത്തുമെന്നപോലെ ഗോത്രങ്ങൾക്കിടയിലും സ്ത്രീകൾ വലിയ ശക്തിയായിരുന്നു. ആവശ്യമെന്നുവന്നാൽ പടനായകന്റെ തൊപ്പി തെറിപ്പിച്ച് അയാളെ വെറും പടയാളിയാക്കി താഴ്ത്താനും അവർ മടിച്ചിരുന്നില്ല.

പ്രാകൃതഘട്ടത്തിൽ പൊതുവെ നിലനിന്നിരുന്ന സ്ത്രീകളുടെ പരമാധികാരത്തിന്റെ ഭൗതികാടിത്തറ കമ്യൂണിസ്റ്റ് സ്വഭാവത്തോടുകൂടിയ പൊതുഭവനമായിരുന്നു. ഇത് കണ്ടെത്തിയത് ബച്ചോഫേനാണ്. അത് അദ്ദേഹത്തിന്റെ മൂന്നാമത്തെ സംഭാവനയായി കണക്കാക്കാം. കാടന്മാരുടെയും അപരിഷ്കൃതന്മാരുടെയും ഇടയിലേക്ക് കടന്നുചെന്ന സഞ്ചാരികളും മതപ്രചാരകന്മാരും നല്കുന്ന വിവരങ്ങൾ ഇതിനെ നിഷേധിക്കുന്നില്ലെന്നുകൂടി ഞാൻ കൂട്ടിച്ചേർത്തുകൊള്ളട്ടെ. അപരിഷ്കൃതർക്കിടയിൽ സ്ത്രീ യഥാർത്ഥ മാനിനിയായിരുന്നു, യജമാനത്തിയായിരുന്നു." (*കുടുംബം, സ്വകാര്യസ്വത്ത്, ഭരണകൂടം എന്നിവയുടെ ഉത്ഭവം*; ഏംഗൽസ്: മലയാളവിവർത്തന സംഗ്രഹം പി എൻ ദാമോദരൻ പിള്ള. 1989).

തായവകാശം തുടച്ചുമാറ്റപ്പെട്ടത്, സ്ത്രീവർഗ്ഗത്തിന് സംഭവിച്ച, ചരിത്രത്തിലെ ഏറ്റവും വലിയ തോല്വിയായിരുന്നു. പുരുഷൻ വീട്ടിനകത്തെ ഭരണവുംകൂടി കൈയടക്കി. പുരുഷന്റെ കാമവെറിക്ക് ഇരയായി, സന്താനഉല്പാദനത്തിനുള്ള വെറും ഉപകരണമായി സ്ത്രീ തരംതാഴ്ത്തപ്പെട്ടു. പുരുഷന്റെ സർവഭൗമത്വം ഈ ഘട്ടത്തിൽ ഉയർന്നുവന്ന പിതാധിപത്യ കുടുംബത്തിൽ തെളിഞ്ഞു കാണാം.(അതേ പുസ്തകം : പേജ് : 34)
പിതാധിപത്യ കുടുംബത്തിന്റെയും അതിലുപരിയായി ഏകഭാര്യാത്വ കുടുംബത്തിന്റെയും ആവിർഭാവത്തോടുകൂടി ഗൃഹഭരണത്തിന് അതിന്റെ സ്വഭാവം നഷ്ടമായി. അത് സമൂഹത്തിന്റെ കാര്യമല്ലെന്ന് വന്നു. സ്ത്രീ സ്വകാര്യ വ്യക്തിയായിത്തീർന്നു. ഭാര്യ സമൂഹത്തിന്റെ ഉല്പാദനപ്രക്രിയയിൽ നിന്ന് പുറന്തള്ളപ്പെട്ട് ഒന്നാമത്തെ വീട്ടുവേലക്കാരിയായി. ആധുനിക വൻകിട വ്യവസായം ഒന്നുമാത്രമാണ് സമൂഹത്തിന്റെ ഉല്പാദനപ്രക്രിയയിലേക്കുള്ള കവാടം അവൾക്ക്. അതും തൊഴിലാളി വർഗ്ഗത്തിൽപ്പെട്ട സ്ത്രീകൾക്കുമാത്രം, വീണ്ടും തുറന്നുകൊടുത്തത്.......സ്ത്രീയുടെ മോചനത്തിനുള്ള പ്രഥമോപാധി സ്ത്രീവർഗ്ഗത്തെ ഒന്നടങ്കം പൊതുസേവന തുറകളിലേക്ക് പുനഃപ്രവേശിപ്പിക്കുകയെന്നതാണെന്നും അത് സാധിക്കണമെങ്കിൽ സമൂഹത്തിന്റെ സാമ്പത്തിക യൂണിറ്റായി വർത്തിക്കുന്ന ഈ ഒറ്റയൊറ്റയായ കുടുംബം ഇല്ലാതായിത്തീരണമെന്നും അപ്പോൾ മനസ്സിലാകും - (അതേ പുസ്തകം : പേജ് 48, 49, 50)

ഇതിൽനിന്നും ഏംഗൽസ് വർഗ്ഗസമരത്തോടൊപ്പം ലിംഗസമരത്തെയും വളർത്തേണ്ടതിന്റെ ആവശ്യകതയും സ്ത്രീ പൊതുമണ്ഡലത്തിൽ ഇടപെടേണ്ടതിന്റെ അനിവാര്യതയെയും പറ്റി ബോധവാനായിരുന്നുവെന്ന് കരുതണം. ഈ ഘട്ടത്തിൽ സ്ത്രീവാദം എന്നാൽ ഇടതുപക്ഷവാദം തന്നെയാണെന്ന് വരുന്നു.

ഇനി ഇന്നത്തെ കേരളത്തിലെ സ്ത്രീവാദികളുടെ നിലപാടുകൾ ഏതുതരത്തിലാവുന്നു എന്ന് പരിശോധിക്കേണ്ടിയിരിക്കുന്നു. അതിനു മുമ്പ് ഒരുകാര്യം പറഞ്ഞുകൊള്ളട്ടെ, ഇനി എഴുതാൻ പോകുന്നത് കേരളത്തിലെ സ്ത്രീവാദ ചരിത്രമല്ല. അത് ഈ ലേഖനത്തിന് പുറത്തുള്ള വിഷയമാണ്. മറിച്ച്, സ്ത്രീവാദവും ഇടതുപക്ഷവും തമ്മിലുള്ള ബന്ധവും അതിലെ വർഗ്ഗസമരവും ലിംഗസമരവും തമ്മിലുള്ള ബന്ധമാണ്.

'കേരളത്തിന്റെ സ്ത്രീ ചരിത്രം' –എന്ന സി എസ് ചന്ദ്രികയുടെ ലേഖന (സമകാലിക മലയാളം വാരിക : കേരളം ഇരുപതാം നൂറ്റാണ്ട്. 2000 ജനുവരി 7)ത്തിൽ സ്ത്രീയുടെ തൊഴിൽ മേഖലയെപ്പറ്റി പരാമർശിക്കുന്ന വരികൾ ശ്രദ്ധിക്കുക;

> സ്വാതന്ത്ര്യത്തിനുശേഷം സ്ത്രീകൾ നേരിട്ടത് കടുത്ത സാമ്പത്തികത്തകർച്ചയേയും ദാരിദ്ര്യത്തെയുമായിരുന്നു. സാമൂഹ്യപുനർനിർമ്മാണത്തിനു പകരം സർക്കാരിന്റെ പരിഗണന സാമ്പത്തിക പുരോഗതിക്കായിരുന്നു. ഈ സാമ്പത്തിക വികസന പരിപാടിയിൽനിന്ന് ദേശീയതലത്തിലും കുടുംബത്തിലും സ്ത്രീകൾ എപ്പോഴും ഒഴിവാക്കപ്പെടുകയും ചെയ്തു. പാടത്തും വീട്ടിലും പണിയെടുക്കുന്ന സ്ത്രീകളുടെ അദ്ധ്വാനത്തിന്റെ മൂല്യം അവഗണിക്കപ്പെടുകയും തൊഴിലിനെ സംബന്ധിച്ച നിർവ്വചനങ്ങൾക്കും മാനദണ്ഡങ്ങൾക്കും അകത്ത് സ്ത്രീയുടെ വിലപ്പെട്ട ഈ അദ്ധ്വാനശക്തിയെ ഭരണകൂടവും പുരുഷാധിപത്യവും മുതലാളിത്തവും ചൂഷണം ചെയ്യുന്നതിനുള്ള ഉപാധിയായി വളർത്തിയെടുക്കുകയും ചെയ്തു.
>
> കാർഷികവേലയിലും കുടുംബവേലയിലുമുള്ള സ്ത്രീകളുടെ തൊഴിൽ അദ്ധ്വാനത്തിന് നേർക്കുള്ള വിമോചനപരമായ നടപടികൾ കുടുംബഘടനയ്ക്കുള്ളിൽ പൊതുവായ ചില സംഘർഷങ്ങളുണ്ടാക്കി. ഭൂമി, ഉല്പാദനോപകരണങ്ങൾ, കാർഷികമേഖലയിലും കുടുംബത്തിനുള്ളിലും കൂടുതൽ മെച്ചപ്പെട്ട ജോലികൾ എന്നിവ പുരുഷന്മാർ സ്വന്തമാക്കുകയും കൈയടക്കി നിയന്ത്രിക്കുകയും ചെയ്തു. സാമ്പത്തിക വികസനങ്ങളിൽനിന്ന് സ്ത്രീകളെ അകറ്റിനിർത്തിക്കൊണ്ട് സാമൂഹ്യവും സാമ്പത്തികവുമായ പുരുഷമേധാവിത്വഘടനയെ കൂടുതൽ ശക്തിപ്പെടുത്തുകയും അങ്ങനെ സ്ത്രീകളുടെമേൽ കൂടുതൽ അധികാരം സ്ഥാപിച്ചെടുക്കുകയും ചെയ്തു......എന്താണ് തൊഴിൽ എന്ന് കൃത്യമായി നിർവ്വചിക്കപ്പെട്ടില്ല. സ്ത്രീകൾ കുടുംബത്തിനുള്ളിൽ ചെയ്യുന്ന

ജോലികൾ അദൃശ്യവല്ക്കരിക്കപ്പെട്ടു. കുടുംബപരിപാലനം, വീട്ടാവശ്യത്തിനായി ഉപഭോഗസാധനങ്ങളെ വാങ്ങിക്കൊണ്ടുവരൽ, ശിശുപരിചരണം, വൃദ്ധപരിചരണം, വസ്ത്രങ്ങൾ വൃത്തിയാക്കൽ, പാചകം തുടങ്ങിയവ ഉല്പാദനക്ഷമമായ തൊഴിലായി പരിഗണിക്കപ്പെട്ടിട്ടില്ല.
ഈ സാഹചര്യത്തിലാണ് വിദ്യാഭ്യാസം നേടിയ സ്ത്രീകൾ കൂടുതൽ മെച്ചപ്പെട്ട തൊഴിലന്വേഷണത്തിന്റെ ഭാഗമായി 'തൊഴിൽ' രംഗത്തേക്ക് വൻതോതിൽ കടന്നുവന്നത്. അമ്പതുകളിലും അറുപതുകളിലുമായിരുന്നു ഈ മുന്നേറ്റമുണ്ടായത്. പൊതുസേവന മേഖലകളിലാണ് സ്ത്രീകൾക്കായി തൊഴിലുകൾ നീക്കിവെച്ചിരുന്നത്. ഗുമസ്തർ, അദ്ധ്യാപകർ, ആശുപത്രി ജീവനക്കാർ, തപാൽ-ടെലികമ്യൂണിക്കേഷൻ എന്നീ തൊഴിലുകളിലായിരുന്നു തുടക്കം. മെഡിക്കൽ-പാരാമെഡിക്കൽ, എൻജിനിയറിങ്, ഇലക്ട്രോണിക്സ്-കമ്പ്യൂട്ടർ മേഖലകളിൽ പിന്നീടാണ് സ്ത്രീകൾക്ക് പ്രവേശനം ലഭിക്കുന്നത്. എന്നാലും വീട്ടുജോലിയുടെ തന്നെ അനുബന്ധമായ വാർപ്പുമാതൃകാതൊഴിലുകളാണ് സ്ത്രീകൾക്കുവേണ്ടി ഭൂരിഭാഗവും നീക്കിവെക്കപ്പെട്ടിരുന്നത്.
സ്ത്രീകൾ ഇത്തരം തൊഴിൽ രംഗത്തേക്ക് വന്നതിനു പിന്നിൽ വിവിധ കാരണങ്ങളുണ്ട്. ആധുനികത, നഗരവല്ക്കരണത്തിന്റെയും സാമൂഹ്യസാമ്പത്തിക ഘടനയുടെയും ഭാഗമായി രൂപപ്പെട്ട മദ്ധ്യവർഗ്ഗത്തിന്റെ സാമ്പത്തികാവശ്യങ്ങൾ സ്ത്രീകളെ തൊഴിൽ രംഗത്തേക്ക് നയിച്ചിട്ടുണ്ട്. കുടംബത്തിലും സമൂഹത്തിലുമുള്ള സ്ത്രീയുടെ പദവി സംബന്ധിച്ച സ്വത്വാന്വേഷണവും ഒരു സുപ്രധാന ഘടകമായിരുന്നു. മുഴുവൻ സമയം 'കുടുംബിനി'യായിരിക്കുന്നതിലെ ബുദ്ധിപരമായ പ്രതിസന്ധി സ്വാശ്രയം നിർണ്ണയിക്കുന്നതിൽ സാമ്പത്തിക വരുമാനത്തിനുള്ള പ്രാധാന്യം എന്നിവയെക്കുറിച്ചുള്ള തിരിച്ചറിവ് തൊഴിൽരംഗത്ത് സ്ത്രീകളുടെ മുന്നേറ്റത്തിനുള്ള കാരണങ്ങളായിട്ടുണ്ട്. (പേജ് : 206, 207)

ചന്ദ്രിക തുടരുന്നു ;

ഗാന്ധിജിയില്ലാത്ത സ്വാതന്ത്ര്യാനന്തര ഇന്ത്യയിലെ കോൺഗ്രസ് പ്രസ്ഥാനം സവർണ്ണ ഹിന്ദു-ബൂർഷ്വാ മൂല്യഘടനയെ പിന്തുണയ്ക്കുന്ന ഭരണാധികാര സ്ഥാപനമായി. നേതാക്കളായ പുരുഷന്മാരുടെ രക്ഷാകർത്തൃത്വത്തിലും നിയന്ത്രണത്തിലും സ്വാതന്ത്ര്യശേഷം സ്ത്രീകൾ കൂട്ടത്തോടെ ഗൃഹങ്ങളിലേക്ക് മടങ്ങിപ്പോവുകയും പുരുഷന്മാർ രാഷ്ട്രീയാധികാരവേദികൾ പൂർണ്ണമായും കൈയടക്കുകയും ചെയ്തു. 1947 നു ശേഷവും കീഴ്ജാതിക്കാരുടെയും സ്ത്രീകളുടെയും ആദിവാസികളുടെയും പൗരാവകാശങ്ങളുടെ മേൽനോട്ടം അക്രമാസക്തമായ ഭരണകൂടത്തിന്റെ മേൽനോട്ടത്തിലായിരുന്നു. നെഹ്റുവിന്റെ വികസന മാതൃകയെ

> 1940 ൽത്തന്നെ അംബേദ്കർ വിമർശിച്ചിട്ടുണ്ട്. സവർണ്ണ ജാതിയുടെയും ഉയർന്ന വർഗ്ഗത്തിന്റെയും പുരുഷാധികാരത്തിന്റെയും കൈയിലാണ് വീണ്ടും ഭരണകൂടത്തിന്റെ അധികാരം മുഴുവനും കേന്ദ്രീകരിക്കപ്പെട്ടത്. ഈ സാഹചര്യത്തിൽ കേരളത്തിൽ മാത്രമല്ല, ഇന്ത്യയിൽത്തന്നെ കോൺഗ്രസ് നാമമാത്രമായി പ്രവർത്തിച്ചുകൊണ്ടിരുന്നു. സ്വാതന്ത്ര്യമൂല്യങ്ങൾ കൈവിടൽ, അഴിമതി, അധികാരമോഹം, സ്വജനപക്ഷപാതം തുടങ്ങി പാർട്ടിക്കുള്ളിലെ ജീർണ്ണതയും ബൂർഷ്വാവർഗ്ഗ താല്പര്യവും മഹിളാകോൺഗ്രസിനെയും ബാധിച്ചു. ഇന്ത്യയിലെന്നപോലെ കേരളത്തിലും മെമ്പർഷിപ്പ് അടിസ്ഥാനത്തിൽ മഹിളാകോൺഗ്രസ് ഏറ്റവും വലിയ സ്ത്രീ സംഘടനകളിൽ ഒന്നാണ്. എന്നാൽ സ്ത്രീ പ്രശ്നങ്ങളെക്കുറിച്ചും, സ്ത്രീ സ്വാതന്ത്ര്യത്തെക്കുറിച്ചും ശക്തമായ നിലപാടുള്ള ക്രിയാത്മകമായ പ്രവർത്തന പരിപാടികൾ ഇല്ലാത്ത സ്ത്രീസംഘടനയായി മഹിളാ കോൺഗ്രസ് മാറി.
> 1937 ൽ കേരളത്തിൽ കമ്യൂണിസ്റ്റ് പാർട്ടി രൂപം കൊണ്ടതിനുശേഷം നടന്ന ഫ്യൂഡൽ–സാമ്രാജ്യത്വ വിരുദ്ധ മുന്നേറ്റത്തിലെ സ്ത്രീകളുടെ വർദ്ധിച്ച പങ്കാളിത്തമായിരുന്നു പാർട്ടിയുടെ വളർച്ചയ്ക്ക് സഹായകമായഘടകം. വർഗ്ഗപരമായ ആത്മാർത്ഥതയും ഉത്തരവാദിത്വവും സമരോത്സുകമായ ജീവിതവും സ്ത്രീകൾ പ്രസ്ഥാനത്തിനു നല്കി. 1957 ൽ ലോകത്തിലാദ്യമായി കേരളത്തിൽ ജനാധിപത്യപരമായ തിരഞ്ഞെടുപ്പിലൂടെ അധികാരത്തിൽ വന്ന കമ്യൂണിസ്റ്റ് പാർട്ടി വർഗ്ഗസമരത്തിൽ ലിംഗസമത്വത്തിന്റെ നിലപാടുകൾ പരിഗണിച്ചില്ല. സാമൂഹ്യഘടനയിലെ യാഥാർത്ഥ്യങ്ങളായ ലിംഗപദവിയും ജാതിയിലും നിലനില്ക്കുന്ന വൈരുദ്ധ്യങ്ങൾ സോഷ്യലിസ്റ്റ് വിപ്ലവത്തിലൂടെ തനിയെ പരിഹരിക്കപ്പെടുമെന്ന യാന്ത്രിക സമീപനം സ്വീകരിച്ചു. പാർട്ടി പൂർണ്ണമായും പുരുഷന്മാരുടെ നേതൃത്വത്തിലും നിയന്ത്രണത്തിലുമായി. പാർട്ടിയുടെ നയങ്ങളും പരിപാടികളും തീരുമാനിക്കുന്ന ഉയർന്ന ഔദ്യോഗിക ഘടകങ്ങളിൽ സ്ത്രീകളുടെ പ്രാതിനിദ്ധ്യമുണ്ടായില്ല (അതേ ലേഖനം ; പേജ് : 207, 208)

എന്നാൽ ലിംഗവർഗ്ഗ സമരത്തിൽ കേരളത്തിന്റെ സ്ഥിതി ചന്ദ്രിക പറഞ്ഞതുപോലെ കമ്യൂണിസ്റ്റ് പാർടി ഉപരിപ്ലവമായ സമീപനം സ്വീകരിക്കുകയായിരുന്നില്ലെന്ന് കാണാം. *ഇ എം എസ് സമ്പൂർണ്ണകൃതികൾ* : സഞ്ചിക : 16 ; 'ജനാധിപത്യത്തിനുവേണ്ടിയുള്ള മഹിളാപ്രസ്ഥാനം' എന്ന ലേഖനം കാണുക.

> സ്ത്രീ ഒരിരട്ട നുകത്തിൻകീഴിൽ നരകിക്കുകയാണ്. തൊഴിലാളി–കർഷക സ്ത്രീകൾ മുതലാളിത്തത്തിന്റെ മർദ്ദനമേല്ക്കുന്നു; അതിനുംപുറമേ, ബൂർഷ്വാ രാജ്യങ്ങളിലേറ്റവും ജനകീയമായ

തിൽപ്പോലും പുരുഷനോട് തുല്യമായ സ്ഥാനമില്ലാത്തതിനാൽ അവർ താഴ്ന്ന നിലയിലാണ്. രണ്ടാമതായി–ഇതാണ് ഏറ്റവും പ്രധാനം–അവർ ഗാർഹികമായ അടിമത്തത്തിലാണ്ടിരിക്കുകകൂടി ചെയ്യുന്നു. ഏറ്റവും ഹീനവും വിഷമമേറിയതും മുഷിപ്പനുമായ അടുക്കളപ്പണിയുടെയും ഒറ്റപ്പെട്ട ഗാർഹിക സമ്പദ് വ്യവസ്ഥയുടെയും മർദ്ദനം അവരെ ഞെക്കുകയാണ്.

ഈ രാജ്യങ്ങളിൽ നിലവിലുള്ള സാമ്പത്തിക–സാമൂഹ്യബന്ധങ്ങളിൽ നിന്നുറവെടുക്കുന്ന യാതനകളിൽനിന്നും സ്ത്രീകളെ രക്ഷിക്കുവാൻ വിവാഹം, വിവാഹമോചനം, സ്വത്തവകാശം തുടങ്ങിയ നിയമങ്ങളെ മാത്രം വിപുലീകരിച്ചാലും സാധിക്കുകയില്ല. കാരണം ഈ ബന്ധങ്ങളുടെ ഫലമായി (എ) തൊഴിലാളികൾക്കിടയിൽ പൊതുവെയും സ്ത്രീകൾക്കിടയിൽ പ്രത്യേകിച്ചും തൊഴിലില്ലായ്മ പടർന്നു പിടിക്കുകയാണ്; (ബി) സ്ത്രീ തൊഴിലാളികൾക്ക് കുറഞ്ഞകൂലി കൊടുക്കുകയെന്ന സമ്പ്രദായം നിലനില്ക്കുന്നു; (സി) അമ്മ, ഭാര്യ, പൗര എന്നീ വിവിധ തുറകളിൽ തങ്ങൾക്ക് പങ്കുവഹിക്കാൻ വേണ്ട വിദ്യാഭ്യാസപരവും ആരോഗ്യപരവുമായ സൗകര്യങ്ങൾ സ്ത്രീകൾക്ക് നിഷേധിക്കപ്പെട്ടിരിക്കുകയാണ്–വൈദ്യസഹായത്തിനുവേണ്ടി ധാരാളം മാതൃ ശുശ്രൂഷാകേന്ദ്രങ്ങൾ, സ്ത്രീത്തൊഴിലാളികൾക്കുപകരിക്കുന്ന ശിശുപരിചരണ കേന്ദ്രസങ്ങൾ, ഇന്നു പുരുഷനുമാത്രം സാദ്ധ്യമാകുന്ന പല തൊഴിലുകളിലും സ്ത്രീകൾക്ക് വൈദഗ്ദ്ധ്യം നല്കുന്ന പരിശീലന കേന്ദ്രങ്ങൾ തുടങ്ങിയ സൗകര്യങ്ങൾ തുടങ്ങേണ്ടത് ആവശ്യകരമാണ്. (പേജ് : 287, 288)

1954 ജൂൺ മാസത്തിൽ കല്ക്കത്തയിൽ വച്ചുനടന്ന ആദ്യത്തെ ദേശീയ വനിതാ സമ്മേളനം സ്ത്രീകളുടെ പ്രശ്നങ്ങൾ ഗൗരവമായി കൈക്കൊണ്ടു. ഇന്ത്യയിലെ സ്ത്രീവിഭാഗത്തിന്റെ ഭൂരിഭാഗം വരുന്ന, തൊഴിലെടുക്കുന്നവരോ തൊഴിലാളികളുടെ അമ്മമാരോ ഭാര്യമാരോ സഹോദരിമാരോ പുത്രിമാരോ ആയ സ്ത്രീകളുടെ ആവശ്യങ്ങളുന്നയിച്ചതോടൊപ്പംതന്നെ സമ്മേളനത്തിന് കാര്യം മനസ്സിലാകാതെ നിർവ്വാഹമില്ലായിരുന്നു. സ്വത്തവകാശംകൊണ്ട് സ്ത്രീ സമത്വത്തിന്റെ പ്രശ്നം അവസാനിക്കുന്നില്ലെന്നതാണത്. സാമ്പത്തികമായി സ്വതന്ത്രമായൊരു ജീവിതം നയിക്കാൻ അവസരം നല്കിയാൽ മാത്രമേ, അവൾക്ക് ജോലിയിലും ജോലിക്കൊത്ത കൂലിയും ലഭിച്ചാൽ മാത്രമേ, കുടുംബത്തിലെ സമ്പാദ്യമില്ലാത്ത പരാശ്രിത വ്യക്തിയായിട്ടല്ലാതെ അവളെ സ്വാശ്രയശക്തിയുള്ള വ്യക്തിയായി കരുതിയാൽ മാത്രമേ, പിന്തുടർച്ചാവകാശനിയമങ്ങൾ എന്തെല്ലാം പുരോഗമനങ്ങൾ വരുത്തിയാലും അതവൾക്ക് അനുഭവിക്കാൻ സാധിക്കുകയുള്ളൂ –(പേജ് : 290, 291)

കേരളത്തിലെ സ്ത്രീമുന്നേറ്റങ്ങളുടെ ചരിത്രം – സി എസ് ചന്ദ്രിക എഴുതിയത് 1998 ലാണ്. നേരത്തേ മലയാള വാരികയിൽ പ്രസിദ്ധീകരിച്ച ലേഖനത്തിന്റെ വർഷം 2000 ജനുവരി 7 ആണ്. ഇതിനെത്രയോ മുൻപാണ് ഇ എം എസ് സ്ത്രീകളുടെ ലിംഗവർഗ്ഗ സമരത്തെക്കുറിച്ച് പരാമർശിച്ചതെന്നറിയുമ്പോൾ കൗതുകം തോന്നും! 1956 ഏപ്രിൽ 16 ന്റെ *നവയുഗ*ത്തിലാണ് ഇ എം എസ് തന്റെ മുകളിൽ കൊടുത്ത ലേഖനം എഴുതിയത്. ഇത് വായിക്കാനുള്ള സാവകാശംപോലും സി എസ് ചന്ദ്രിക കാട്ടിയില്ലെന്നു മാത്രമല്ല, ഇടതുപക്ഷത്തിന്റെ വർഗ്ഗലിംഗസമരം കപടമാണെന്ന് പ്രഖ്യാപിക്കുകയും ചെയ്തു. ഇത് തീർത്തും കണ്ണടച്ച് ഇരുട്ടാക്കുന്ന സമീപനം തന്നെയാണ്. വർഗ്ഗലിംഗസമരത്തിൽ ഇടതുപക്ഷത്തിന്റെ റോൾ ഇപ്പോഴെങ്കിലും അനാവൃതമായെന്നു കരുതട്ടെ.

ഇത്രയും സമയം നാം ചർച്ച ചെയ്തത് സ്ത്രീയുടെ ലിംഗവർഗ്ഗ സമരമാണ്. അതിന്റെ സൈദ്ധാന്തികവശം നാം കണ്ടുകഴിഞ്ഞു. ഇനി അതിന്റെ പ്രായോഗികവശമാണ്. ഇന്ന് ജീവിച്ചിരുന്നവരും മരിച്ചവരുമായ ചില പ്രമുഖ ഫെമിനിസ്റ്റുകളെ സ്ത്രീകൾ തന്നെ തിരിച്ചറിയുന്നുണ്ടോ എന്ന വിഷയത്തിലേക്കാണ് നാം ഇനി പോകുന്നത്. ഇവിടെ ഇതിനായി ലേഖകൻ കുടുംബശ്രീയിലെ ഒരു യൂണിറ്റിൽ സർവ്വേ നടത്തുകയുണ്ടായി. ഈ സർവ്വേ നടത്തിയത് അജിത രാജൻ എന്ന അധികം കേട്ടിട്ടില്ലാത്ത ഒരു വനിതയുടെ സഹായത്തോടെയാണ്. ആദ്യംതന്നെ ഈ സർവ്വേയുടെ ഒരു പരിമിതി പറഞ്ഞു കൊള്ളട്ടെ. ഇത് ഒരു യൂണിറ്റാണ്. ഇതുപോലെ എത്രത്തോളം യൂണിറ്റ് കുടുംബശ്രീയിലുണ്ടെന്നുള്ളതും അവരുടെ നിലപാടുകളെന്താണെന്നും സാമൂഹ്യഗവേഷകർ അന്വേഷിക്കേണ്ട കാര്യമാണ്. അതുകൊണ്ടുതന്നെ പോരായ്മയുണ്ടായിരിക്കാം. പക്ഷേ, ഈ പോരായ്മയെ ഈ സർവ്വേ ലംഘിക്കുന്നത് അതിന്റെ അംഗസംഖ്യകൊണ്ടാണ്. ഇരുപത് അംഗങ്ങളാണ് ഇതിൽ പങ്കെടുത്തത്. അവരുടെ പേര് താഴെ ചേർക്കുന്നു.

മാധ്യമശ്രദ്ധ നേടിയിട്ടില്ലാത്ത ഇവരുടെ പേരുകൾ ചേർക്കേണ്ടത് സ്ത്രീശാക്തീകരണത്തിന് ആവശ്യമുള്ളതുപോലെതന്നെ അവരോടുള്ള ലേഖകന്റെ ആദരവിന്റെയും ആവശ്യകതയാണ്.

1. ബിന്ദുഷ (സെക്രട്ടറി)
2. ജസിന്ത ജോർജ് (പ്രസിഡന്റ്)
3. ഉഷാകുമാരി (ട്രഷറർ)
4. ഗിരിജ
5. വത്സല
6. വസന്ത
7. സതീദേവി
8. ശ്യാമള
9. ലീലമ്മ
10. ഓമന

11. വനജ
12. ലോല
13. അജിതകുമാരി ഒ
14. സരസ്വതി
15. കൃഷ്ണമ്മ
16. ഭദ്ര
17. ജയന്തി
18. രമാദേവി
19. ജലജ
20. അജിതാ രാജൻ (സർവ്വേ നടത്തിയ വനിത)

–കുടുംബശ്രീ രജിസ്ട്രേഷൻ നമ്പർ : 121.
കുലശേഖരം
തിരുവനന്തപുരം.

ചോദ്യം: ആരാണ് രാജീവ് ഗാന്ധി	=	$\frac{20}{20}$
പഞ്ചായത്തീരാജ് കൊണ്ടുവന്നത്	=	$\frac{0}{20}$
ശാസ്ത്രസാഹിത്യ പരിഷത്തും ജനകീയാസൂത്രണവും തമ്മിലുള്ള ബന്ധം?	=	$\frac{0}{20}$
കുടുംബശ്രീ സ്ത്രീകൂട്ടായ്മയിൽ വിജയകരമാണോ?	=	$\frac{20}{20}$
സുഗതകുമാരി ആര്?	=	$\frac{3}{20}$ (കവിയത്രി)
സാറാ ജോസഫ് ഒരു ഫെമിനിസ്റ്റ് ആണോ?	=	$\frac{20}{20}$ (അറിയില്ല)
സി എസ് ചന്ദ്രിക ആരാണ്?	=	$\frac{0}{20}$
ഗൗരിയമ്മ ആര്?	=	$\frac{11}{20}$ (മുൻമന്ത്രി)
ശ്രീമതി ടീച്ചർ ആര്?	=	$\frac{18}{20}$ (ഇപ്പോഴത്തെ മന്ത്രി)
സുശീലാ ഗോപാലൻ ആര്?	=	$\frac{15}{20}$ (മരിച്ചുപോയ മന്ത്രി)
കുടുംബശ്രീ കൊണ്ടുവന്നത് ഏത് സർക്കാർ?	=	$\frac{17}{20}$ (ഇടത് ഗവൺമെന്റ്)

ഇതിൽ നിന്നും മനസ്സിലാകുന്ന വസ്തുത ഇതാണ്.

എ) ഇന്നത്തെ സ്ത്രീവാദികൾ ഇടതുപക്ഷം ഫലപ്രദമല്ല എന്ന് വിശ്വസിക്കുന്നവർ	=	സാറാജോസഫ് സുഗതകുമാരി സി എസ് ചന്ദ്രിക

–എന്നിവരിൽ നിന്നും സുഗതകുമാരിയെ തിരിച്ചറിഞ്ഞവർ മൂന്ന് പേരും ബാക്കി രണ്ടുപേരും ആർക്കും പരിചയം പോലും ഇല്ലാത്തവരായിരുന്നു.

ബി) ഇടതുപക്ഷ പ്രവർത്തകർ	=	ഗൗരിയമ്മ ശ്രീമതി ടീച്ചർ സുശീലാ ഗോപാലൻ

ഇവരെ തിരിച്ചറിയുന്നവർ കുറച്ചുകൂടി ഭേദപ്പെട്ടനില കാഴ്ചവയ്ക്കുന്നു. 10 ന് മുകളിൽ അവർക്ക് വോട്ട് ലഭിച്ചിട്ടുണ്ട്.

(സി) രാജീവ്ഗാന്ധിയെ തിരിച്ചറിഞ്ഞവർ പഞ്ചായത്തീരാജ് കൊണ്ടുവന്നതിൽ ആരാണെന്ന ചോദ്യത്തിന് 20 ൽ 0 ആണ് ഉത്തരം. ഇതിൽനിന്ന് മനസ്സിലാകുന്നത്, വലതുപക്ഷക്കാർ ആരോപിക്കുന്നതുപോലെ ജനകീയാസൂത്രണത്തിന്റെ തലതൊട്ടപ്പൻ രാജീവ് ഗാന്ധിയാണെന്ന് അവർ തിരിച്ചറിയുന്നില്ല. ജനകീയാസൂത്രണം വലതുപക്ഷത്തിന്റേതല്ല ഇടതുപക്ഷത്തിന്റേതാണെന്ന് വ്യക്തം. മറ്റൊന്ന്, ജനകീയാസൂത്രണത്തിന്റെ ഉദ്ഘാടകർ ശാസ്ത്രസാഹിത്യ പരിഷത്താണെന്ന വാദവും ഇവർക്കറിയില്ല. ഇവർ പറയുന്നത് അത് ഇടതുപക്ഷത്തിന്റെ സംഭാവന തന്നെയാണെന്നാണ്.

(ഡി) കുടുംബശ്രീ സ്ത്രീശാക്തീകരണത്തിന് വഴിതെളിച്ചിട്ടുണ്ടോ എന്ന ചോദ്യം എല്ലാവരും അതെ എന്ന് സമ്മതിക്കുന്നു.

ചുരുക്കത്തിൽ, ഇന്നത്തെ സ്ത്രീവാദികളായ സാറാജോസഫും സി എസ് ചന്ദ്രികയും സുഗതകുമാരിയും ജനങ്ങൾക്ക് (സാമാന്യ സ്ത്രീകൾക്ക്) അപ്രാപ്യരായ വനിതകളാണ്. അതുകൊണ്ട് ഇവരുടെ സംഭാവന അക്കാദമികതലത്തിലും വാരികയിലുള്ള കോളങ്ങളിലും ആണ്. ഇതാകട്ടെ സാക്ഷരരാണെങ്കിലും സാമാന്യ ജനവിഭാഗമായി കഴിയുന്ന സ്ത്രീകളിൽ ഇവരുടെ സ്വാധീനം അഥവാ സംഭാവന കുറവാണെന്നത് വ്യക്തമാകുന്നു. പക്ഷേ, ഇടതുപക്ഷം മുന്നിലേക്ക് നയിച്ച സുശീലാഗോപാലൻ, ഗൗരിയമ്മ, ശ്രീമതി ടീച്ചർ എന്നീ നേതാക്കൾ വർഗ്ഗലിംഗസമരത്തിൽ പങ്കെടുത്തുകൊണ്ട് ജനങ്ങളുടെ ഇടയിൽ പ്രവർത്തിച്ച് കൂടുതൽ സ്വീകാര്യരാകുന്നു. അവർ ചെയ്യുന്നതെല്ലാം നല്ല കാര്യമാണെന്നോ അല്ലെന്നോ അഭിപ്രായം ഉയരുന്നുണ്ട്. എന്നാൽ അവരെ അവർ തിരിച്ചറിയുന്നുണ്ട്. എന്നാൽ ഈയൊരു പരിസരംപോലും സാറാജോസഫിനും സുഗതകുമാരിക്കും സി എസ് ചന്ദ്രികയ്ക്കും ലഭിക്കുന്നില്ല. ശരി, അപ്പോൾ സി എസ് ചന്ദ്രികേ നിങ്ങൾ സിമോൺ ദി ബുവറിനെപ്പോലെ ഇടതുപക്ഷത്തേക്കാൾ വലിയ ഇടതുപക്ഷക്കാരിയാണോ അതോ വർഗ്ഗലിംഗസമരത്തിൽ സാമാന്യ സ്ത്രീകളോട് അണിചേരുന്ന ഇടതുപക്ഷ സഹയാത്രികയോ?